AF766065

എ. കരുണാകരൻ മാസ്റ്റർ

കാസർകോഡ് ജില്ലയിലെ ഉദുമയ്ക്കടുത്തുള്ള കരപ്പോടിയിൽ 1939 മെയ് 25ന് ജനനം.

പിതാവ്: പി. കുഞ്ഞിരാമൻ നായർ, മാതാവ്: ഇടയില്യം ലക്ഷ്മിയമ്മ

വിദ്യാഭ്യാസം: ബേക്കൽ ഫിഷറീസ് ഹൈസ്കൂളിൽനിന്നും എസ്.എസ്. എൽ.സി, കോഴിക്കോട് യൂണിവേഴ്സൽ ആർട്സിൽനിന്നും കെ.ജി.ടി.ഇ. പരീക്ഷ. 1967 ആഗസ്ത് 30ന് എ.യു.പി.എസ്. ബോവിക്കാനത്ത് പാർട് ടൈം ചിത്രകലാ ധ്യാപകനായി സർവീസിൽ പ്രവേശിച്ചു. 1971ൽ ഫുൾടൈം അധ്യാപകനായി പ്രമോഷൻ ലഭിച്ചു. 1994ൽ സർവ്വീസിൽനിന്നും വിരമിച്ചു.

2001-2002ൽ ബി.ജെ.പി. കാസർകോഡ് ജില്ലാ പ്രസിഡണ്ടായി പ്രവർത്തിച്ചു. ഹിന്ദു ഐക്യവേദിയുടെ കാസർകോഡ് ജില്ലാ പ്രസിഡണ്ടായി പത്ത് വർഷം പ്രവർത്തിച്ചു. പി. മാധവൻ, പി. പരമേശ്വരൻ, ഉമാനാഥറാവു, ആർ. ഹരി, ഭാസ്കരറാവു എന്നീ സാംസ്കാരിക നായകരുമൊത്ത് പ്രവർത്തിച്ചിട്ടുണ്ട്. ഭൂദാനയജ്ഞ പ്രസ്ഥാനസ്ഥാപകൻ ആചാര്യ വിനാബഭാവെയോടൊപ്പം പദയാത്രയിൽ പങ്കെടുത്തു. അയിത്തോച്ചാടന പ്രസ്ഥാനത്തിലും പങ്കെടുത്തു.

അടിയന്തരാവസ്ഥ വിരുദ്ധസമരത്തിന് നേതൃത്വം കൊടുത്തു. കാശ്മീർ ദോഡാ സത്യാഗ്രഹത്തിൽ പങ്കെടുത്തു. ആദ്ധ്യാത്മിക പ്രഭാഷകൻ, പൊതുപ്രവർത്തകൻ. രണ്ടായിരത്തോളം വേദികളിൽ ആദ്ധ്യാത്മികപ്രഭാഷണം നടത്തി. ഇപ്പോൾ സാമൂഹ്യ സാംസ്കാരികരംഗങ്ങളിൽ സജീവസാന്നിധ്യം.

ഭാര്യ : നാരായണി പി. (ഹിന്ദി അധ്യാപിക) ജീവിച്ചിരിപ്പില്ല.

മക്കൾ : ജയകൃഷ്ണൻ (ബോവിക്കാനം യു.പി. സ്കൂൾ, ഹിന്ദി അധ്യാപകൻ)
ശിവരാജ് (ഡ്രൈവർ)

വിലാസം : 'പ്രാർത്ഥന', മുളിയാർ, പി.ഒ. മുളിയാർ, കാസർകോഡ് - 671542

Malayalam Language
Mahabharathathile Arjunan
(Novel)
by
A Karunakaran Master
♦
Published in March 2023
by Kairali Books Private Limited
Thalikkavu Road, Kannur.
Ph : 0497-2761200
E-Mail : kairalibooksknr@gmail.com
♦
Cover Design
Prasanth Mangad
♦
Printed at
Printing Park, Tly

Price ₹ : 220.00
108/22-23/Sl.No.1416/500/NS 18.6
ISBN 978-93-93397-54-6

മഹാഭാരതത്തിലെ
അർജ്ജുനൻ

എ. കരുണാകരൻ മാസ്റ്റർ

കൈരളി ബുക്സ്

ബർബരീകന്റെ കണ്ണുകൾ പറയുന്നത്...

സുകുമാരൻ പെരിയച്ചൂർ

ലോകത്തിലെ ഏറ്റവും ബൃഹത്തായ ഇതിഹാസകാവ്യമാണ് മഹാഭാരതം. ഒരുലക്ഷത്തിൽപ്പരം ശ്ലോകങ്ങളുള്ള ഇനിയൊരിക്കലും ഇത്തരമൊരു മഹാഗ്രന്ഥം രചിക്കാനിടയില്ലാത്ത ഒരപൂർവ പുണ്യഗ്രന്ഥം. ചരിത്രകാരന്മാരുടെ അഭിപ്രായപ്രകാരം BCE 500 മുതൽ CE 600 വരെയുള്ള കാലഘട്ടത്തിൽ രചിക്കപ്പെട്ട ആയിരം വർഷംകൊണ്ട് എഡിറ്റുചെയ്ത് രൂപംകൊണ്ട അസുലഭമുഹൂർത്തങ്ങളുടെ രചനാപാഠപുസ്തകമാണ് മഹാഭാരതം.

കൃഷ്ണദ്വൈപായനൻ എന്ന മഹാമുനി തന്റെ കാലഘട്ടത്തിലെ അധികാരവും അധികാരത്തർക്കവും നോക്കിക്കണ്ട് നിക്ഷ്പക്ഷമായി അന്നത്തെ മഹത്തായ ഭാരതഭരണത്തെ കാവ്യത്തിലൂടെ കഥ പറഞ്ഞ്, അതിനെ വ്യസിച്ച് (എഡിറ്റ് ചെയ്ത്) ഗ്രന്ഥമാക്കിയപ്പോൾ അത് വ്യാസവിരചിതമായ മഹാഭാരതമായി മാറി.

എ. കരുണാകരൻ മാസ്റ്റർ മഹാഭാരതത്തെ തന്റെ ജ്ഞാനതൃഷ്ണയിലൂടെ ഒരു പര്യടനം നടത്തുകയാണ് 'മഹാഭാരതത്തിലെ അർജുനൻ' എന്ന ഗ്രന്ഥത്തിലൂടെ. മഹാഭാരതത്തിന്റെ കേന്ദ്രകഥ കൗരവ-പാണ്ഡവ സംഘട്ടനമാണല്ലോ. ആ സംഘട്ടനത്തെ നാം മഹാഭാരതത്തിലെ മഹായുദ്ധമായ കുരുക്ഷേത്രയുദ്ധമായി കരുതി. പതിനെട്ടുദിവസം നീണ്ടുനിൽക്കുന്ന പതിനെട്ട് അക്ഷൗഹിണികൾ പങ്കെടുത്ത അധികാരയുദ്ധം എ. കരുണാകരൻമാസ്റ്റർ സഞ്ജയനെപ്പോലെ ദൃക്സാക്ഷി വിവരണം നടത്തുകയാണ് 'മഹാഭാരതത്തിലെ അർജുനൻ' എന്ന ശ്രേഷ്ഠഗ്രന്ഥത്തിലൂടെ.

ഒന്നാംദിനയുദ്ധം തൊട്ട് പതിനെട്ടാം ദിന പര്യവസാനയുദ്ധം വരെയുള്ള ജയാപജയങ്ങൾ എ. കരുണാകരൻമാസ്റ്റർ എത്ര വ്യക്തമായാണ് വരച്ചുകാട്ടിയിരിക്കുന്നത്. മഹാഭാരതയുദ്ധത്തിന്റെ കേന്ദ്രം അർജ്ജുനനാണ് എന്ന് വ്യാഖ്യാനിക്കുന്നതിൽ ഗ്രന്ഥകാരൻ വിജയിച്ചിട്ടുണ്ട്.

ഏറ്റവും രസകരമായ ഒരു കാര്യം മഹാഭാരതകഥ വെറും കെട്ടുകഥ

എന്ന രീതിയിലാണ് നാം കാണുന്നത്. എന്നാൽ NCERTയുടെ പ്ലസ്ടു പാഠപുസ്തകത്തിൽ നമ്മുടെ പുതുതലമുറ പഠിക്കുന്നുണ്ട്, മഹാഭാരത കാലഘട്ടവും ഇന്ദ്രപ്രസ്ഥവും ഹസ്തിനപുരവും യഥാർത്ഥത്തിൽ നില നിന്നതായി കണ്ടെത്തിയിട്ടുള്ളത്. ഭാരതീയ സംസ്കൃതപണ്ഡിതനായി രുന്ന വി.എസ്. സുക്താങ്കറുടെ നേതൃത്വത്തിൽ 1919ലാണ് മഹാഭാരത ത്തിന്റെ ചരിത്രവസ്തുതകൾക്കായി ഗവേഷണം ആരംഭിച്ചത്. ഈ വമ്പൻ പദ്ധതി ഏറ്റെടുത്തത് ഭണ്ഡാർക്കർ ഓറിയന്റൽ റിസർച്ച് ഇൻസ്റ്റിട്യൂട്ട് ആയിരുന്നു.

ഡസൻകണക്കിനു പണ്ഡിതന്മാർ മഹാഭാരതത്തിലെ ചരിത്രവസ്തു തകൾ തേടി ഗവേഷണം ആരംഭിച്ചു. രാജ്യത്തിന്റെ വിവിധ ഭാഗങ്ങ ളിൽനിന്നും കൈയെഴുത്തുപ്രതിയിലുള്ള മഹാഭാരതം ശേഖരിച്ചു. ഓരോ കൈയെഴുത്തുപ്രതിയിലുമുള്ള ശ്ലോകങ്ങൾ ഒത്തുനോക്കി. മിക്ക ഭാഷ്യ ങ്ങളിലുമുള്ള സമാനതകൾ കണ്ടെത്തി. 13,000ലേറെ പേജുള്ള അനകം വാല്യങ്ങളിൽ ഗവേഷണം ചിട്ടപ്പെടുത്തി. 47 വർഷം കൊണ്ടാണ് ചരി ത്രഗവേഷണം പൂർത്തിയാക്കിയത്. അതായത് 1965 മുതൽ മഹാഭാരതം ഇന്ത്യൻ ചരിത്രസ്രോതസ്സായി അംഗീകരിക്കപ്പെട്ടു.

എ. കരുണാകരൻ മാസ്റ്ററുടെ 'മഹാഭാരതത്തിലെ അർജ്ജുനൻ' വായി ക്കുന്ന ഓരോരുത്തർക്കും മനസ്സിലാകും കുരുക്ഷേത്രയുദ്ധം സാങ്കല്പി കയുദ്ധമാണെന്നു ധ്വനിപ്പിക്കുന്നതരത്തിലല്ല എഴുതിയിരിക്കുന്നത് എന്ന്. ഒരു യുദ്ധം എങ്ങനെയാണോ നടക്കുന്നത് അതേരീതിയിൽ പ്രതിപാദി ച്ചിരിക്കുന്നു.

നമ്മുടെ പാഠപുസ്തകങ്ങളിലെ ഒന്നാംലോകയുദ്ധവും രണ്ടാം ലോക യുദ്ധവും വിശദമായി പ്രതിപാദിക്കുന്നതുപോലെ പതിനെട്ടുദിവസങ്ങൾ നീണ്ടുനിന്ന കുരുക്ഷേത്രയുദ്ധം ശ്ലാഘനീയമായ രീതിയിൽ എഴുതിയി രിക്കുന്നു. മഹാഭാരതയുദ്ധം മുഴുവൻ വീക്ഷിച്ച ഘടോൽക്കചന്റെ പുത്ര നായ ബർബരീകന്റെ വാക്കുകൾക്ക് എ. കരുണാകരൻ മാസ്റ്റർ പ്രാധാന്യം കൊടുക്കുന്നത് ശ്രദ്ധേയമാണ്. കുന്തത്തിൽ കുത്തി സ്ഥാപിച്ച ബർബ രീകന്റെ തലയോട്ടിയിലെ കണ്ണുകൾ പറയുന്നത് മഹാഭാരതയുദ്ധത്തിലെ യഥാർത്ഥ വിജയി ആരെന്നുള്ള ചോദ്യത്തിന്റെ ഉത്തരമാണ്. ആ ചോദ്യ ത്തിന്റെ ഉത്തരമാണ് എ. കരുണാകരൻ മാസ്റ്ററുടെ 'മഹാഭാരതത്തിലെ അർജ്ജുനൻ' എന്ന പുസ്തകം മുഴുവനും വായിച്ചാൽ നമുക്ക് ലഭിക്കു ക. മഹാഭാരതത്തെക്കുറിച്ച് സ്വാമി വിവേകാനന്ദൻ 'മഹാഭാരതം' എന്ന ലേഖനത്തിലെഴുതുന്നു, "മഹാഭാരതമെന്നാൽ വലിയ ഭാരതഭൂമിയെന്നും മഹാന്മാരായ ഭരതകുലജാതന്മാരുടെ ചരിത്രമെന്നും അർത്ഥം." എ. കരു ണാകരൻമാസ്റ്ററുടെ ഈ ഉത്തമഗ്രന്ഥം ഭരതകുലജാതന്മാരുടെ ചരിതം ഹൃദ്യമായി വരച്ചുകാട്ടുന്നു.

സമാരംഭം

"അർജ്ജുന: ഫൽഗുനോ ജിഷ്ണു
കിരീടീശ്വേതവാഹന
ബീഭത്സവിജയ: പാർഥാ
സവ്യസാചി ധനഞ്ജയ"

അതിഭയങ്കരമായി ഇടിവെട്ടുമ്പോഴും, ഭീതിജനകമായ സാഹചര്യങ്ങൾ ഉണ്ടാകുമ്പോഴും മേൽപ്പറഞ്ഞ അർജ്ജുനന്റെ ദശനാമങ്ങൾ മനസ്സിൽ ഏകാഗ്രതയോടെ ധ്യാനിച്ചാൽ ഭീതി അകന്നുപോകുമെന്നാണ് സങ്കല്പം.

ഭാരതീയർ ദശാവതാരങ്ങളിൽ വിശ്വസിക്കുന്നു. സിന്ധുഗംഗാ സമതല പ്രദേശങ്ങളിലാണ് വേദങ്ങൾ ഉടലെടുത്തത്. നാലു വേദങ്ങൾ, ആറുശാസ്ത്രങ്ങൾ, പതിനെട്ടു പുരാണങ്ങൾ, അറുപത്തിനാല് കലാവിദ്യകൾ, സ്മൃതികൾ, ഉപനിഷത്തുക്കൾ അവയോടനുബന്ധിച്ച് മറ്റനേകം ഗ്രന്ഥങ്ങൾ എന്നിവ ഇവിടെ രചിക്കപ്പെട്ടിട്ടുണ്ട്. നമ്മൾ ആധാരശിലയായി തെരഞ്ഞെടുത്തത് ധർമ്മാർത്ഥ കാമമോക്ഷങ്ങളെയാണ്. അതാണ് ശരിയെന്ന് ഇന്ന് ആധുനിക ലോകസമൂഹം തന്നെ അർത്ഥശങ്കയ്ക്കിടയില്ലാതെ സമ്മതിക്കുന്നുണ്ട്. അവതാരപുരുഷന്മാരിൽ രണ്ടുപേർ രാമനും കൃഷ്ണനുമാണ്. രാമൻ ത്രേതായുഗത്തിലും കൃഷ്ണൻ ദ്വാപരയുഗത്തിലുമാണ് ജനിച്ചത്. ദ്വാപരയുഗത്തിൽ നരനാരായണന്മാരായി ഭൂമിയിൽ അവതരിച്ച ശ്രീകൃഷ്ണന്റേയും അർജ്ജുനന്റേയും ജീവിതകഥകളിൽ വില്ലാളിവീരനായ പാർഥന്റെ ജീവചരിത്രത്തിന് പ്രാധാന്യം കൊടുത്തുകൊണ്ടാണ് ഇത് എഴുതുന്നത്.

ദേവവ്രതനിൽനിന്നും ഭീഷ്മരിലേക്ക്

പണ്ട് ഭാരതവർഷത്തിൽ ധർമ്മനിഷ്ഠനും പ്രജാക്ഷേമതൽപ്പരനുമായ ഒരു രാജാവ് കുരുവംശത്തിൽ ജനിച്ചിരുന്നു. അദ്ദേഹത്തിന്റെ പേരാണ് ശന്തനു. യുവാവായ ശന്തനു ഒരുദിവസം ഗംഗാതീരത്തൂടെ നടക്കുകയായിരുന്നു. അവിടെവെച്ച് അദ്ദേഹം ഗംഗാദേവിയെ കാണുകയും രാജാവ് ദേവിയിൽ അനുരക്തനാവുകയും ചെയ്തു. അവർക്ക് ജനിച്ച മക്കളിൽ ഒടുവിലത്തെ മകനായിരുന്നു ദേവവ്രതൻ. അമ്മയായ ഗംഗാദേവി മകനെ ശന്തനുമഹാരാജാവിനെ ഏല്പ്പിച്ച് അന്തർധാനം ചെയ്തു. പിൽക്കാലത്ത് വിശ്വപ്രസിദ്ധനും, ധർമ്മിഷ്ഠനും ധനുർവിദ്യാപാരംഗദനുമായിത്തീർന്ന 'ഭീഷ്മർ' എന്ന പേരിൽ അറിയപ്പെട്ടിരുന്നു ദേവവ്രതൻ. പിതാവിന്റെ മേൽനോട്ടത്തിൽ ആ ബാലൻ എല്ലാ വിദ്യകളും അഭ്യസിച്ച് ഒരു തികഞ്ഞ യോദ്ധാവായിത്തീർന്നു. കാലം കുറച്ച് കഴിഞ്ഞപ്പോൾ ശന്തനു മഹാരാജാവ് സുന്ദരിയും സുശീലയുമായ സത്യവതി എന്ന ദാശകന്യകയിൽ ആകൃഷ്ടനായി. തന്റെ മനസ്സിലിരിപ്പ് രാജാവ് സത്യവതിയോട് തുറന്നുപറഞ്ഞു. സത്യവതിക്കും രാജാവിനെ ഇഷടമായിരുന്നു. എങ്കിലും സത്യവതി രാജാവിന്റെ മുമ്പിൽ ഒരു നിബന്ധന വെച്ചു. അങ്ങയിൽനിന്നും എനിക്കുണ്ടാകുന്ന പുത്രന്മാർക്ക് രാജ്യഭാരമേൽപ്പിക്കാൻ അങ്ങു തയ്യാറാണെങ്കിൽ എനിക്ക് ഈ വിവാഹത്തിന് സമ്മതമാണ്. മാത്രമല്ല അങ്ങയുടെ പുത്രൻ ദേവവ്രതൻ അതിശക്തവാനാണ്. അങ്ങയുടെ കാലശേഷം എന്റെ മക്കളിൽനിന്നും ബലം പ്രയോഗിച്ച് രാജ്യഭാരം പിടിച്ചെടുത്താൽ എന്റെ മക്കളുടെ രാജ്യം അവർക്ക് നഷ്ടപ്പെടില്ലേയെന്നും സത്യവതി ചോദിച്ചു. ഭാവിയിൽ അത് സംഭവിച്ചുകൂടെന്നില്ല എന്നു മനസ്സിലാക്കിയ രാജാവ് സത്യവതിയുടെ ചോദ്യങ്ങൾക്ക് വ്യക്തമായ മറുപടി പറയാതെ തിരിച്ചുപോന്നു. പിന്നീട് രാജാവ് വളരെ ദുഃഖിതനായി കാണപ്പെട്ടു. അച്ഛന്റെ ദുഃഖത്തിന് കാരണമെന്താണെന്ന് ദേവവ്രതൻ രഹസ്യമായി അന്വേഷിച്ച് മനസ്സിലാക്കി. പിതൃദുഃഖത്തിന് കാരണ

ക്കാരൻ താൻതന്നെയെന്ന് ദേവവ്രതന് മനസ്സിലായി. അദ്ദേഹം അച്ഛന്റെ അടുത്തെത്തി പിതാവിന്റെ മുമ്പിൽ ഒരു ഉഗ്രപ്രതിജ്ഞ ചെയ്തു. ഞാൻ വിവാഹിതനാകാതെ നൈഷ്ഠിക ബ്രഹ്മചര്യം അനുഷ്ഠിക്കാമെന്നും അനുജന്മാരിൽനിന്നും രാജ്യം പിടിച്ചെടുക്കില്ലെന്നുമായിരുന്നു ആ പ്രതിജ്ഞ. അച്ഛന്റെ മുമ്പിൽ ചെയ്ത പ്രതിജ്ഞ ദേവവ്രതൻ ജീവിതാന്ത്യംവരെ പാലിച്ചു. അതുകൊണ്ടാണ് അദ്ദേഹം പിൽക്കാലത്ത് 'ഭീഷ്മർ' എന്ന പേരിൽ അറിയപ്പെട്ടത്. ഈ മഹാത്യാഗത്തിന് തയ്യാറായി പ്രതിജ്ഞ ചെയ്ത 'ഭീഷ്മരെ' അച്ഛനായ ശന്തനു നീ ഇച്ഛാമരണിയായിത്തീരട്ടെയെന്ന് ആശീർവദിച്ചു.

ശന്തനു മഹാരാജാവിന് സത്യവതിയിൽ രണ്ട് ആൺമക്കൾ ജനിച്ചു. ചിത്രാംഗദനും വിചിത്രവീര്യനും. ഇരുവരും ചെറുപ്പത്തിൽത്തന്നെ ഭീഷ്മരുടെ മേൽനോട്ടത്തിൽ രാജാക്കന്മാർക്കുവേണ്ട എല്ലാ വിദ്യകളും കരസ്ഥമാക്കി. ശന്തനു മഹാരാജാവ് നാടുനീങ്ങിയപ്പോൾ സത്യവതിയുടെ മൂത്ത മകനായ ചിത്രാംഗദൻ രാജാവായി. അല്പകാലം മാത്രമേ അദ്ദേഹത്തിന് രാജ്യം ഭരിക്കാൻ കഴിഞ്ഞുള്ളൂ. ഒരു ഗന്ധർവ്വരാജനുമായുണ്ടായ യുദ്ധത്തിൽ ചിത്രാംഗദൻ മരിച്ചുപോയി. പിന്നീട് അനുജനായ വിചിത്രവീര്യൻ അധികാരമേറ്റു. വിവാഹപ്രായമായപ്പോൾ അനുജനുവേണ്ടി ഭീഷ്മർ രാജകന്യകമാരെ അന്വേഷിച്ചുതുടങ്ങി. അപ്പോഴാണ് കാശിരാജാവിന് വിവാഹപ്രായമായ മൂന്ന് പെൺമക്കൾ ഉണ്ടെന്ന കാര്യം ഭീഷ്മർ അറിഞ്ഞത്. അവർ അംബ, അംബിക, അംബാലിക എന്നിവരായിരുന്നു. മൂത്തവളായ അംബ സാല്വ മഹാരാജാവുമായി പ്രണയത്തിലായിരുന്നു. ഈ സംഭവം ഭീഷ്മർ അറിഞ്ഞിരുന്നില്ല. മൂന്ന് പെൺമക്കളെയും തന്റെ സഹോദരനായ വിചിത്രവീര്യന് വിവാഹം ചെയ്തുകൊടുക്കാൻ ഭീഷ്മർ കാശിരാജാവിനോട് അഭ്യർത്ഥിച്ചു. എന്നാൽ കാശിരാജൻ അതിന് തയ്യാറായില്ല. അതുകൊണ്ട് തന്റെ കരബലത്താൽ മന്നു കന്യകമാരേയും ഭീഷ്മർ പിടിച്ചുകൊണ്ടുപോയി. അവിടെയുണ്ടായിരുന്ന ക്ഷത്രിയവീരന്മാർക്കും ഭീഷ്മരെ നേരിടാനുള്ള ശക്തിയുണ്ടായിരുന്നില്ല. ബലപ്രയോഗത്തിലൂടെ പിടിച്ചുകൊണ്ടുവന്ന മൂന്നു രാജകുമാരിമാരേയും വിചിത്രവീരന് വിവാഹം ചെയ്തുകൊടുക്കാനൊരുങ്ങിയപ്പോൾ മൂത്തവളായ അംബ ഭീഷ്മരോടായി പറഞ്ഞു: ഞാൻ സാല്വ മഹാരാജാവിനെ സ്നേഹിക്കുന്നു. അതുകൊണ്ട് എന്നെ പോകാൻ അനുവദിക്കണമെന്ന്. ഈ സംഭവമറിയാതെ ഭീഷ്മർ പിടിച്ചുകൊണ്ടുവന്ന അംബയെ ഉപചാരപൂർവ്വം കാശിയിലേക്ക് തിരിച്ചയച്ചു. ഭീഷ്മർ ബലമായി പിടി

ച്ചുകൊണ്ടുപോയ കാരണം പറഞ്ഞ് സാലമഹാരാജാവ് അംബയെ സ്വീകരിക്കാൻ തയ്യാറായില്ല. അതിനുകാരണക്കാരനായ ഭീഷ്മരെ അന്വേഷിച്ച് അംബ ഹസ്തിനപുരിയിലെത്തി. നൈഷ്ഠിക ബ്രഹ്മചാരിയായ ഭീഷ്മരോട് തന്നെ വിവാഹം കഴിക്കണമെന്ന് അംബ തുറന്നുപറഞ്ഞു. ഭീഷ്മർ അതിനു തയ്യാറായില്ല. അംബ ഭാർഗ്ഗവരാമനെ സമീപിച്ച് തന്റെ സങ്കടനിവാരണം ചെയ്തുതരാൻ അഭ്യർത്ഥിച്ചു. പരശുരാമൻ ഭീഷ്മരെ സമീപിച്ച് പലതും പറഞ്ഞുനോക്കി. എന്നാൽ ഭീഷ്മർ വിവാഹത്തിനു തയ്യാറായില്ല. അവർ തമ്മിൽ ഭയങ്കരമായ ഏറ്റുമുട്ടൽ നടന്നു. എന്നിട്ടും പരിഹാരമുണ്ടായില്ല. അവസാനം അംബ ഭീഷ്മരുടെ മുമ്പിൽ അഗ്നിപ്രവേശം ചെയ്ത് ജീവനൊടുക്കി. പ്രതികാരവാഞ്ഛയിൽ തിളക്കുന്ന മനസ്സോടുകൂടി അഗ്നിപ്രവേശം ചെയ്ത അംബ പിന്നീട് ദ്രുപദ മഹാരാജാവിന്റെ മകളായി ശിഖണ്ഡിയായി ജന്മമെടുത്തു.

വിചിത്രവീര്യന് രണ്ടു കുമാരന്മാർ ജനിച്ചു. ധൃതരാഷ്ട്രരും പാണ്ഡുവും. ധൃതരാഷ്ട്രർ ജന്മനാ അന്ധനായിരുന്നു. വിവാഹപ്രായമായപ്പോൾ അദ്ദേഹം വേട്ടത് ഗാന്ധാരനരേശനായിരുന്ന സുബലന്റെ പുത്രിയായ ഗാന്ധാരിയെയായിരുന്നു. അവളുടെ സഹോദരനായിരുന്നു ശകുനി. ജന്മനാ അന്ധനായ ഭർത്താവിന് കാണാൻ കഴിയാത്തതൊന്നും എനിക്കും കാണേണ്ട എന്ന് കരുതി പതിവ്രതാശിരോമണിയായ ഗാന്ധാരി ഇരുകണ്ണുകളും വസ്ത്രംകൊണ്ട് കെട്ടിയായിരുന്നു പിന്നീട് ജീവിച്ചത്. അതുകൊണ്ടുതന്നെ ഗാന്ധാരിക്ക് വേദവ്യാസന്റെ ഒരു വരം ലഭിച്ചു. എന്നാണോ നീ ഇരുകണ്ണുകളുടെയും കെട്ടഴിക്കുന്നത് അന്ന് നീ ആദ്യമായിക്കാണുന്ന വസ്തു വജ്രതുല്യമായി മാറും എന്നാണ് വരം.

ധൃതരാഷ്ട്രരുടെ അനുജനായ പാണ്ഡു വിവാഹം കഴിച്ചത് ശ്രീകൃഷ്ണഭഗവാന്റെ അച്ഛനായ വസുദേവരുടെ സഹോദരി കുന്തീദേവിയെയാണ്. പിന്നീട് മാദ്രദേശത്തെ രാജകുമാരിയായ മാദ്രിയെ വിവാഹം ചെയ്തു. വിവാഹത്തിനുമുമ്പ് കന്യകയായിരുന്ന കുന്തീദേവി ഒരുദിവസം കൊട്ടാരത്തിൽ തനിച്ചായിരുന്നു. ആ സമയത്ത് ക്ഷിപ്രകോപിയും മഹാതപസ്വിയുമായ ദുർവാസാവ് മഹർഷി അവിടെ എത്തി. കുന്തി അദ്ദേഹത്തെ ഉപചാരപൂർവ്വം അർഘ്യപാദ്യാതികളെല്ലാം ചെയ്ത് സ്വീകരിച്ച് രത്നഖചിതമായ ഒരു പീഠത്തിൽ ഇരുത്തി. കുന്തിയുടെ സ്വീകരണച്ചടങ്ങളിൽ വളരെയധികം സന്തുഷ്ടനായ ദുർവാസാവ് മഹർഷി കുന്തിക്ക് അഞ്ചു മന്ത്രങ്ങൾ ഉപദേശിച്ചുകൊടുത്തു.

ഈ മന്ത്രം ജപിച്ചുകൊണ്ട് പുത്രലാഭാർത്ഥം ഏതു ദേവനെയാണ് നീ മനസ്സിൽ ധ്യാനിക്കുന്നത്, ആ ദേവനിൽനിന്ന് നിനക്ക് സന്താന സൗഭാഗ്യമുണ്ടാകുമെന്ന് ദുർവാസാവ് വരം കൊടുത്തു. മഹർഷി തിരി ച്ചുപോയി. ഒരു വർഷത്തിനുശേഷം ഒരു ദിവസം കുന്തിദേവി വരും വരായ്കയെപ്പറ്റി ചിന്തിക്കാതെ മഹർഷി ഉപദേശിച്ച മന്ത്രം ഫലി ക്കുമോ എന്ന് ചിന്തിച്ച് സൂര്യദേവനെ പുത്രലാഭാർത്ഥം ജപിച്ചു. സൂര്യ ദേവനിൽനിന്നും കുന്തിക്ക് ഒരു പുത്രൻ ജനിച്ചു. കവചകുണ്ഡലങ്ങ ളോടുകൂടി തേജസ്വിയായി ജനിച്ച ആ കുഞ്ഞിനെ ലോകാപവാദം ഭയന്ന് ഒരു പെട്ടിയിലാക്കി നദിയിൽ ഒഴുക്കി. ഈ സംഭവം കുന്തിയ ല്ലാതെ മറ്റാരും അറിഞ്ഞിരുന്നില്ല. അങ്ങകലെ നദിയുടെ പ്രവാഹഭാ ഗത്ത് അധിരഥൻ എന്ന സൂതന്റെ ഭാര്യ രാധ വസ്ത്രങ്ങൾ അലക്കി ക്കൊണ്ടിരിക്കുമ്പോഴാണ് ആ പേടകം പ്രവാഹത്തിൽപ്പെട്ട് അവിടെ എത്തുന്നത്. ഉടൻതന്നെ ആ സ്ത്രീ പേടകത്തെ വലിച്ച് കരയ്ക്കടു പ്പിച്ചു. അകത്തെന്താണെന്നറിയാനുള്ള ജിജ്ഞാസയോടെ തുറന്നുനോ ക്കിയപ്പോൾ കവചകുണ്ഡലങ്ങളോടെ തേജസ്വിയായ ഒരു ദിവ്യബാ ലനെ അവൾ കണ്ടു. ആ കുട്ടിയെ കർണ്ണൻ എന്ന് പേരുവിളിച്ച് വളർത്തി.

കർണ്ണനും പിന്നെ കൗരവരും പാണ്ഡവരും

അതിപുരാതന കാലത്ത് സഹസ്രകവചൻ എന്ന ഒരു രാക്ഷസൻ ജീവിച്ചിരുന്നു. സന്യാസിമാരേയും സജ്ജനങ്ങളേയും അയാൾ അതി ഭീകരമായി ഉപദ്രവിച്ചിരുന്നു. സഹസ്രകവചന്റെ ഉപദ്രവം സഹിക്കവ യ്യാതെ അവരെല്ലാം മഹാവിഷ്ണുവിൽ അഭയംതേടി. ആ രാക്ഷസനെ വധിക്കാൻ മഹാവിഷ്ണു നരനാരായണന്മാരായി ഭൂമിയിൽ അവതരി ച്ചു. രാക്ഷസന് ലോഹനിർമ്മിതമായ ആയിരം കവചങ്ങളുണ്ടയിരുന്നു. പന്ത്രണ്ടുകൊല്ലം തപസ്സും പന്ത്രണ്ടുകൊല്ലം തുടർച്ചയായി യുദ്ധവും ചെയ്താൽ രാക്ഷസന്റെ ഒരു കവചം തകർക്കാം. അർജുനൻ നര നായും മഹാവിഷ്ണു നാരായണനായും ജന്മമെടുത്തു. ഒരേസമയം തുടർച്ചയായ യുദ്ധവും തപസ്സും അവർ നടത്തി. അങ്ങനെ സഹസ്ര കവചന്റെ കവചങ്ങൾ ഓരോന്നായി തകർന്നുവീണു. ആ പ്രക്രിയ യുഗാന്തരങ്ങളായി തുടർന്നുകൊണ്ടേയിരുന്നു. അങ്ങിനെ രാക്ഷസന്റെ

തൊള്ളായിരത്തി തൊണ്ണൂറ്റിയൊമ്പതു കവചങ്ങളും തകർക്കപ്പെട്ടു. അപ്പോഴേക്കും ബ്രഹ്മപ്രളയം ആസന്നമായി. ദൈത്യൻ ആദിത്യനിൽ അഭയം തേടി. അവനാണ് പിന്നീട് കുന്തീദേവി പ്രസവിച്ച കവചകുണ്ഡലങ്ങളോടുകൂടിയ ആ ബാലൻ. അവനാണ് കർണ്ണൻ.

ഹസ്തിനപുര നടേശനായ ധൃതരാഷ്ട്രർക്ക് മക്കളുണ്ടായിരുന്നില്ല. ഒരുദിവസം വേദവ്യാസമഹർഷി അവിടെയെത്തി. തന്റെ ദുഃഖം രാജപത്നിയായ ഗാന്ധാരി മഹർഷിയോടു പറഞ്ഞു. മഹർഷിയുടെ ഉപദേശത്തോടെ അവർ ഗർഭിണിയായി. രണ്ടുവർഷം കഴിഞ്ഞിട്ടും ഗാന്ധാരി പ്രസവിച്ചില്ല. ഒരുദിവസം വ്യാസൻ വീണ്ടും പ്രത്യക്ഷനായി. ഗാന്ധാരി ഉറപ്പുള്ള ഒരു മാംസപിണ്ഡത്തെ പ്രസവിച്ചു. വ്യാസൻ പറഞ്ഞതനുസരിച്ച് ആ മാംസപിണ്ഡത്തെ നൂറ്റൊന്നായി വിഭജിച്ച് നൂറ്റൊന്ന് സ്വർണ്ണപ്പാത്രങ്ങളിൽ നിക്ഷേപിച്ചു. അതിൽ നെയ്യൊഴിച്ച് പിന്നീട് തണുത്ത വെള്ളം അതിൽ നിറച്ച് മൂടുകെട്ടിവച്ചു. പത്തുമാസം കഴിഞ്ഞപ്പോൾ ദുര്യോധനാദികൾ പുറത്തുവന്നു. അങ്ങിനെ നൂറു പുത്രന്മാരും ഒരു പുത്രിയും ധൃതരാഷ്ട്രർക്ക് ലഭിച്ചു. പെൺകുട്ടിയുടെ പേര് ദുഃശ്ശള എന്നായിരുന്നു. വിവാഹപ്രായമായപ്പോൾ സിന്ധുദേശ രാജാവായിരുന്ന ജയദ്രഥൻ അവളെ വിവാഹം കഴിച്ചു.

പാണ്ഡുമഹാരാജാവിനും പുത്രന്മാരുണ്ടായിരുന്നില്ല. അദ്ദേഹം രാജസൂയയാഗം നടത്തി. പല രാജാക്കന്മാരും പാണ്ഡുവിന്റെ കരബലത്താൽ കീഴടക്കപ്പെട്ടു. ധാരാളം കപ്പംകിട്ടിയ പണം ഹസ്തിനപുരം കൊട്ടാരത്തിൽ കുമിഞ്ഞുകൂടി. ഇതുകണ്ട് പിതാമഹനായ ഭീഷ്മരും വല്യമ്മയായ സത്യവതിയും ഏറെ സന്തോഷിച്ചു. ഒരുദിവസം രണ്ടാമത്തെ ഭാര്യയായ മാദ്രിയുമൊന്നിച്ചു പാണ്ഡു കാനനഭംഗി ആസ്വദിക്കാൻ പോയി. ഇത് ഗാന്ധാരി മാംസപിണ്ഡം പ്രസവിക്കുന്നതിനു മുമ്പായിരുന്നു. വനഭംഗി ആസ്വദിച്ചു നടക്കുമ്പോൾ രണ്ടു കൃഷ്ണമൃഗങ്ങൾ ഇണചേരുന്നത് അവർ കണ്ടു. അവയ്ക്കുനേരെ പാണ്ഡു ബാണം പ്രയോഗിച്ചു. മൃതപ്രായനായ ഒരു സന്യാസി (കിന്ദമമഹർഷി) ഒരു കൃഷ്ണമൃഗരൂപം ധരിച്ച് ഇണചേരുകയായിരുന്നു. അദ്ദേഹം അമ്പേറ്റ് പിടഞ്ഞുവീണു. മരണാസന്നനായ മഹർഷി പാണ്ഡുവിനെ ശപിച്ചു. നീ മേലിൽ ഏതു സ്ത്രീയുമായും ലൈംഗികബന്ധത്തിൽ ഏർപ്പെട്ടാലും ഉടൻ മരിച്ചുവീഴുമെന്നായിരുന്നു ആ ശാപം. ദുഃഖിതനായ രാജാവ് മാദ്രിയെയും കൂട്ടി അന്തഃപുരത്തിൽ മടങ്ങിയെത്തി. ശേഷിക്കുന്ന ജീവിതം തപസ്സുചെയ്ത് അവസാനിപ്പിക്കാൻ തീരുമാനിച്ചു. അപ്പോഴാണ് കുന്തീദേവി ദുർവാസാവ് കൊടുത്ത മന്ത്രങ്ങളെ

ക്കുറിച്ച് പാണ്ഡുവിനോട് പറഞ്ഞത്. അദ്ദേഹത്തിന്റെ ആജ്ഞപ്രകാരമാണ് കുന്തി ധർമ്മദേവനെ ധ്യാനിച്ചത്. അങ്ങനെയാണ് യമധർമ്മരാജാവിന് കുന്തിയിൽ യുധിഷ്ഠിരൻ ജനിച്ചത്. അതിനുശേഷം മൂന്ന് വരങ്ങൾ ബാക്കിയുണ്ടായിരുന്നു. വായുഭഗവാനെ ധ്യാനിച്ചപ്പോൾ ഭീമസേനനും ഇന്ദ്രനെ ധ്യാനിച്ചപ്പോൾ പാർഥനും ജനിച്ചു. പിന്നീട് ബാക്കിയായ ഒരു മന്ത്രം മാദ്രിക്ക് ഉപദേശിച്ചുകൊടുക്കാൻ പാണ്ഡുപറഞ്ഞതിന്റെ അടിസ്ഥാനത്തിൽ മാദ്രിക്ക് ഉപദേശിച്ചുകൊടുത്തു. മാദ്രി അശ്വിനിദേവന്മാരെ ധ്യാനിച്ചപ്പോൾ അവൾക്ക് രണ്ട് പുത്രന്മാരുണ്ടായി. നകുലനും സഹദേവനും. അവരെല്ലാം കൊട്ടാരത്തിൽ സുഖസൗകര്യങ്ങളോടെ വളരെ സന്തോഷത്തോടെ കഴിഞ്ഞുകൂടി.

ഒരുദിവസം പാണ്ഡു മാദ്രിയുമായി ആരാമഭംഗി കാണാൻ പോയി. അവിടുത്തെ ഏകാന്തതയും സരോവരവും ഇളംകാറ്റും പ്രകൃതിഭംഗിയും പാണ്ഡുവിനെ ഹഠാദാകർഷിച്ചു. ഈ സാഹചര്യം പാണ്ഡുവിനെ കാമാന്ധനാക്കി. പരിസ്ഥിതി മറന്ന് അദ്ദേഹം മാദ്രിയെ കെട്ടിപ്പിടിച്ചു. മാദ്രി കുതറിമാറാൻ ശ്രമിച്ചെങ്കിലും അവർക്കതിനു സാധിച്ചില്ല. പാണ്ഡു കിന്ദമമഹർഷിയുടെ ശാപത്താൽ ഉടൻതന്നെ അവിടെ മരിച്ചുവീണു. തന്റെ സാമീപ്യമാണ് ഭർത്താവിന്റെ മരണകാരണമെന്ന് മാദ്രി ചിന്തിച്ചു. കൊട്ടാരത്തിൽ എത്തിയ അവർ ഭർത്താവിന്റെ ചിതയിൽ ചാടി മരിക്കാൻ തീരുമാനിച്ചു. അവർ കുന്തിദേവിയെ സമീപിച്ച് സ്വന്തം മക്കളെപ്പോലെത്തന്നെ തന്റെ മക്കളെയും പോറ്റിവളർത്തണമെന്ന് അഭ്യർത്ഥിച്ചു. ആ ദൗത്യം കുന്തിദേവി അഭംഗുരം നിർവ്വഹിച്ചു. മാദ്രി അഗ്നിപ്രവേശം ചെയ്തു. വിചിത്രവീര്യന് ദാസിയിൽ ഒരു പുത്രനുണ്ടായിരുന്നു. ധർമ്മത്തിന്റെ മൂർത്തീഭാവമായിരുന്ന വിദുരർ. പിൽക്കാലത്ത് ഹസ്തിനപുരത്തിന്റെ മഹാമന്ത്രിയായി അദ്ദേഹം അവരോധിക്കപ്പെട്ടു. രാജകുമാരന്മാരിൽ ഏറ്റവും മൂത്തയാൾ യുധിഷ്ഠിരനായിരുന്നു. ബാക്കിയെല്ലാവരും ഏതാണ്ട് സമപ്രായക്കാരായിരുന്നു. ചെറുപ്പം മുതലേ ദുര്യോധനാദികൾക്ക് പാണ്ഡവരോട് വെറുപ്പായിരുന്നു. ഭീമസേനനെ തടിയനെന്നും മറ്റുമുള്ള കൊള്ളിവാക്കുകൾ പറഞ്ഞ് കൗരവർ കളിയാക്കാറുണ്ടായിരുന്നു. അപ്പോഴെല്ലാം ഭീമസേനൻ അവരുടെ തലകൾ തമ്മിൽ കൂട്ടിമുട്ടിക്കുമായിരുന്നു. ഇവർ തമ്മിൽ സ്വരച്ചേർച്ചയില്ലായ്മ അനുദിനം വർദ്ധിച്ചുവന്നു. പാണ്ഡവരിൽ കൂടുതൽ വിരോധം അവർക്ക് ഭീമസേനനോടായിരുന്നു. കുട്ടിക്കാലത്ത് ബോധം വിട്ടുറങ്ങുന്ന ഭീമനെ അവർ കയറുകൊണ്ട് കെട്ടി വെള്ളത്തിൽ നിക്ഷേപിക്കുക, പാമ്പിനെ പിടിച്ച് കുംഭത്തിൽ

അടച്ച് ഭീമനെ കടിപ്പിക്കുക, വെള്ളത്തിൽ മൂർച്ചയേറിയ വജ്രങ്ങൾ നാട്ടി അതിൽ ഭീമനെ വലിച്ചിടുക തുടങ്ങിയ അനേകം ദുഷ്കർമ്മങ്ങൾ ദുര്യോധനാദികൾ ചെയ്തു. ഈശ്വരകൃപയാൽ ഭീമസേനൻ അതിനെയെല്ലാം അതിജീവിച്ചു.

കൊട്ടാരത്തിനടുത്തുള്ള വിശാലമായ മൈതാനത്തിൽ രാജകുമാരന്മാരെല്ലാം പന്തു കളിക്കും. സായാഹ്നസന്ധ്യയോടടുത്ത് അവർ കൊട്ടാരത്തിൽ തിരിച്ചെത്തും. ഇങ്ങനെ കുറേ ദിവസങ്ങൾ കടന്നു പോയി. ഒരുദിവസം കൗരവരും പാണ്ഡവരും ഗംഗാതീരത്തെത്തി. രാജകുമാരന്മാർക്കു വിശ്രമിക്കാനും മറ്റുമായി അവിടെ സുന്ദരമായ ഒരു പന്തൽ നിർമ്മിച്ചിരുന്നു. അവിടെ അവർക്കെല്ലാവർക്കും കഴിക്കാനുള്ള ഭക്ഷണം ഏർപ്പെടുത്തിയിരുന്നു. കുമാരന്മാർ ഗംഗാസ്നാനത്തിനു ശേഷം പരസ്പരം ഭക്ഷണം വിളമ്പിക്കൊടുത്തു. ഭീമന് ഭക്ഷണം വിളമ്പിക്കൊടുത്തത് ദുര്യോധനനായിരുന്നു. ആ ഭക്ഷണത്തിൽ വിഷം ചേർത്തത് ഭീമൻ അറിഞ്ഞിരുന്നില്ല. വിഷത്തിന്റെ കാഠിന്യത്തിൽ ഭീമൻ മയങ്ങിപ്പോയി. ആരുമറിയാതെ അവനെ കൗരവർ ഗംഗയിലേക്ക് വലിച്ചെറിഞ്ഞു. ഗംഗാജലത്തിൽ താഴ്ന്ന് താഴ്ന്ന് ഭീമൻ നാഗന്മാരുടെ വാസസ്ഥലത്തെത്തി. ബോധമുണർന്നപ്പോൾ നാഗങ്ങൾ അദ്ദേഹത്തെ ദംശിച്ചു. ഭീമൻ നാഗങ്ങളെ വലിച്ചെറിഞ്ഞു. പല നാഗങ്ങളെയും നിലത്തടിച്ചുകൊന്നു. ഇതുകണ്ടു ഭയന്ന നാഗങ്ങൾ നാഗരാജാവായ വാസുകിയോട് വിവരങ്ങൾ അറിയിച്ചു. സന്തതസഹചാരിയായ ആര്യകനോടൊപ്പം വാസുകി ഭീമന്റെ അടുത്തെത്തി. സർപ്പങ്ങൾ ദംശിച്ചതിനാൽ ഭീമസേനന്റെ ശരീരത്തിലെ വിഷാംശമെല്ലാം നശിച്ചുപോയിരുന്നു. വാസുകിക്ക് ആളെ മനസ്സിലായി. അദ്ദേഹം ഭീമനെ വേണ്ടവിധം സൽക്കരിച്ച് അമൃതപാനം ചെയ്യിച്ചു. അമൃതം കഴിച്ചതിനാൽ പതിനായിരം ആനകളുടെ ശക്തി ഭീമസേനന് കൈവന്നു. വാസുകിയോട് നന്ദി പറഞ്ഞ് അദ്ദേഹം ഗംഗയുടെ മേൽഭാഗത്തേക്ക് ഊളിയിട്ടു. ഗംഗാസ്നാനത്തിനുപോയ ഭീമനൊഴികെയുള്ളവർ തിരിച്ചെത്തിയിട്ടും മകനെ കാണാത്തതിൽ കുന്തിദേവി അതീവദുഃഖിതയായി. പാണ്ഡവരെല്ലാവരും ഭീമസേനനെ അന്വേഷിച്ച് ഗംഗാതീരത്തെത്തി. തെരച്ചിൽ ആരംഭിച്ചു. എന്നാൽ എവിടെയും കാണാഞ്ഞതിൽ പാണ്ഡവരും ദുഃഖിതരായി. ഇത് ദുര്യോധനന്റെ ചതിയാണെന്ന് അവർ മനസ്സിലാക്കി. എന്നാൽ തെളിവില്ലാത്തതിനാൽ ഈ സംഭവം ആരും പുറത്തുപറഞ്ഞില്ല. അഞ്ചാംദിവസം ഭീമൻ ഗംഗയുടെ മുകൾഭാഗത്ത് പൊന്തിവന്നു. അദ്ദേഹം അമ്മയേയും സഹോദരങ്ങളെയും കാണാൻ ദ്രുതഗ

തിയിൽ കൊട്ടാരത്തിൽ പാഞ്ഞെത്തി. കുന്തിക്കും മക്കൾക്കും ഭീമനെ കണ്ടപ്പോൾ സന്തോഷമായി. സംഭവിച്ചതെല്ലാമറിഞ്ഞ് ഇത് ദുര്യോധനന്റെ ചതിയാണെന്ന് അവർക്കു തോന്നിയതിൽ തെറ്റില്ലെന്ന് അവർക്ക് ബോധ്യം വന്നു. പതിനായിരം ഗജവീരന്മാരുടെ ശക്തി അമൃതപാനത്താൽ ഭീമനുണ്ടായതിൽ എല്ലാവരും അത്ഭുതപ്പെടുകയും സന്തോഷിക്കുകയും ചെയ്തു.

ദ്രുപദരാജ്യത്തിലെ രാജാവ് പൃഷതും മഹർഷിയായ ഭരദ്വാജനും ആത്മമിത്രങ്ങളായിരുന്നു. മഹർഷിക്ക് ഒരു പുത്രനുണ്ടായി. ആ ബാലന് ദ്രോണൻ എന്നുപേരിട്ടു. അതേകാലത്തുതന്നെ ദ്രുപദരാജനായ പൃഷതിനും ഒരു പുത്രൻ ജനിച്ചു. ഇരുവരും ഒരേ ഗുരുകുലത്തിൽ ചേർന്ന് പഠിക്കുകയാണ്. ഇരുവരുടേയും പിതാക്കന്മാർ തമ്മിലുണ്ടായിരുന്ന സൗഹൃദം മക്കളും വച്ചുപുലർത്തി. ഗുരുകുല പഠനകാലത്ത്, അച്ഛനുശേഷം ഞാൻ രാജാവായാൽ പാതിരാജ്യം നിനക്കുതരാമെന്ന് ദ്രോണന് ദ്രുപദകുമാരൻ വാക്കുകൊടുത്തു. ഗുരുകുലവിദ്യാഭ്യാസത്തിനുശേഷം എല്ലാവരും പിരിഞ്ഞുപോയി. ദ്രോണനാണെങ്കിൽ വളരെ ദരിദ്രനായിരുന്നു. കുറച്ചുകാലം കഴിഞ്ഞപ്പോൾ പൃഷത് രാജാവ് നാടുനീങ്ങി. പിന്നീട് ദ്രുപദൻ രാജാവായി. തന്റെ സ്നേഹിതനെകാണാൻ ഒരുദിവസം ദ്രോണൻ ദ്രുപദകൊട്ടാരത്തിൽ എത്തി. എന്നാൽ മുമ്പ് കണ്ട ഭാവംപോലും കാണിക്കാതെ രാജാദ്രുപദൻ ദ്രോണനെ കൊട്ടാരത്തിൽനിന്നും ഇറക്കിവിട്ടു. ഈ സംഭവം ദ്രോണനെ വളരെയധികം വേദനിപ്പിച്ചു. ഇതിനു പ്രതികാരം ചെയ്യണമെന്ന വാഞ്ഛ അദ്ദേഹത്തിൽ ജന്മമെടുത്തു.

ഒരുദിവസം വൈകുന്നേരം രാജകുമാരന്മാരെല്ലാം കൊട്ടാരത്തിനടുത്തുള്ള മൈതാനത്ത് പന്തുകളിക്കുകയായിരുന്നു. പെട്ടെന്ന് പന്ത് അകലെയുണ്ടായിരുന്ന ഒരു പൊട്ടക്കിണറ്റിൽ വീണു. കുമാരന്മാർ എത്ര ശ്രമിച്ചിട്ടും പന്ത് പുറത്തെടുക്കാൻ കഴിഞ്ഞില്ല. അവർ വിഷണ്ണരായി പൊട്ടക്കിണറ്റിനുചുറ്റും നിൽക്കുകയായിരുന്നു. അപ്പോഴാണ് ഭരദ്വാജ മഹർഷിയുടെ പുത്രൻ ദ്രോണാചാര്യർ ആ വഴിക്കുവന്നത്. കുമാരന്മാർക്ക് വന്ന ആളെ അറിയില്ലായിരുന്നു. അദ്ദേഹം കുമാരന്മാരുടെ വിഷാദത്തിന് കാരണമെന്താണെന്ന് അന്വേഷിച്ചു. തങ്ങളുടെ പന്ത് ആ പൊട്ടക്കിണറ്റിൽ വീണ സംഭവം കുമാരന്മാർ അദ്ദേഹത്തോട് പറഞ്ഞു. ദ്രോണർ കിണറ്റിലേക്ക് നോക്കിയപ്പോൾ പന്ത് കണ്ടു. അദ്ദേഹം തന്റെ ആവനാഴിയിൽനിന്നും ഒരു അമ്പെടുത്ത് വില്ലിൽ ചേർത്ത് എയ്ത് പന്തിൽ തറപ്പിച്ചു. ആ അമ്പിന്റെ പിൻഭാഗത്ത് മറ്റൊരമ്പ്,

അതിന്റെ പിന്നിൽ മറ്റൊന്ന്. ഇങ്ങനെ കുറേ അമ്പുകൾ തറപ്പിച്ച് വടി പോലെയാക്കി പന്ത് പുറത്തെടുത്ത് കുട്ടികളെ ഏല്പിച്ചു. സന്തുഷ്ട രായ കുമാരന്മാർ അദ്ദേഹത്തിന്റെ ശരപ്രയോഗം കണ്ട് അത്ഭുതപ്പെ ട്ടു. ഈ വിവരം അവർ കൊട്ടാരത്തിൽ അറിയിച്ചു.ഇതുകേട്ട് ഭീഷ്മപി താമഹന് ആരാണ് വന്നതെന്ന് മനസ്സിലായി. അദ്ദേഹം തന്നെ ദ്രോണരെ കൊട്ടാരത്തിൽ കൂട്ടിക്കൊണ്ടുവന്നു.

അതിഥിസൽക്കാരത്തിനുശേഷം രാജകുമാരന്മാരെ ധനുർവിദ്യ അഭ്യസിപ്പിക്കാൻ ദ്രോണർ നിയോഗിക്കപ്പെട്ടു. ഗദായുദ്ധം, വാൾപ്പയ റ്റ്, ശരപ്രയോഗം, കുതിരസ്സവാരി എന്നീ വിദ്യകൾ രാജകുമാരന്മാർ അദ്ദേഹത്തിന്റെ കീഴിൽ അഭ്യസിക്കാൻ തുടങ്ങി. ഗദായുദ്ധത്തിൽ ഭീമ സേനനും ദുര്യോധനനും തുല്യവാന്മാരായിരുന്നു. വാൾപ്പയറ്റിൽ യുധി ഷ്ഠിരൻ നിപുണനായി. ധനുർവിദ്യയിൽ അർജ്ജുനനായിരുന്നു മുമ്പിൽ. അനേകവർഷത്തെ പരിശീലനത്തിനുശേഷം രാജകുമാരന്മാ രെല്ലാവരും നല്ല യോദ്ധാക്കളായി മാറി. ശിഷ്യന്മാരിൽ ജിഷ്ണുവി നോടായിരുന്നു ഗുരുവിന് ഏറെ പ്രിയം. ദ്രോണാചാര്യരുടെ കീഴിൽ പാണ്ഡവ-കൗരവ രാജകുമാരന്മാർ ആയുധവിദ്യകൾ അഭ്യസിക്കുന്നു ണ്ടെന്നറിഞ്ഞ് അയൽരാജ്യങ്ങളിലെ രാജകുമാരന്മാരും അവിടെ എത്തി. ദ്രോണരെ സമീപിച്ചവരുടെ കൂട്ടത്തിൽ കർണ്ണനും ഉണ്ടായി രുന്നു. എല്ലാവരേയും ആയുധവിദ്യകൾ പഠിപ്പിച്ച ഗുരു അവർക്കെല്ലാം ദിവ്യായുധങ്ങളും കൊടുത്തു. എല്ലാം പൂർത്തിയായതിനുശേഷം ഒരുദിവസം ഗുരു ഒരു പരീക്ഷ നടത്തി. കൊട്ടാരവാസികളും പൊതു ജനങ്ങളും മറ്റുരാജാക്കന്മാരുമെല്ലാം പരീക്ഷ കാണാൻ ഹസ്തിനപു രിയിൽ എത്തിച്ചേർന്നു. ഓരോരുത്തരായി അവർ പഠിച്ച വിദ്യകൾ പ്രദർശിപ്പിക്കാൻ തുടങ്ങി. കാണികൾ അതുകണ്ട് അത്ഭുതപ്പെട്ടു. അവർ ആർത്തുവിളിച്ചും കയ്യടിച്ചും പ്രോത്സാഹിപ്പിക്കാൻ തുടങ്ങി. ബാണപ്രയോഗത്താൽ കൊടുങ്കാറ്റ് സൃഷ്ടിക്കാനും, മഴ പെയ്യിക്കാ നം, ബഡവാഗ്നി സൃഷ്ടിക്കാനും അർജ്ജുനന് കഴിഞ്ഞു. അവസാനം ദൂരെ ഒരു മരത്തിൽ ഒരു കൃത്രിമക്കഴുകനെ ഗുരു പ്രതിഷ്ഠിച്ചിരുന്നു. അതിന്റെ കഴുത്ത് അമ്പെയ്ത് മുറിക്കാൻ ഓരോ ശിഷ്യനെയും ഗുരു വിളിച്ചു. എന്തു കാണുന്നു എന്ന് ഗുരുചോദിച്ചപ്പോൾ കാടു കാണു ന്നു, കഴുകനെക്കാണുന്നു, ആകാശം കാണുന്നു എന്നും മറ്റും പറഞ്ഞ ശിഷ്യരെ മാറ്റിനിർത്തി. അവസാനം അർജുനനെ വിളിച്ച് എന്തു കാണു ന്നുവെന്ന് ഗുരു ചോദിച്ചു. അതിന് മറുപടിയായി പാർത്ഥൻ പറഞ്ഞു; കഴുകനെ കാണുന്നു. ഇല്ല ഇപ്പോൾ അതിന്റെ കഴുത്ത് മാത്രമേ എന്റെ

ദൃഷ്ടിക്കു ഗോചരമായിട്ടുള്ളൂ എന്ന് പറഞ്ഞപ്പോൾ ബാണം പ്രയോഗിക്കാൻ ഗുരു ആജ്ഞാപിച്ചു. പാർത്ഥൻ പ്രയോഗിച്ച ബാണം കൃത്രിമക്കഴുകന്റെ ശിരസ്സറുത്തു. കണ്ടുനിന്നവരെല്ലാം കരഘോഷം മുഴക്കിയും ആർത്തുവിളിച്ചും ആനന്ദത്തിൽ ആറാടി. കിരീടിയെ ഗുരു ആലിംഗനം ചെയ്തു. ഇതുകണ്ട കർണ്ണൻ അർജ്ജുനൻ കാണിച്ച വിദ്യകളെല്ലാം ഞാനും കണിക്കാമെന്നു പറഞ്ഞ് മുന്നോട്ടുവന്നു. എന്നാൽ രാജകുമാരനല്ലാത്തതുകൊണ്ട് ആരും കർണ്ണന്റെ വെല്ലുവിളിയെ അംഗീകരിച്ചില്ല. ഉടൻ ദുര്യോധനൻ കർണ്ണനെ അംഗരാജാവാക്കി അഭിഷേകം ചെയ്ത് കർണ്ണന്റെ അഭിമാനം രക്ഷിച്ചു. വിജയന്റെ കഴിവുകൾകണ്ട് മനസ്സിലാക്കിയ ദ്രോണാചാര്യർ നിന്നെ ഞാൻ വിശ്വപ്രസിദ്ധ ധനുർധരനാക്കുമെന്ന് വാക്കുകൊടുത്തു.

ഒരുദിവസം ഹിരണ്യധനുവിന്റെ പുത്രൻ ഏകലവ്യൻ ദ്രോണാചാര്യരുടെ അടുത്തെത്തി. തന്നെ ശിഷ്യനായി സ്വീകരിക്കണമെന്നു പറഞ്ഞു. എന്നാൽ ദ്രോണർ അതിന് തയ്യാറായില്ല. ഏകലവ്യൻ തിരിച്ചു പോയി. കാട്ടിൽ ചെന്ന് ദ്രോണാചാര്യരുടെ ഒരു മൺപ്രതിമയുണ്ടാക്കി ഗുരുവാണെന്ന് സങ്കൽപ്പിച്ച് അതിന്റെ മുമ്പിൽ ആയുധ പരിശീലനം ആരംഭിച്ചു. ആചാര്യന്റെ അനുവാദത്തോടെ കുമാരന്മാർ ഒരു നായയേയും കൂട്ടി നായാട്ടിനുപോയി. അവിടെയാണ് ഏകലവ്യൻ പരിശീലനം നടത്തുന്നത്. കാട്ടിൽ ശബ്ദം കേട്ട ദിക്കിലേക്ക് നായാട്ടുനായ ഓടിച്ചെന്നു കുരക്കാൻ തുടങ്ങി. അതിന്റെ കുര അസഹ്യമായപ്പോൾ അതിന്റെ വായിലേക്ക് ഏഴമ്പുകൾ ഒരേസമയത്ത് ഏകലവ്യൻ തൊടുത്തുവിട്ടു. മുറിവുപറ്റാതെ ഏഴമ്പുകളും വായിൽ വഹിച്ചുകൊണ്ട് ആ പട്ടി യജമാനന്മാരുടെ അടുത്തേക്ക് ഓടിവന്നു. ഇതുകണ്ട് എല്ലാവരും അത്ഭുതപ്പെട്ടു. ഈ വിവരം കുമാരന്മാർ ഗുരുവിനോട് പറഞ്ഞു. ഏകലവ്യൻ തന്റെ പ്രതിമ വെച്ച് ആയുധപരിശീലനം നടത്തുന്ന സ്ഥലത്തേക്ക് ദ്രോണാചാര്യർ എത്തിച്ചേർന്നു. ഗുരുവിനെക്കണ്ടപ്പോൾ ഏകലവ്യൻ അദ്ദേഹത്തിന്റെ പാദങ്ങളിൽ സാഷ്ടാംഗപ്രണാമം ചെയ്തു. തന്റെ പ്രതിമവെച്ച് പരിശീലനം ചെയ്ത ഏകലവ്യനോട് ഗുരുദക്ഷിണ സമർപ്പിക്കാൻ ദ്രോണാചാര്യർ കല്പിച്ചു. എന്തു ദക്ഷിണയാണ് വേണ്ടതെന്ന് ശിഷ്യൻ ചോദിച്ചപ്പോൾ നിന്റെ വലതുകയ്യിലെ പെരുവിരൽ മുറിച്ച് ദക്ഷിണ വെക്കാൻ ഗുരു ആജ്ഞാപിച്ചു. യാതൊരു സങ്കോചവും കൂടാതെ ഏകലവ്യൻ തന്റെ വലതുകൈയിലെ പെരുവിരൽ മുറിച്ച് ഗുരുവിന് ദക്ഷിണയായി സമർപ്പിച്ചു. പിന്നീട് ഏകലവ്യന് അമ്പു പ്രയോഗിക്കാൻ കഴിയില്ലല്ലോ. അർജ്ജുനന് വേണ്ടിയാണ് ഈ മഹാദ

ക്ഷിണ ഗുരു വാങ്ങിയത്.

ദ്രുപദനോടുള്ള വിരോധം ആചാര്യദ്രോണരെ അലട്ടിക്കൊണ്ടേയിരുന്നു. പകരം വീട്ടാനുള്ള സമയം സമാഗതമായെന്ന് തിരിച്ചറിഞ്ഞ അദ്ദേഹം തന്റെ ശിഷ്യന്മാരെയെല്ലാം വിളിച്ചുകൂട്ടി. നിങ്ങളുടെ ആയോധനവിദ്യകളെല്ലാം പൂർണ്ണമായിരിക്കുന്നുവെന്നും ഗുരുദക്ഷിണയ്ക്കുള്ള സമയമായെന്നും ശിഷ്യന്മാരോട് പറഞ്ഞു. അവർ ആചാര്യനോട് എന്ത് ദക്ഷിണയാണ് വേണ്ടതെന്ന് ചോദിച്ചപ്പോൾ വാക്കുപാലിക്കാത്തവനും എന്നെ അപമാനിച്ച് ആട്ടിയിറക്കിയവനുമായ ദ്രുപദനെ പിടിച്ചുകെട്ടി മുമ്പിൽ കൊണ്ടുവരണമെന്ന് ഗുരു ശിഷ്യന്മാരോട് ആജ്ഞാപിച്ചു. അതാണ് എനിക്കുവേണ്ട ഗുരുദക്ഷിണയെന്നും പറഞ്ഞു. വിവിധ ആയുധങ്ങളുമായി തേരിൽ കയറി സൈന്യസമേതം ദ്രുപദനെ പിടിച്ചുകെട്ടിക്കൊണ്ടുവരാൻ കുമാരന്മാർ പുറപ്പെട്ടു. യുദ്ധരംഗത്തുനിന്നും പാണ്ഡവർ അല്പം വിട്ടുനിന്നു. ദുര്യോധനാദികൾ ദ്രുപദനുമായി ഏറ്റുമുട്ടി. അവിടെ പൊരിഞ്ഞ യുദ്ധം നടന്നു. എന്നാൽ യുദ്ധത്തിൽ വിജയം നേടാനോ ദ്രുപദനെ പിടിച്ചുകെട്ടാനോ കൗരവർക്ക് കഴിഞ്ഞില്ല. ദ്രുപദസൈന്യത്തിന്റെ പ്രത്യാക്രമണത്തിൽ കൗരവപ്പടയാളികളെല്ലാം പിന്തിരിഞ്ഞോടി രക്ഷപ്പെട്ടു. അപ്പോഴാണ് അർജ്ജുനന്റെ നേതൃത്വത്തിൽ പാണ്ഡവർ യുദ്ധരംഗത്തുവന്നത്. ദ്രുപദനും അർജ്ജുനനും അതിഭയങ്കരമായി യുദ്ധം ചെയ്തു. ദ്രുപദസൈന്യങ്ങൾ അർജ്ജുനനോട് പിടിച്ചുനിൽക്കാൻ കഴിയാതെ പലായനം ചെയ്തു. അർജ്ജുനൻ ദ്രുപദനെ ബന്ധനസ്ഥനാക്കിക്കൊണ്ടുവന്ന് ഗുരുവിന്റെ മുമ്പിൽ ഹാജരാക്കി. സന്തുഷ്ടനായ ദ്രോണർ വാക്കുപാലിക്കാതിരിക്കുകയും അപമാനിക്കുകയും ചെയ്ത സംഭവം ദ്രുപദനെ ഓർമ്മിപ്പിച്ചു. താൻ ചെയ്ത തെറ്റിന് ദ്രോണരോട് നിരുപാധികം മാപ്പ് പറഞ്ഞു. പിന്നീട് താക്കീത് ചെയ്ത് ദ്രുപദനെ അഴിച്ചുവിട്ടു. പാർത്ഥന്റെ കഴിവുകളെ മനസ്സിലാക്കുകയും പ്രതിയോഗിയെ ബന്ധനസ്ഥനാക്കി മുന്നിൽ എത്തിക്കുകയും ചെയ്ത തന്റെ അരുമശിഷ്യന് ബ്രഹ്മശിരസ്സ് എന്ന ബാണം ആചാര്യൻ ഉപദേശിച്ചുകൊടുത്തു. ദ്രുപദനെ പരാജയപ്പെടുത്തി ഒരു വർഷം കഴിഞ്ഞപ്പോൾ ധൃതരാഷ്ട്രർ യുധിഷ്ഠിരനെ യുവരാജാവായി വാഴിച്ചു. ഭീമസേനൻ ബലരാമന്റെ അടുത്തുചെന്ന് വാൾപ്പയറ്റ്, ഗദായുദ്ധം, രഥയുദ്ധം എന്നിവ അഭ്യസിച്ചു. സഹദേവൻ ദേവഗുരുവായ ബൃഹസ്പതിയുടെ അടുത്തുചെന്ന് നീതിശാസ്ത്രം പഠിച്ചു. അർജ്ജുനൻ പിന്നീട് സൗവീരദേശം ആക്രമിച്ചു. അവിടെ വാണിരുന്ന ദത്താമിത്രൻ എന്ന രാജാവിനെ യുദ്ധത്തിൽ വധിച്ചു. ഭീമസേനന്റെ സഹാ

യത്തോടെ പാർഥൻ കിഴക്കൻ രാജ്യങ്ങൾ കീഴടക്കി. ഹസ്തിനാപുര ത്തിന്റെ ഐശ്വര്യം വർദ്ധിച്ചുവന്നു.

ഇതെല്ലാം കണ്ട ദുര്യോധനനും സഹോദരന്മാർക്കും സഹിക്കാൻ കഴിഞ്ഞില്ല. ധൃതരാഷ്ട്രർ മന്ത്രിയായ കണികനോട് ഉപദേശം തേടി. പാണ്ഡവരെ ഹസ്തിനാപുരത്തുനിന്നും മാറ്റിപ്പാർപ്പിക്കുന്നതാണ് നല്ല തെന്ന് അദ്ദേഹത്തിന് തോന്നി. ഒരുദിവസം പാണ്ഡവരെ വിളിപ്പിച്ച് നിങ്ങൾ വാരണാവതത്തിൽ പോയി താമസിക്കണമെന്നു പറഞ്ഞു. അങ്ങിനെ പാണ്ഡവർ വാരണാവതത്തിൽ ചെന്ന് താമസം തുടങ്ങി. ഏതുവിധേനയും പാണ്ഡവരെ നശിപ്പിച്ചേ തീരൂ എന്ന് ദുര്യോധനന് വാശിയായിരുന്നു. അതിനുവേണ്ടി കർണ്ണൻ, ദുര്യോധനൻ, ശകുനി തുടങ്ങിയവർ ചേർന്ന് ഗൂഢാലോചന നടത്തി. വാരണാവതത്തിൽ പാണ്ഡവർക്കു താമസിക്കാൻവേണ്ടി അവർ മനോഹരമായ ഒരു കൊട്ടാരം പണിതു. കോലരക്ക്, മെഴുക്, മരച്ചില്ലകൾ, ചഞ്ചല്യം, ഉണ ങ്ങിയ തടി എന്നിവകൊണ്ടാണ് അതിന്റെ പണിപൂർത്തിയാക്കിയത്. ഹസ്തിനപുരത്തുനിന്നും വാരണാവതത്തിലേക്ക് പോകു മ്പോൾത്തന്നെ യുധിഷ്ഠിരനെ വിളിച്ച് വിദുരർ അപകടസൂചന കൊടു ത്തിരുന്നു. അതുകൊണ്ട് യുധിഷ്ഠിരൻ എല്ലാ കാര്യങ്ങളും സൂക്ഷ്മ മായി വിലയിരുത്തിക്കൊണ്ടിരുന്നു. നേരത്തെ പറഞ്ഞ അരക്കില്ല ത്തിന്റെ പണി പൂർത്തിയായതിനുശേഷം അമ്മയായ കുന്തിയോടൊപ്പം പാണ്ഡവർ പുതിയ കെട്ടിടത്തിലേക്ക് മാറിത്താമസിച്ചു. കെട്ടിടനിർമ്മാ ണത്തിന് ഉപയോഗിച്ച വസ്തുക്കൾ വേഗത്തിൽ തീപ്പിടിക്കുന്നവയാ ണെന്ന് യുധിഷ്ഠിരന് മനസ്സിലായി. അദ്ദേഹം വളരെ രഹസ്യമായി അമ്മയേയും സഹോദരന്മാരേയും ഈ വിവരം അറിയിച്ചു. ആർക്കും ഒരു സംശയവും തോന്നാത്ത രീതിയിൽ പ്രവർത്തിക്കണമെന്നും പറ ഞ്ഞിരുന്നു. താമസം തുടങ്ങിയ അന്നുമുതൽ വിദുരരുടെ വിശ്വസ്ത നായ ഒരു ജോലിക്കാരൻ പകൽ മുഴുവൻ അതിനകത്ത് ഒരു തുരങ്കം നിർമ്മിക്കുന്നുണ്ടായിരുന്നു. പകൽ സമയത്ത് പാണ്ഡവരും അമ്മയും അകലെയുള്ള കാടുകളിൽ പോയി വിറക് ശേഖരിക്കുകയും വൈകു ന്നേരമാകുമ്പോൾ തിരിച്ചുവരികയും ചെയ്യുക പതിവായിരുന്നു. ദുര്യോ ധനന്റെ വിശ്വസ്തനായ പുരോചനൻ എല്ലാദിവസവും എഅവിടെ യെത്തി പാണ്ഡവരുടെ സുഖസൗകര്യങ്ങൾ അന്വേഷിക്കും. പുറത്തേ ക്കുള്ള വാതിലിനരികത്ത് ഒരു കട്ടിലിൽ ഉറങ്ങുകയും പതിവായി. അപ്പോഴേക്കും തുരങ്കത്തിന്റെ പണി പൂർത്തിയായി.

ഒരുദിവസം കുന്തിയും മക്കളും ബ്രാഹ്മണരെ സൽക്കരിക്കാൻ തീരു

മാനിച്ചു. നിരവധി ബ്രാഹ്മണ കുടുംബങ്ങൾ അവിടെയെത്തി. അവർക്കെല്ലാം ആഹാരം, വസ്ത്രം, സ്വർണ്ണനാണയങ്ങൾ എന്നിവ കൊടുത്ത് പാണ്ഡവർ ആദരിച്ചു. അവരെല്ലാവരും പോയതിനുശേഷം വൈകുന്നേരമായപ്പോൾ ഒരു കാട്ടാളസ്ത്രീയും അഞ്ച് ആൺമക്കളും മൂക്കറ്റം മദ്യപിച്ച് അവിടെയത്തി. അവർക്ക് അന്തിയുറങ്ങാൻ കൊട്ടാരത്തിനകത്ത് കുന്തിദേവി അനുവാദം കൊടുത്തു. സമയം അർദ്ധരാത്രി. എല്ലാവരും ഉറങ്ങിക്കിടക്കുന്ന സമയം. പാണ്ഡവരും അമ്മയും ഉറക്കമുണർന്ന് എഴുന്നേറ്റു. ഭീമസേനൻ പുറത്തേക്കുള്ള വാതിലിന്നരികത്തേക്ക് വളരെ നിശ്ശബ്ദമായി നീങ്ങി. പുരോചനൻ നല്ല ഉറക്കത്തിലാണെന്ന് ഭീമന് മനസ്സിലായി. പുരോചനൻ ഉറങ്ങുന്നതിനടുത്തുള്ള വാതിലിന് തീകൊളുത്തി. ഓടിപ്പോയി അമ്മയേയും സഹോദരങ്ങളേയും കൂട്ടി തുരങ്കത്തിൽ പ്രവേശിച്ചു. അപ്പോഴേക്കും അരക്കില്ലം കത്തിയെരിയുകയായിരുന്നു. പ്രഭാതമാകുന്നതിനുമുമ്പുതന്നെ എല്ലാവരും തുരങ്കത്തിൽനിന്നും പുറത്തുകടന്നു. അമ്മയേയുമെടുത്ത് ഭീമസേനനും സഹോദരന്മാരും അതിവേഗത്തിൽ ഓടി. വിശ്രമിക്കാൻ നേരമില്ല. അവർ ഗംഗാതീരത്തെത്തി. അവിടെ അവരെ മറുകരയിലെത്തിക്കാൻ നേരത്തെതന്നെ ഒരു തോണിക്കാരനെ വിദുരർ ഏർപ്പാട് ചെയ്തിരുന്നു.

ഏകചക്രയിലെ ജീവിതം

ഗംഗാനദി കടന്ന് അവർ വനത്തിലൂടെ സഞ്ചരിച്ച് ഏകചക്ര എന്ന ഗ്രാമത്തിൽ എത്തിച്ചേർന്നു. രാത്രി അവർ ഒരു വൃക്ഷചരായയിൽ ഉറങ്ങാൻ കിടന്നു. ഭീമസേനൻ അവർക്ക് കാവൽ നിന്നു. എല്ലാവരും നല്ല ഉറക്കത്തിലാണ്. ആ സ്ഥലം ഹിഡിംബൻ എന്ന രാക്ഷന്റെ വിഹാരഭൂമിയായിരുന്നു. മനുഷ്യഗന്ധം തിരിച്ചറിഞ്ഞ ഹിഡിംബൻ തന്റെ സഹോദരിയായ ഹിഡുംബിയോട് അവരെ എടുത്തുകൊണ്ടുവരാൻ ആജ്ഞാപിച്ചു. ഹിഡുംബി അവിടെ ചെന്ന് നോക്കുമ്പോൾ അതിസുന്ദരനായ ഒരു ചെറുപ്പക്കാരൻ ഉറങ്ങിക്കിടക്കുന്നവർക്ക് കാവൽ നിൽക്കുന്നതായി കണ്ടു. ഒറ്റനോട്ടത്തിൽത്തന്നെ ഭീമസേനനെ അവൾക്കിഷ്ടപ്പെട്ടു. അവളുടെ ഉള്ളിൽ അദ്ദേഹത്തോട് പ്രേമമുണ്ടായി. സഹോദരിയെക്കാണാതെ വിശന്നുവലഞ്ഞ ഹിഡിംബൻ അവളെ അന്വേഷിച്ച് അവിടെയെത്തി. ഒരു ഭയങ്കരനായ രാക്ഷസൻ ഉറങ്ങിക്കിടക്കുന്നവർക്കു നേരെ വരുന്നതുകണ്ട ഭീമൻ അവനെ തടഞ്ഞു.അവർ തമ്മിൽ ഉന്തും

തള്ളുമായി. അമ്മയുടെയും സഹോദരന്മാരുടെയും നിദ്രക്ക് ഭംഗം വരാതിരിക്കാൻ ഭീമൻ ആ രാക്ഷസനെ വലിച്ചിഴച്ച് ദൂരെ കൊണ്ടുപോയി. അവിടെവെച്ച് ഇരുവരും ഭയങ്കരമായ യുദ്ധത്തിൽ ഏർപ്പെട്ടു. കോലാഹലം കേട്ട് എല്ലാവരും ഉണർന്നു. നോക്കുമ്പോൾ ഭീമസേനൻ ഒരു സത്വത്തെ നേരിടുന്നതാണവർ കണ്ടത്. ഭീമൻ ആ രാക്ഷസനെ അടിച്ചുകൊന്നു. ഹിഡിംബൻ മരിച്ചതോടെ സഹോദരി ഒറ്റപ്പെട്ടു. കുന്തിദേവിയും മക്കളും അവിടെനിന്നിറങ്ങാൻ തുടങ്ങിയപ്പോൾ ഹിഡുംബി വന്ന് കുന്തിദേവിയുടെ കാൽക്കൽ വീണ് കരഞ്ഞു. ഞാൻ അമ്മയുടെ മകനെ സ്നേഹിക്കുന്നുവെന്നും എന്റെകൂടെ പൊറുക്കാൻ മകനെ അനുവദിക്കണമെന്നും അവൾ കരഞ്ഞുകൊണ്ടു പറഞ്ഞു. ഹിഡുംബിയുടെ ദൈന്യഭാവം കണ്ട കുന്തി അവളുടെ കണ്ണുനീർ തുടച്ച് സമാശ്വസിപ്പിച്ചു. എനിക്ക് അങ്ങയുടെ മകനിൽനിന്നും ഒരു കുട്ടിയുണ്ടായാൽ പിന്നെ അദ്ദേഹത്തെ അങ്ങയുടെ അടുത്തേക്ക് തിരിച്ചയക്കാമെന്നും അവൾ പറഞ്ഞു. ഹിഡുംബിയുടെ മനോവിഷമം മനസ്സിലാക്കിയ കുന്തിദേവി ഭീമസേനനെ അവളോടൊപ്പമയച്ചു. അവൾക്ക് അദ്ദേഹത്തിൽനിന്ന് ഒരു പുത്രൻ ജനിച്ചു. അവനാണ് ഘടോൽക്കചൻ. ഹിഡുംബിയോടും മകനോടും യാത്ര ചോദിച്ച് ഭീമസേനൻ സ്വന്തം കുടുംബത്തിലേക്ക് തിരിച്ചുവന്നു. അവിടെ ഒരു ബ്രാഹ്മണ കുടുംബം താമസിച്ചിരുന്നു.

ബ്രാഹ്മണന്റെ അനുവാദത്തോടെ ആ വീട്ടിന്റെ ഒരു ഭാഗത്ത് കുന്തിയും മക്കളും താമസമാക്കി. ബ്രാഹ്മണനും അദ്ദേഹത്തിന്റെ ധർമ്മപത്നിയും മകനും മകന്റെ ഭാര്യയുമായി നാലംഗകുടുംബം ആ വീട്ടിൽ സന്തുഷ്ടജീവിതം നയിച്ചിരുന്നു. മാസങ്ങളേറെ കഴിഞ്ഞപ്പോൾ തങ്ങൾക്ക് താമസിക്കാൻ അനുവാദം തന്ന ബ്രാഹ്മണനും പത്നിയും തമ്മിൽ പലതും പറഞ്ഞ് കരയുന്നുണ്ടായിരുന്നു. കുന്തിദേവി അവരുടെ ദുഃഖത്തിന്റെ കാരണം അന്വേഷിച്ചപ്പോൾ അവർ ഒന്നും പറഞ്ഞില്ല. വീണ്ടും വീണ്ടും ചോദിച്ചപ്പോൾ ബ്രാഹ്മണൻ കുന്തിയോട് പറഞ്ഞു. ഇവിടെ അടുത്തുതന്നെ ബകൻ എന്ന നരഭോജിയായ രാക്ഷസനുണ്ടെന്നും അവൻ ഗ്രാമവാസികളെയെല്ലാം കൊന്നുതിന്നുക പതിവായിരുന്നു. പേടിച്ചരണ്ട ഗ്രാമവാസികൾ രാക്ഷസന്റെ മുമ്പിൽ ഒരു നിബന്ധന വെച്ചു. ഓരോ വീട്ടിൽനിന്നും ഒരു കാളവണ്ടി നിറയെ ചോറും കറികളുംഅവന് പ്രതിദിനം കൊണ്ടുപോയി കൊടുക്കണം. വണ്ടിക്കാരനേയും കാളകളേയും ചോറും കറിയും അവൻ ഭക്ഷിക്കും. നാളെ ഞങ്ങളുടെ വീട്ടിന്റെ ഊഴമാണ്. അതാണ് ഞങ്ങളുടെ ദുഃഖ

ത്തിന് കാരണം. മകൻ പറയുന്നു കാളവണ്ടിയും ചോറുമായി ഞാൻ പോകാമെന്ന്. ഇത് ഞാൻ സമ്മതിച്ചില്ല. എനിക്കു വയസ്സായി. വണ്ടിയുമായി ഞാൻ പോകാമെന്നു പറയുമ്പോൾ മകൻ സമ്മതിക്കുന്നില്ല. കുന്തിദേവി അവരെ സമാശ്വസിപ്പിച്ചുകൊണ്ട് പറഞ്ഞു. എനിക്ക് അഞ്ചു പുത്രന്മാരാണുള്ളത്. അതിൽ ഒരാളെ ഞാൻ ബകന്റെ അടുത്തേക്ക് അയക്കാം. മാത്രമല്ല ഇനി അവനെക്കൊണ്ടുള്ള ഉപദ്രവം എന്നെന്നേക്കുമായി അവസാനിക്കും. ബ്രാഹ്മണൻ അവരെ വിലക്കീട്ടും ഭീമസേനൻ ചോറും കറിയുമായി കാളവണ്ടിയിൽ പോകാൻ തയ്യാറായി. പിറ്റേദിവസം ചോറും കറിയുമെല്ലാമെടുത്ത് ഭീമൻ കാളവണ്ടിയിൽ യാത്രയായി. അദ്ദേഹം ബകന്റെ അടുത്തെത്തി. ഭക്ഷണം കൊണ്ടുവരാൻ വൈകിയതിൽ രാക്ഷസൻ അട്ടഹസിക്കുന്നുണ്ടായിരുന്നു. അവൻ കാൺകെ ഭക്ഷണമെല്ലാം ഭീമൻ കഴിക്കുന്നതുകണ്ട ബകൻ പാറക്കഷണങ്ങൾ എടുത്ത് ഭീമനുനേരെ എറിഞ്ഞു. അതെല്ലാം ഇടതുകൈകൊണ്ട് തടുത്ത് ഭീമസേനൻ സുഖമായി ഭക്ഷണം കഴിച്ച് കൈകഴുകി. ബകന്റെ അടുത്തെത്തിയ ഭീമൻ അവനെ നേരിട്ടു. ഇരുവരും തമ്മിൽ നടന്ന ഭയങ്കരമായ യുദ്ധത്തിൽ ബകൻ മരിച്ചുവീണു. അതിനുശേഷം ഭീമസേനൻ മടങ്ങി. ആ സംഭവം ആരോടും പറയരുതെന്ന് കുന്തീദേവി ബ്രാഹ്മണരോടു പറഞ്ഞു. അതുകൊണ്ട് എങ്ങനെയാണ് മകൻ മരിച്ചതെന്ന് ഗ്രാമവാസികൾക്കാർക്കും അറിയാൻ കഴിഞ്ഞില്ല. രാക്ഷസന്റെ മരണവാർത്തയറിഞ്ഞ ഗ്രാമീണർ ആഹ്ലാദനൃത്തം ചവിട്ടി. കുറച്ചുനാൾകൂടി കുന്തിയും മക്കളും ആ വീട്ടിൽ താമസിച്ചു.

ഒരുദിവസം ഒരു ബ്രാഹ്മണശ്രേഷ്ഠൻ ആ വീട്ടിൽ വന്നു. അദ്ദേഹത്തിൽനിന്നാണ് ദ്രുപദരാജപുത്രിയായ ദ്രൗപദിയുടെ സ്വയംവരവാർത്ത പാണ്ഡവർ അറിയുന്നത്. ആ ബ്രാഹ്മണനോടൊപ്പം അവരെല്ലാം ബ്രാഹ്മണവേഷത്തിൽ ദ്രുപദന്റെ പാഞ്ചാലദേശത്തെത്തി. അവിടെ ഒരു മൺപാത്രനിർമ്മാതാവിന്റെ വീട്ടിൽ കുന്തിയും മക്കളും താമസിച്ചു. ബ്രാഹ്മണവേഷത്തിൽ വന്ന അവർ നാലഞ്ചുദിവസം ഭിക്ഷയെടുത്ത് ജീവിച്ചു. അതേ വേഷത്തിൽ പാണ്ഡവർ ദ്രുപദന്റെ സ്വയംവരമണ്ഡപത്തിനരികെയെത്തി. അവരെ ആരും തിരിച്ചറിഞ്ഞില്ല. മകളായ ദ്രൗപദിയെ അർജ്ജുനന് വിവാഹം ചെയ്തുകൊടുക്കാനായിരുന്നു ദ്രുപദന്റെ ആഗ്രഹം. എന്നാൽ അരക്കില്ലം കത്തിനശിച്ച വിവരങ്ങളെല്ലാമറിഞ്ഞ മഹാരാജാവിന് പാണ്ഡവർ ജീവിച്ചിരിപ്പുണ്ടെന്നുപോലും അറിയില്ലായിരുന്നു. അതുകൊണ്ടാണ് ദ്രൗപദിയുടെ സ്വയംവരം നടത്താൻ അദ്ദേഹം തീരുമാനിച്ചത്. സ്വയംവരമണ്ഡപത്തിന്റെ പന്തലിന്റെ

ഉയർന്ന ഭാഗത്ത് ഒരു ചക്രം ഘടിപ്പിച്ചിരുന്നു. അതിനുള്ളിൽ ചക്രത്തോടൊപ്പം അതിവേഗത്തിൽ തിരിയുന്ന ഒരു യാന്ത്രികമത്സ്യം. താഴെ ഒരു ജലസംഭരണി. തിരിഞ്ഞുകൊണ്ടിരിക്കുന്ന ചക്രത്തിനുള്ളിലെ മത്സ്യത്തെ താഴെയുള്ള ജലസംഭരണിയിൽ തെളിഞ്ഞുകാണാം. അതിൽ നോക്കി മേലെ അതിവേഗത്തിൽ തിരിഞ്ഞുകൊണ്ടിരിക്കുന്ന ചക്രത്തിനകത്തെ മത്സ്യത്തിന്റെ കണ്ണ് ലക്ഷ്യമാക്കി അമ്പ് പ്രയോഗിക്കണം. ലക്ഷ്യത്തിൽ കൊണ്ടാൽ ദ്രൗപദിയെ വിവാഹം കഴിക്കാം. ഈ വിവരങ്ങൾ സ്വയംവര മണ്ഡപത്തിൽ വ്യക്തമായി അറിയിച്ചിരുന്നു. പല രാജ്യങ്ങളിൽനിന്നും വന്ന് രാജകുമാരന്മാർ ലക്ഷ്യം ഭേദിക്കാൻ ശ്രമിച്ചുകൊണ്ടിരുന്നു. ചിലർക്ക് വില്ലുയർത്താൻ സാധിക്കുന്നില്ല. ചിലർക്ക് ഉയർത്തിയ വില്ലിന്റെ ഞാൺ കെട്ടാൻ സാധിക്കുന്നില്ല. വേറെ ചിലർക്ക് അവിടെ വെച്ചിരുന്ന മാന്ത്രികചാപം എടുക്കുവാൻ പോലും സാധിക്കുന്നില്ല.

അങ്ങിനെ സ്വയംവരാഘോഷം പതിനാറാം നാളിലെത്തി. ക്ഷണിക്കപ്പെട്ട രാജാക്കന്മാരും രാജകുമാരന്മാരുംപരാജയപ്പെട്ട് മഞ്ചത്തിൽ ഇരിക്കുകയായിരുന്നു. ആ സമയത്ത് ബ്രാഹ്മണവേഷധാരികളായ പാണ്ഡവർ മണ്ഡപത്തിനുള്ളിൽ കടന്നുകൂടി. ദുര്യോധനൻ, ദുശ്ശാസനൻ, യുയുൽസു, കർണ്ണൻ, ശകുനി, വൃഷകൻ, ബൃഹത്ബലൻ, മണിമാൻ, പൗണ്ഡ്രകൻ, വിരാടൻ, ചേകിതാനൻ, സന്ദൻ എന്നിവരെല്ലാം അവിടെയിരിപ്പുണ്ട്. സ്വയംവരവാർത്തയറിഞ്ഞ് കൃഷ്ണനും ബലരാമനും അവിടെ സന്നിഹിതരായിരുന്നു. ദുര്യോധനൻ, ശകുനി, സാല്വൻ തുടങ്ങിയവരെല്ലാം വില്ലെടുത്ത് കുലക്കാൻ ശ്രമിച്ചു. പലരും ബോധരഹിതരായി നിലംപതിച്ചു. ചിലരുടെ കിരീടങ്ങൾ തെറിച്ചുപോയി. കർണ്ണൻ വില്ലെടുത്ത് കുത്തിനിവർത്തി. ഞാണൊലി മുഴക്കി. ഇതു കണ്ട ദ്രൗപദി സൂതപുത്രനെ ഞാൻ വരിക്കുകയില്ലെന്നു തീർത്തും പറഞ്ഞു. പിന്നീട് ജരാസന്ധനും ശിശുപാലനും ശ്രമിച്ചുനോക്കി. അവരും പരാജയപ്പെട്ടു. സ്വയംവരത്തേയും ലക്ഷ്യവേധത്തേയും കുറിച്ചുള്ള ചർച്ചകൾ അവിടെ അവസാനിച്ചിരുന്നു. ഈ സമയത്ത് ബ്രാഹ്മണരുടെ ഭാഗത്തുനിന്ന് സുന്ദരനും വീരനുമായ അർജ്ജുനൻ രംഗത്തുവന്നു. ബ്രാഹ്മണവേഷധാരിയായ പാർത്ഥൻ വില്ലിനടുത്തെത്തി. അതിനെ പ്രദക്ഷിണം ചെയ്തുവണങ്ങി. ശ്രീപരമേശ്വരനേയും ശ്രീകൃഷ്ണ ഭഗവാനേയും മനസ്സിൽ ധ്യാനിച്ചു. ആളുകളുടെ നോട്ടം അർജ്ജുനനിൽ പതിക്കുന്നതിനുമുമ്പുതന്നെ അഞ്ചു ബാണങ്ങൾ പ്രയോഗിച്ച് ലക്ഷ്യം ഭേദിച്ചു. എല്ലാവരും വിസ്മയപ്പെട്ടു. തങ്ങളുടെ

കൂട്ടത്തിൽനിന്നൊരാൾ ലക്ഷ്യം ഭേദിച്ച സന്തോഷത്തിൽ ബ്രാഹ്മണർ തുള്ളിച്ചാടി. ദ്രുപദരാജാവിന് കാര്യം പിടികിട്ടി. അർജ്ജുനൻ ലക്ഷ്യം ഭേദിച്ച ഉടനെ യുധിഷ്ഠിരൻ നകുലസഹദേവന്മാരേയും കൂട്ടി അവരുടെ താമസസ്ഥലത്തേക്ക് പുറപ്പെട്ടു. ദ്രൗപദി വിജയന്റെ കഴുത്തിൽ വരണമാല്യം ചാർത്തി. ഇരുവരും സ്വയംവരമണ്ഡപത്തിൽ വെച്ച് വിധിപ്രകാരം വിവാഹിതരായി. ശ്രീകൃഷ്ണ-ബലരാമന്മാർക്ക് മാത്രമേ പാർത്ഥനെ തിരിച്ചറിയാൻ സാധിച്ചുള്ളൂ. അവർ നിശ്ശബ്ദത പാലിച്ചു.

പരാജിതരായ രാജാക്കന്മാർ കോപാന്ധരായി ഒത്തുകൂടി. ദ്രുപദൻ തന്റെ മകളെ ഒരു ബ്രാഹ്മണകുമാരനെക്കൊണ്ട് വിവാഹം കഴിപ്പിച്ചതാണ് അവരെ പ്രകോപിതരാക്കിയത്. അവർ ഒറ്റക്കെട്ടായി ദ്രുപദന്റെ നേർക്ക് തിരിഞ്ഞു. ദ്രുപദരാജൻ പേടിച്ചുപോയി. അദ്ദേഹം ബ്രാഹ്മണരെ അഭയം പ്രാപിച്ചു. ഭീമാർജ്ജുനന്മാർ രാജാക്കന്മാരുടെ നേർക്ക് ചാടിവീണു. അർജ്ജുനൻ ബ്രാഹ്മണരോടായി പറഞ്ഞു. നിങ്ങളെല്ലാവരും സന്തോഷത്തോടെയിരുന്ന് ഇവിടെ നടക്കാൻ പോകുന്ന കാഴ്ചകൾ കണ്ടാൽ മതി. ഭീമസേനനും അർജ്ജുനനും കൂടി എല്ലാവരേയും പരാജയപ്പെടുത്തി. ശ്രീകൃഷ്ണൻ എല്ലാവരും കേൾക്കെ രാജാക്കന്മാരോടായി പറഞ്ഞു:- ഈ ബ്രാഹ്മണൻ വിധിപ്രകാരമാണ് ദ്രൗപദിയെ വിവാഹം കഴിച്ചത്. അതിലെന്താണ് തെറ്റ്. കൃഷ്ണന്റെ വാക്കുകൾ കേട്ട് അവർ പിന്തിരിഞ്ഞ് സ്വഭവനങ്ങളിലേക്ക് തിരിച്ചുപോയി. താമസസ്ഥലത്ത് കുന്തിദേവി ഭക്ഷണം പാകം ചെയ്യുകയായിരുന്നു. അമ്മേ ഞങ്ങൾ ഭിക്ഷകൊണ്ടുവന്നിട്ടുണ്ട് എന്ന് അർജ്ജുനൻ അമ്മയോട് വിളിച്ചുപറഞ്ഞു. ആ ഭിക്ഷ നിങ്ങൾ അഞ്ചുപേരും ചേർന്ന് ഭുജിച്ചുകൊള്ളുക എന്ന് അമ്മയായ കുന്തി അടുക്കളയിൽനിന്ന് വിളിച്ചുപറഞ്ഞു. പിന്നീടാണ് കുന്തി വിവരങ്ങളെല്ലാമറിയുന്നത്. അമ്മയുടെ വാക്കുകൾ ധിക്കരിക്കാതെ പാഞ്ചാലി പഞ്ചപാണ്ഡവരുടെ ധർമ്മപത്നിയായി.

സ്വയംവരമണ്ഡപത്തിൽ വെച്ചുതന്നെ ഭഗവാൻ കൃഷ്ണൻ പാണ്ഡവരെ തിരിച്ചറിഞ്ഞിരുന്നു. അദ്ദേഹം ബലരാമനോടുകൂടി പാണ്ഡവരുടെ വാസസ്ഥലത്തെത്തി. പാണ്ഡവർ അവരെ സ്നേഹപൂർവ്വം സ്വാഗതം ചെയ്തു. അരക്കില്ലത്തിൽനിന്ന് രക്ഷപ്പെട്ട വിവരമറിഞ്ഞ് ശ്രീകൃഷ്ണൻ വളരെയധികം സന്തോഷിച്ചു. ഇനി വരാൻപോകുന്ന കാലം നിങ്ങളുടേതാണെന്നും ഞങ്ങൾ അധികസമയം ഇവിടെ നില്ക്കുന്നില്ലെന്നും പറഞ്ഞ് രാമകൃഷ്ണൻമാർ സ്ഥലംവിട്ടു. പാണ്ഡവർ ജീവിച്ചിരിക്കുന്നുണ്ടെന്നും അർജ്ജുനനാണ് ദ്രൗപദിയെ വേട്ടതെന്നും ഹസ്തിനപുരവാസികളും കൊട്ടാരവാസികളും അറിഞ്ഞു.

ദുര്യോധനാദികൾ ദുഃഖിതരായി അവർ പാണ്ഡവരെ ഇല്ലായ്മ ചെയ്യാൻ മെനഞ്ഞ കുതന്ത്രങ്ങളൊന്നും ഫലവത്താകുന്നില്ല. അവസാനം വിദുരർ, ഭീഷ്മർ, ദ്രോണർ തുടങ്ങിയവരുടെ ഉപദേശപ്രകാരം ധൃതരാഷ്ട്രർ പാണ്ഡവരെ ഹസ്തിനപുരത്തേക്കു വിളിപ്പിക്കാൻ വിദുരരെ ഏർപ്പാട് ചെയ്തു. വിദുരർ ദ്രുപദരാജ്യത്തുചെന്ന് ധൃതരാഷ്ട്രരുടെ കല്പന അവരെ അറിയിച്ചു. ആ സമയത്ത് ശ്രീകൃഷ്ണഭഗവാനും അവിടെ ഉണ്ടായിരുന്നു. ദ്രുപദന്റെ അനുവാദത്തോടെ പാണ്ഡവരും കുന്തിയും ദ്രൗപദിയും ശ്രീകൃഷ്ണനും വിദുരരോടൊപ്പം ഹസ്തിനപുരത്തെത്തി. പ്രജകളും രാജകുടുംബാംഗങ്ങളും ചേർന്ന് അവർക്ക് ഉജ്ജ്വലമായ സ്വീകരണമാണ് നൽകിയത്. അങ്ങിനെ കുറച്ചുകാലം എല്ലാവരുമൊത്ത് ഹസ്തിനപുരത്ത് താമസിച്ചു. അവിടെനിന്നും പാണ്ഡവരെ ഒഴിവാക്കാൻ ദുര്യോധനാദികൾ പഠിച്ച പണി പതിനെട്ടും പയറ്റിനോക്കി. അവർ പിതാവായ ധൃതരാഷ്ട്രരെപ്പോലും അതിന്നുപയോഗിച്ചു.

ഒരുദിവസം ധൃതരാഷ്ട്രർ പാണ്ഡന്മാരെ രാജസദസ്സിലേക്ക് വിളിപ്പിച്ചു. രാജകുമാരന്മാരോടെല്ലാവരോടുമായി പറഞ്ഞു. കൗരവരും പാണ്ഡവരും തമ്മിലുള്ള വൈരം ഉപേക്ഷിക്കണം. അതിന് പാണ്ഡവർ ഇവിടംവിട്ട് ഖാണ്ഡവപ്രസ്ഥ(ഇന്ദ്രപ്രസ്ഥം)ത്തിലേക്ക് പോകണം. അവിടെ യുവരാജാവായി യുധിഷ്ഠിരന് ഭരണം നടത്താം. ഇന്ദ്രപ്രസ്ഥത്തിൽ പാണ്ഡവർക്ക് താമസിക്കാൻ ഒരു കൊട്ടാരം നിർമ്മിച്ചുകൊടുത്തു. അതിൽ പാണ്ഡവരെല്ലാം കുന്തിയോടും ദ്രൗപദിയോടും കൂടി സുഖമായി ജീവിച്ചു. അച്ഛൻ പാതിരാജ്യം കൊടുത്തതിൽ ദുര്യോധനാദികൾക്ക് കടുത്ത നിരാശയുണ്ടായിരുന്നു. ഒരുദിവസം നാരദമഹർഷി അവിടെ വന്നു. വഴക്കും വക്കാണവുമില്ലാതെ ദ്രൗപദിയുമായി സഹശയനം നടത്താനുള്ള തന്ത്രം അദ്ദേഹം പാണ്ഡവർക്ക് ഉപദേശിച്ചുകൊടുത്തു. പാണ്ഡവരിലൊരാൾ അകത്തുണ്ടായാൽ മറ്റുള്ളവർ ഒരു കാരണവശാലും അകത്തു കടക്കാൻ പാടുള്ളതല്ല. അകത്തുള്ള ആളുടെ ചെരിപ്പ് പുറത്തുകാണും. ഈ നിബന്ധന ധിക്കരിച്ച് ആരെങ്കിലും അകത്തുകടന്നാൽ അയാൾ പന്ത്രണ്ടുവർഷക്കാലം വനവാസവും തീർത്ഥാടനവും ചെയ്ത് തിരിച്ചുവരണം. ഈ നിബന്ധന എല്ലാവരും അംഗീകരിച്ചു.

അർജ്ജുനതീർത്ഥാടനകാലം

ഒരുദിവസം ഒരു ബ്രാഹ്മണൻ തന്റെ പശുക്കളെ കള്ളന്മാർ പിടിച്ചു കൊണ്ടുപോയെന്നും എത്രയും പെട്ടെന്ന് കള്ളന്മാരിൽനിന്നും തന്റെ പശുക്കളെ മോചിപ്പിച്ചുതരണമെന്നു പറയാൻ കൊട്ടാരത്തിൽ എത്തി. അദ്ദേഹം അർജ്ജുനനോടാണ് ഇത് പറഞ്ഞത്. ബ്രാഹ്മണന്റെ മനോ വിഷമം മനസ്സിലാക്കിയ പാർഥൻ യുധിഷ്ഠിരനും ദ്രൗപദിയും അക ത്തുള്ളതറിഞ്ഞിട്ടും തന്റെ അമ്പും വില്ലുമെടുക്കാൻ അകത്തുകയറി. അതിനുശേഷം കള്ളന്മാരെ പിൻതുടർന്ന് അദ്ദേഹം ആ പശുക്കളെ മോചിപ്പിച്ചു. പക്ഷേ നിബന്ധന ലംഘിച്ച പാർഥൻ വനവാസത്തിനും തീർത്ഥാടനത്തിനും തയ്യാറായി. യുധിഷ്ഠിരൻ എന്തുതന്നെ പറ ഞ്ഞിട്ടും വിജയൻ പിന്തിരിഞ്ഞില്ല. പശുക്കളെ തിരിച്ചുകിട്ടിയ സന്തോ ഷത്തോടുകൂടി ബ്രാഹ്മണൻ അവയെയും കൂട്ടി സ്വഗൃഹത്തിലേക്ക് പോയി. വനവാസത്തിനും തീർത്ഥാടനത്തിനും പോയ പാർഥനെ തട യാൻ എല്ലാവരും പരിശ്രമിച്ചെങ്കിലും അദ്ദേഹം അതിന് വഴങ്ങിയില്ല. നിയമം ലംഘിക്കാൻ തയ്യാറായില്ല. അർജ്ജുനൻ തീർത്ഥാടനത്തിന് പോകുന്നതറിഞ്ഞ് ബ്രാഹ്മണശ്രേഷ്ഠന്മാരും വേദാന്തികളും അർജ്ജു നനെ അനുഗമിച്ചു. പകൽ സമയത്ത് അവരെല്ലാവരും കാട്ടിലൂടെ സഞ്ച രിക്കും. സന്ധ്യയായാൽ സ്നാനം കഴിച്ച് പ്രാർഥനയും ഹരികഥയു മായി കഴിയും. ഇങ്ങിനെ അനേകമാസങ്ങൾ കഴിഞ്ഞു. ഒരുദിവസം പാർഥനും പരിവാരങ്ങളും ഹരിദ്വാറിൽ എത്തി. കുറേനാളുകൾ അവ രെല്ലാവരും ഗംഗാസ്നാനം, പൂജ, ഭജന, ഹരികഥ തുടങ്ങിയ സൽക്കർ മ്മങ്ങൾ ചെയ്തും നാമങ്ങൾ ഉരുവിട്ടും വേദാന്തചർച്ചകൾ ചെയ്തു കൊണ്ടും അവരവിടെ കഴിച്ചുകൂട്ടി. ദിവസങ്ങൾ ഏറെ കഴിഞ്ഞു. പാർഥൻ സൂര്യോദയത്തിനു മുമ്പുതന്നെ ഗംഗാസ്നാനം നടത്തി തിരി ച്ചുവരും.

ഒരു പ്രഭാതത്തിൽ അർജ്ജുനൻ ഗംഗയിൽ സ്നാനം ചെയ്ത് തർപ്പണം ചെയ്യാനായി കരയ്ക്കു കയറുകയായിരുന്നു. അപ്പോൾ കാമാ സക്തയായ ഉലൂപി എന്ന നാഗകന്യക പാർത്ഥനെ ജലത്തിലൂടെ വലി ച്ചിഴച്ച് ജലാന്തർഭാഗത്തുള്ള തന്റെ ഭവനത്തിലേക്ക് കൊണ്ടുപോയി. അവിടെ യാഗാഗ്നി ജ്വലിച്ചുകൊണ്ടിരിക്കുന്നത് അർജ്ജുനൻ കണ്ടു. അതിലദ്ദേഹം ഹോമം നടത്തി. ഉലൂപിയോട് സുന്ദരീ, നീ ആരാണ് എന്ന് ചോദിച്ചപ്പോൾ ഞാൻ ഐരാവതവംശത്തിൽപ്പെട്ട കൗരവ്യൻ എന്ന നാഗത്തിന്റെ പുത്രിയായ ഉലൂപിയാണെന്നും പറഞ്ഞു. ഞാൻ

അങ്ങയെ സ്നേഹിക്കുന്നുവെന്നും പറഞ്ഞു. അന്ന് വിജയൻ അവിടെ കഴിച്ചുകൂട്ടി. പിറ്റേന്ന് തിരിച്ചുവന്ന് എല്ലാ സംഭവങ്ങളും സഹചാരികളായ ബ്രാഹ്മണശ്രേഷ്ഠന്മാരോടു പറഞ്ഞു. ഉലൂപിയിൽ അർജ്ജുനന് ഒരു പുത്രൻ ജനിച്ചു. അവന്റെ പേര് ഇരാവാൻ എന്നായിരുന്നു. പിന്നീട് ഹിമാലയപ്രാന്തത്തിലൂടെ അഗസ്ത്യവടം, വസിഷ്ഠപർവ്വതം, ഭൃഗുതുംഗം തുടങ്ങിയ രാജ്യങ്ങളിലെ പുണ്യതീർത്ഥങ്ങളിൽ സ്നാനം ചെയ്ത് പുണ്യാത്മാക്കളായ മഹർഷിമാരുടെ ദർശനം നടത്തിക്കൊണ്ട് സഞ്ചരിച്ചു. കലിംഗദേശത്തിന്റെ അതിർത്തിയിൽവെച്ച് ഒപ്പമുണ്ടായിരുന്ന സഹചാരികൾ വിട പറഞ്ഞു. മഹേന്ദ്രപർവ്വതത്തിൽനിന്നും സമുദ്രതീരത്തൂടെ സഞ്ചരിച്ച് പാർഥൻ മണിപുരത്തെത്തി. അവിടം ഭരിച്ചിരുന്നത് ധർമ്മനിഷ്ഠനായ ചിത്രാംഗദൻ എന്ന രാജാവായിരുന്നു. അദ്ദേഹത്തിന്റെ മകളായ ചിത്രാംഗദയെ അർജ്ജുനൻ മോഹിച്ചു. രാജാവ് മകളെ അർജ്ജുനന് വിവാഹം കഴിച്ചുകൊടുത്തു. അതിൽ അവർക്കൊരു പുത്രനുണ്ടായി. അവനാണ് സുപ്രസിദ്ധ യോദ്ധാവായിരുന്ന ബഭ്രുവാഹനൻ. ചിത്രാംഗദയോട് വിട പറഞ്ഞ് കിരീടി യാത്രയായി.

സമുദ്രീരത്തൂടെ അഗസ്ത്യം, സൗഭദ്രം, പൗലോമം, കാരന്ധമം എന്നീ പുണ്യതീർത്ഥങ്ങളിൽ പാർഥൻ എത്തിച്ചേർന്നു. ആ പ്രദേശങ്ങളിൽ താമസിക്കുന്നവരാരുംതന്നെ ആ പുണ്യതീർത്ഥങ്ങളിൽ സ്നാനം ചെയ്യാറില്ല. കാരണം അവിടങ്ങളിൽ ജീവിക്കുന്ന മുതലകൾ മനുഷ്യരെ ആക്രമിച്ചു കൊല്ലുമെന്നാണ് താപസന്മാർ പറഞ്ഞത്. അവർ പറഞ്ഞ വാക്കുകൾ മുഖവിലയ്ക്കെടുക്കാതെ അർജ്ജുനൻ സൗഭദ്രതീർത്ഥത്തിൽ ഇറങ്ങിക്കുളിച്ചു. അപ്പോൾ തന്റെ കാലിൽ പിടികൂടിയ മുതലയെ വലിച്ച് കരയിലെത്തിച്ചു. ആ മുതല ഒരു അപ്സരസ്ത്രീയായി മാറി. കുബേരന്റെ പ്രേയസി വർഗ്ഗ എന്നു പേരായ അപ്സര സ്ത്രീയാണെന്ന് പറഞ്ഞു. അവൾ അവളുടെ പൂർവ്വകഥ അർജ്ജുനനോട് വിവരിച്ചു. എന്റെ നാലു തോഴികളോടുകൂടി ഞാൻ കുബേരന്റെ അരമനയിലേക്ക് പോവുകയായിരുന്നു. വഴിക്കുവെച്ച് ഒരു താപസന്റെ തപസ്സു മുടക്കാൻ ഞങ്ങൾ ഒരുമ്പെട്ടു. ഞങ്ങളുടെ കാമോദ്ദീപകമായ ലാസ്യഭാവങ്ങളൊന്നും അദ്ദേഹത്തിൽ ഫലിച്ചില്ല. അദ്ദേഹം നൂറുവർഷം ജലത്തിൽ മുതലകളായി കിടക്കൂ എന്ന് ഞങ്ങളെ ശപിച്ചു. ദേവർഷിയായ നാരദൻ ഞങ്ങളെ സാന്ത്വനിപ്പിച്ചു. പാണ്ഡുപുത്രനായ കിരീടി നിങ്ങളെ കരയിൽ കൊണ്ടിടുമ്പോൾ നിങ്ങൾക്ക് മുക്തി ലഭിക്കുമെന്ന് പറഞ്ഞു. ഇപ്പോൾ അത് യാഥാർത്ഥ്യമായിരിക്കയാണ്.

മറ്റു തീർത്ഥങ്ങളിലുള്ള സഖിമാരേയും അങ്ങ് മോചിപ്പിക്കണം. പാർഥൻ എല്ലാവരേയും മോചിപ്പിച്ചു. അവർ നാലുപേരും ശാപമുക്തരായി. ഈ സംഭവത്തിനുശേഷം നാട്ടുകാരെല്ലാം ആ പുണ്യതീർത്ഥങ്ങളിൽ ഭയമില്ലാതെ സ്നാനം ചെയ്യാൻ തുടങ്ങി. പാർഥൻ പിന്നീട് ഗോകർണ്ണത്തേക്കു തിരിച്ചു. പടിഞ്ഞാറൻ കടൽത്തീരത്തുള്ള തീർഥങ്ങളിലെല്ലാം അർജ്ജുനൻ സ്നാനം ചെയ്ത് പ്രഭാസതീർത്ഥത്തിലെത്തി. ഇതറിഞ്ഞ ശ്രീകൃഷ്ണ ഭഗവാൻ അവിടേക്ക് വന്നു. ഇരുവരും പരസ്പരം ആലിംഗനം ചെയ്തു. അനന്തരം അവരിരുവരും രൈവതക പർവ്വതത്തിലേക്ക് പോയി. അവിടെനിന്നും തേരിൽക്കയറി ഇരുവരും ദ്വാരകയിൽ എത്തിച്ചേർന്നു. അർജ്ജുനനെ സ്വീകരിക്കാൻവേണ്ടി ദ്വാരകാനഗരമൊക്കെ അലങ്കരിക്കപ്പെട്ടിരുന്നു. ദ്വാരകയിലെ കൊട്ടാരത്തിൽത്തന്നെ പാർത്ഥൻ കുറച്ചുനാളുകൾ താമസിച്ചു.

ഒരുദിവസം യാദവന്മാരും വൃഷ്ണികളും ഭോജന്മാരും അന്ധകന്മാരും ഒരുമിച്ചുകൂടി. രൈവതകപർവ്വതത്തിൽ ഒരു വലിയ ഉത്സവം നടത്തി. ഉത്സവം കാണാൻ സാരണൻ, അക്രൂരൻ, വിദുരൻ. ബഭ്രു, പൃഥു തുടങ്ങിയവരെല്ലാം പത്നീസമേതരായി എത്തിയിരുന്നു. ഗന്ധർവ്വന്മാരും വൈതാളികരും ഗാനാലാപനം നടത്തി. വാദ്യഘോഷങ്ങളും നൃത്തങ്ങളും കണ്ടും കേട്ടും ജനാവലി ആഹ്ലാദം കൊണ്ടു. കൃഷ്ണൻ അർജ്ജുനനോടുകൂടി ആൾക്കൂട്ടത്തിനിടയിലൂടെ ചുറ്റിനടക്കവെ കൃഷ്ണസോദരിയായ സുഭദ്രയെ അർജ്ജുനൻ കാണാനിടയായി. ആ രൂപസൗന്ദര്യത്തിൽ മുഴുകിപ്പോയ പാർഥൻ അവളെത്തന്നെ നോക്കിനിന്നുപോയി. പാർഥന്റെ മനസ്സിലിരിപ്പറിഞ്ഞ ഭഗവാൻ പറഞ്ഞു. ക്ഷത്രിയന്മാരുടെ ഇടയിൽ സ്വയംവരമാണ് നടപ്പ്. ബലംപ്രയോഗിച്ച് തട്ടിക്കൊണ്ടുപോയി വിവാഹം കഴിക്കുന്ന ഏർപ്പാടും ഉണ്ട്. നിനക്ക് രണ്ടാമത് പറഞ്ഞ വഴിയാണ് പറ്റിയത്. ഇക്കാര്യത്തിൽ സമ്മതം ചോദിക്കാൻ ഒരു ദൂതനെ ശ്രീകൃഷ്ണൻ യുധിഷ്ഠിരന്റെ അടുത്തേക്കയച്ചു. അദ്ദേഹം പൂർണ്ണമനസ്സോടെ അതിന് അനുവാദം നൽകി. രൈവതകപർവ്വതത്തെ വലംവച്ചുകൊണ്ട് സുഭദ്ര കൊട്ടാരത്തിലേക്ക് മടങ്ങുംവഴി അർജ്ജുനൻ ബലം പ്രയോഗിച്ച് അവളെ തേരിൽക്കയറ്റി. സ്വന്തം കൊട്ടാരത്തിലേക്ക് തിരിച്ചു. ഇതുകണ്ട ഭോജന്മാരും വൃഷ്ണികളും അന്ധകവീരന്മാരുമെല്ലാം സന്നദ്ധരായി യുദ്ധഭേരി മുഴക്കി. പാർഥനുമായി സുഭദ്രയുടെ വിവാഹം എല്ലാത്തരത്തിലും യാദവർക്ക് അഭിമാനകരമാണെന്ന ശ്രീകൃഷ്ണന്റെ ഉപദേശം എല്ലാവരും അംഗീകരിച്ചു. പാണ്ഡവ കൊട്ടാരത്തിൽ സുഭദ്രയോടുകൂടി എത്തിയ അർജ്ജു

നൻ ജ്യേഷ്ഠന്റെ പാദങ്ങളിൽ നമസ്കരിച്ചു. ഗോപസ്ത്രീയുടെ വേഷത്തിൽ വന്ന സുഭദ്ര അന്തഃപുരത്തിൽ പ്രവേശിച്ചു. ദ്രൗപദിയുടെ പാദം തൊട്ടുവണങ്ങിയ സുഭദ്ര പറഞ്ഞു: ജ്യേഷ്ഠത്തീ, ഞാൻ നിങ്ങളുടെ ദാസിയാണ്. ദ്രൗപദി അവളെ ആലിംഗനം ചെയ്തു. എല്ലാവരും അവിടെ വളരെ സന്തോഷത്തോടെ ജീവിച്ചു.

ശ്രീകൃഷ്ണനും ബലരാമനും അവിടെ എത്തുകയും അർജ്ജുനനേയും സുഭദ്രയേയും ആശീർവദിക്കുകയും ചെയ്തു. കുറച്ചുകാലങ്ങൾക്കുശേഷം സുഭദ്ര പ്രസവിച്ചു. കുഞ്ഞിന് അഭിമന്യു എന്ന് പേർ വിളിച്ചു. ശ്രീകൃഷ്ണനും പിതാവായ അർജ്ജുനനും ചേർന്ന് വേദാദ്ധ്യയനവും ധനുർവിദ്യകളും മറ്റും കുമാരനെ അഭ്യസിപ്പിച്ച് ഒരു നല്ല യോദ്ധാവാക്കി മാറ്റി. ദ്രൗപദി അഞ്ച് വർഷങ്ങൾകൊണ്ട് അഞ്ച് പുത്രന്മാരെ പ്രസവിച്ചു. യുധിഷ്ഠിരന് പ്രതിവിന്ധ്യനും ഭീമസേനന് സുതസോമനും അർജ്ജുനന് ശ്രുതകർമ്മനും നകുലന് ശതാനീകനും സഹദേവന് ശ്രുതസേനനും ജനിച്ചു. ഇന്ദ്രപ്രസ്ഥത്തിൽ യുധിഷ്ഠിര മഹാരാജാവിന്റെ ഭരണത്തിൽ ഐശ്വര്യലക്ഷ്മി കളിയാടി. യുധിഷ്ഠിരന്റെ അനുവാദത്തോടെ ഒരുനാൾ ശ്രീകൃഷ്ണനും പാർഥനും യമുനാപുളിനത്തിൽ ജലക്രീഡയ്ക്കുപോയി. അവരുടെ സുഖസൗകര്യങ്ങൾക്കു വേണ്ടതെല്ലാം നേരത്തെതന്നെ അവിടെ സജ്ജീകരിച്ചിരുന്നു. സുഖസുന്ദരമായ ആ തീരത്ത് അവർ സന്തോഷത്തോടെ നാളുകൾ കഴിച്ചുകൂട്ടി. ഒരുദിവസം ഉയരംകൂടിയ ഒരു ബ്രാഹ്മണൻ അവരുടെ മുമ്പിലെത്തി.തേജസ്വിയായ അദ്ദേഹത്തിന്റെ മുമ്പിൽ ഇരുവരും എഴുന്നേറ്റുനിന്ന് കൈകൂപ്പി. ബ്രാഹ്മണൻ പറഞ്ഞു: നിങ്ങളിരുവരും ലോകത്തെ മികച്ച വീരന്മാരാണ്. ഞാൻ ഏറെ ആഹാരം കഴിക്കുന്ന ഒരു ബ്രാഹ്മണനാണ്. ഖാണ്ഡവവനത്തിനടുത്തുനിന്ന് ആഹാരം ഭിക്ഷയായി നിങ്ങളോട് യാചിക്കാനാണ് ഞാൻ വന്നത്. കൃഷ്ണാർജ്ജുനന്മാർ ഏതു തരത്തിലുള്ള ആഹാരമാണ് അങ്ങേക്കു വേണ്ടത് എന്ന് ചേദിച്ചു. താങ്കൾ ആഗ്രഹിക്കുന്ന ഭക്ഷണം ആവശ്യപ്പെട്ടാൽ അതിനുള്ള ഏർപ്പാട് ചെയ്യാൻ നോക്കാം. ഇതുകേട്ട ബ്രാഹ്മണൻ പറഞ്ഞു.

ഞാൻ അഗ്നിദേവനാണ്. എനിക്ക് സാധാരണ ഭക്ഷണമൊന്നും വേണ്ട. എനിക്ക് യോഗ്യമായ ഭക്ഷണമാണ് വേണ്ടത്. ഖാണ്ഡവനം ദഹിപ്പിക്കാൻ ആഗ്രഹമുണ്ട്. ആ വനത്തിൽ കുടുംബത്തോടുകൂടി തക്ഷകൻ എന്നൊരു നാഗം വസിക്കുന്നു. അതുകൊണ്ട് ദേവേന്ദ്രൻ ആ വനം രക്ഷിക്കാൻ സദാ ജാഗരൂകനാണ്. ഞാൻ വനത്തിൽ ചെല്ലുമ്പോഴെല്ലാം ഇന്ദ്രൻ ജലധാരയൊഴുക്കി എന്നെ അകറ്റുന്നു. അതു

കൊണ്ട് എന്റെ ആഗ്രഹം സഫലമാകുന്നില്ല. നിങ്ങളിരുവരും വിചാരിച്ചാൽ എന്റെ മനോഗതം നടക്കും. ഇതുകേട്ട് അർജ്ജുനൻ പറഞ്ഞു. അഗ്നിദേവാ അവിടുത്തെ ആഗ്രഹം സാധിപ്പിച്ചുതരാം. ദിവ്യാസ്ത്രങ്ങൾ എനിക്കു ധാരാളമുണ്ട്. പക്ഷേ എന്റെ കൈക്കിണങ്ങുന്ന ഒരു വില്ലില്ല. ആയുധങ്ങൾ നിറക്കാനുള്ള തേരില്ല. അമ്പുനിറക്കാനുള്ള ആവനാഴിയില്ല. ഇതുകേട്ട് അഗ്നിദേവൻ ഫൽഗുനന് അമ്പൊടുങ്ങാത്ത ആവനാഴിയും ഗാണ്ഡീവം എന്ന വില്ലും ഘോരവാനരചിഹ്നമുള്ള തേരും കൊടുത്തു. വരുണൻ പ്രത്യക്ഷപ്പെട്ട് ശ്രീകൃഷ്ണന് സുദർശനചക്രവും കൗമോദകി എന്ന ഗദയും സമ്മാനിച്ചു. വഹ്നിദേവൻ വർദ്ധിതവീര്യത്തോടെ ഖാണ്ഡവവനം ദഹിപ്പിക്കാൻ തുടങ്ങി. വന്യജീവികൾ നിലവിളിച്ചും അമറിയും അങ്ങുമിങ്ങും ഓടി. അവയെല്ലാം അഗ്നിദേവന് ഭക്ഷണമായി. ദേവന്മാർ ഭയന്നുവിറച്ച് ഇന്ദ്രനെ വിവരമറിയിച്ചു. തുള്ളിക്കൊരുകുടം എന്നപോലെ ഇന്ദ്രൻ അതിഭയങ്കരമായി മഴ പെയ്യിച്ചു. അർജ്ജുനൻ ഖാണ്ഡവവനത്തിനുമുകളിൽ ആകാശത്ത് അമ്പുകൾകൊണ്ട് മറതീർത്തു. ഇന്ദ്രന്റെ ശക്തമായ മഴയെ അത് തടഞ്ഞുനിർത്തി. അഗ്നി ആളിക്കത്തി.

വനത്തിലുള്ള ഒരു ജീവിക്കും പുറത്തുകടക്കാൻ വയ്യാതായി. തക്ഷകൻ ആ സമയത്ത് കുരുക്ഷേത്രത്തിലായിരുന്നു. അദ്ദേഹത്തിന്റെ പുത്രനായ അശ്വസേനൻ ഖാണ്ഡവവനത്തിലുണ്ടായിരുന്നു. വിജയന്റെ ബാണങ്ങൾകൊണ്ട് വഴിയെല്ലാം അടഞ്ഞുപോയിരുന്നു. അതിനാൽ അശ്വസേനന് പുറത്തുകടക്കാൻ കഴിഞ്ഞില്ല. തക്ഷകന്റെ പത്നി മകനെ വിഴുങ്ങി. വാൽമാത്രം അവശേഷിക്കവെ ആ നാഗത്തിന്റെ ഫണം ലക്ഷ്യമാക്കി പാർഥൻ അമ്പെയ്തു. ഇന്ദ്രൻ ശക്തമായ കൊടുംകാറ്റ് ഇളക്കിവിട്ടു. ക്ഷണനേരത്തേക്ക് അർജ്ജുനൻ ബോധരഹിതനായി വീണു. ആ സമയത്ത് അശ്വസേനനും അമ്മയും രക്ഷപ്പെട്ടു. ബോധമുണർന്നപ്പോൾ മയൻ എന്ന രാക്ഷസശില്പി ഓടിരക്ഷപ്പെടാൻ ശ്രമിക്കുന്നതാണ് കണ്ടത്. മുമ്പിൽ കാട്ടുതീ, പിന്നിൽ സുദർശനചക്രം. മയൻ ഗത്യന്തരമില്ലാതെ അർജ്ജുനനെ വിളിച്ച് കരഞ്ഞ് പാദങ്ങളിൽ വീണു. കൃഷ്ണൻ ചക്രായുധം പിൻവലിച്ചു. അങ്ങിനെ അസുരശില്പിയായ മയൻ രക്ഷപ്പെട്ടു. തക്ഷകൻ രക്ഷപ്പെട്ടതറിഞ്ഞ് ഇന്ദ്രൻ സന്തോഷപൂർവ്വം അമരാപുരിയിലേക്കു മടങ്ങി. പതിനഞ്ച് ദിവസങ്ങളോളം ഖാണ്ഡവവനം കത്തിയെരിഞ്ഞുകൊണ്ടിരുന്നു. അതിൽനിന്ന് ആറു ജീവികൾ മാത്രമാണ് രക്ഷപ്പെട്ടത്. അശ്വസേനനെന്ന സർപ്പം, മയൻ എന്ന രാക്ഷസശില്പി, നാലു ശാർങ്ഗപ്പക്ഷികൾ. അഗ്നിദേ

വൻ പ്രസാദിച്ച് വീണ്ടും വരങ്ങൾ ചോദിച്ചുകൊള്ളുവാൻ കൃഷ്ണാർജ്ജുനൻമാരോട് അപേക്ഷിച്ചു. അഗ്നിദേവൻ പാർഥന് ദിവ്യാസ്ത്രങ്ങളെല്ലാം ഉപദേശിച്ചുകൊടുത്തു. ദേവന്മാരെല്ലാം തിരിച്ചുപോയശേഷം ശ്രീകൃഷ്ണനും അർജ്ജുനനും മയനും പാവനമായ യമുനാതീരത്ത് വന്നിരുന്നു. ജീവൻ രക്ഷിച്ചതിന് മയാസുരൻ യുധിഷ്ഠിരന് ഇന്ദ്രപ്രസ്ഥത്തിൽ ലോകത്തിൽ ഇന്നുവരെ ആരും പണിതിട്ടില്ലാത്ത തരത്തിലുള്ള മനോഹരമായ ഒരു കൊട്ടാരം പണിതുകൊടുത്തു. പ്രജാതല്പരനായ യുധിഷ്ഠിരൻ ആ കൊട്ടാരത്തിലിരുന്ന് സ്വന്തം പ്രജകളെ മക്കളെപ്പോലെ സ്നേഹിച്ച് ഭരണം നടത്തി.

ഇന്ദ്രപ്രസ്ഥത്തിലെ വിശേഷങ്ങൾ

നാരദമുനി ഒരിക്കൽ ഇന്ദ്രപ്രസ്ഥത്തിൽ വന്നു. രാജസൂയയാഗത്തെക്കുറിച്ച് യുധിഷ്ഠിരനും നാരദനും സംസാരിച്ചു. ഒരു രാജസൂയ യാഗം നടത്താനുള്ള വേണ്ട ഗുണഗണങ്ങളെല്ലാം രാജാ യുധിഷ്ഠിരനുണ്ടെന്ന് നാരദമഹർഷി പറഞ്ഞു. ഇത്തരത്തിൽ സദ്ഗുണസമ്പന്നനായ ഒരു രാജാവ് രാജസൂയയാഗം നടത്തേണ്ട അനിവാര്യതയെക്കുറിച്ച് മഹർഷി പറഞ്ഞു. നാരദൻ പോയതിനുശേഷം സഹോദരങ്ങളേയും മന്ത്രിമാരേയും വിളിച്ചുകൂട്ടി രാജസൂയയാഗത്തിന്റെ കാര്യങ്ങൾ അവരോടാരാഞ്ഞു. എല്ലാവരും യാഗം നടത്തണമെന്ന് യുധിഷ്ഠിരനോടു പറഞ്ഞു. എന്നാൽ ലോകൈകനാഥനായ ശ്രീകൃഷ്ണഭഗവാന്റെ അഭിപ്രായമാരായാൻ അദ്ദേഹത്തെ ഇന്ദ്രപ്രസ്ഥത്തിലേക്ക് ക്ഷണിക്കാൻ ഒരു ദൂതനെ ദ്വാരകയിലേക്കയച്ചു. ദൂതനുമൊന്നിച്ച ഭഗവാൻ കൃഷ്ണൻ ഇന്ദ്രപ്രസ്ഥത്തിലെത്തി. യുധിഷ്ഠിരൻ അദ്ദേഹവുമായി ഈ വിഷയത്തെപ്പറ്റി സവിസ്തരം ചർച്ച ചെയ്തു. രാജസൂയയാഗം നടത്താൻ അനുകൂലമായ സമയം ഇതുതന്നെയാണെന്നും എന്നാൽ മഗധയിലെ ജരാസന്ധരാജനാണ് തടസ്സം നിൽക്കുന്നതെന്നും കൃഷ്ണൻ പറഞ്ഞു. ജരാസന്ധൻ അതിശക്തനാണ്. അദ്ദേഹത്തിന്റെ കൈക്കരുത്തുകൊണ്ട് അനേകം രാജാക്കന്മാരെ അദ്ദേഹം പരാജയപ്പെടുത്തി തടവിൽ പാർപ്പിച്ചിട്ടുണ്ട്. പ്രതാപശാലിയായ ശിശുപാലൻ ജരാസന്ധന്റെ സേനാപധിയാണ്. മഹാശക്തനും മായാരണതത്തിൽ നിപുണനുമായ കുരൂഷരാജൻ ജരാസന്ധന് ഒരു ശിഷ്യനെപ്പോലെയാണ്. പരാക്രമശാലിയായ

യവനൻ അദ്ദേഹത്തിന്റെ മുമ്പിൽ ഓച്ഛാനിച്ചു നിൽക്കും. ജരാസന്ധന്റെ ആജ്ഞപ്രകാരം വംഗം, പുണ്ഡ്രം, കലിംഗം എന്നീ രാജ്യങ്ങൾ ഭരിക്കുന്ന പൗണ്ഡ്രകൻ അദ്ദേഹത്തിന്റെ ആശ്രിതനാണ്. ജരാസന്ധനെ പരാജയപ്പെടുത്തിയാൽ മാത്രമേ രാജസൂയം പൂർത്തിയാക്കാനാകൂയെന്നും കൃഷ്ണൻ പറഞ്ഞു. സർവ്വായുധങ്ങളുമെടുത്ത് മുന്നൂറുകൊല്ലക്കാലം പൊരുതിയാൽപ്പോലും നശിപ്പിക്കാനാകാത്ത കരുത്തുറ്റ സൈന്യം ജരാസന്ധനുണ്ട്. അതുകൊണ്ട് ഒരേസമയം തന്നെ ജരാസന്ധനെ വധിക്കുകയും അദ്ദേഹം തടങ്കലിൽ വെച്ചിരിക്കുന്ന രാജാക്കന്മാരെ മോചിപ്പിക്കുകയും വേണം. ഇതാണ് എന്റെ അഭിപ്രായമെന്ന് കൃഷ്ണൻ പറഞ്ഞു. ഇനി താങ്കളുടെ ഇഷ്ടംപോലെ അങ്ങേക്ക് പ്രവർത്തിക്കാമെന്നും പറഞ്ഞു. ശ്രീകൃഷ്ണന്റെ അഭിപ്രായം എല്ലാവരും ശരിവെച്ചു.

ബ്രാഹ്മണവേഷത്തിൽ കൃഷ്ണാർജ്ജുനന്മാരും ഭീമസേനനും മഗധയിലെത്തി. ദ്വന്ദ്വയുദ്ധത്തിന് ജരാസന്ധനെ വെല്ലുവിളിച്ചു. ഞങ്ങൾ മൂവരിൽ ആരോടു വേണമെങ്കിലും അങ്ങേക്ക് ദ്വന്ദയുദ്ധം ചെയ്യാമെന്ന് ജരാസന്ധനോടു പറഞ്ഞു. ഭീമസേനനെയാണ് ദ്വന്ദയുദ്ധം ചെയ്യാൻ അദ്ദേഹം പ്രതിയോഗിയായി തിരഞ്ഞെടുത്തത്. ഭീമസേനൻ ദ്വന്ദയുദ്ധത്തിന് തയ്യാറായി. ശ്രീകൃഷ്ണനെ വണങ്ങി ഗോദയിൽ ഇറങ്ങി. കിരീടം ഊരിവെച്ച് ജരാസന്ധനും ഇറങ്ങി. പരസ്പരം ബഹുമാനസൂചകമായി പാദം തൊട്ടുവന്ദിച്ചശേഷം പോരു തുടങ്ങി. അതിഭയങ്കരമായ മുഷ്ടിയുദ്ധമാണ് അവിടെ നടന്നത്. പതിമൂന്നു ദിനരാത്രങ്ങൾ തുടർച്ചയായി ദ്വന്ദ്വയുദ്ധം നടന്നു. അവസാനം ഭീമസേനൻ ജരാസന്ധനെ വധിച്ചു. അദ്ദേഹത്തിന്റെ ദിവ്യരഥത്തിൽ കയറി പർവവതപ്രദേശത്തെ കൽത്തുറുങ്കുകളിൽ തടവിൽ കഴിയുന്ന രാജാക്കന്മാരെ മോചിപ്പിക്കാൻ കൃഷ്ണാർജുനന്മാരെത്തി. മോചിതരായ രാജാക്കന്മാരെല്ലാം കൃഷ്ണാർജ്ജുനന്മാരെ വണങ്ങി അവരവരുടെ രാജ്യങ്ങളിലേക്ക് തിരിച്ചുപോയി. യുധിഷ്ഠിരൻ നടത്തുന്ന രാജസൂയയാഗത്തിന് സർവ്വവിധ പിന്തുണയും നൽകാൻ അവർ തീരുമാനിച്ചു. ഇന്ദ്രപ്രസ്ഥത്തിൽ തിരിച്ചെത്തിയ മൂവരും ജരാസന്ധവധം സംബന്ധിച്ച വിവരങ്ങൾ യുധിഷ്ഠിരനു നൽകി. അനന്തരം നാലു ദിക്കുകളിലേക്കും യുദ്ധം ജയിക്കാൻ അദ്ദേഹം നാലു സഹോദരങ്ങളേയും നിയോഗിച്ചു. അവർ സൈന്യസമേതം ദിഗ്വിജയയാത്ര ആരംഭിച്ചു.

വടക്കുഭാഗത്തെ വിജയത്തിനായി അർജ്ജുനനും തെക്കുഭാഗത്തേക്ക് സഹദേവനും പടിഞ്ഞാറുഭാഗത്തേക്ക് നകുലനും കിഴക്കുഭാ

ഗത്തേക്ക് ഭീമസേനനും സൈന്യത്തെ നയിച്ചു. ആനർത്തം, കാലകൂടം, കുലിനം, സുമണ്ഡലം എന്നീ രാജ്യങ്ങൾ കീഴടക്കിയ വിജയൻ വിന്ധ്യാശതപുര പർവ്വതത്തിലെ രാജാക്കന്മാരേയും ശാകലദ്വീപിനെയും കീഴടക്കി പ്രാഗ്ജ്യോതിഷത്തിലെത്തി. അവിടുത്തെ രാജാവ് നരകാസുരന്റെ പുത്രൻ ഭഗദത്തനായിരുന്നു. ചീനരും കിരാതരും ഭഗദത്ത സഹായകമായുണ്ടായെങ്കിലും ഏഴുദിവസത്തെ അതിഭയങ്കരമായ യുദ്ധത്തിൽ ഭഗദത്തൻ പരാജയപ്പെട്ടു. പിന്നീട് വടക്കേദിക്കിലുള്ള പർവ്വത പ്രദേശങ്ങൾ കീഴടക്കി. ഉലൂകരാജ്യത്തിലെ ബൃഹന്തനെ പരാജയപ്പെടുത്തി, അദ്ദേഹത്തിന്റെ സഹായത്തോടെ സേനാബിന്ദുവിനെ തോല്പിച്ചു. പിന്നീട് മോദാപുരം, വാമദേവം, സുസങ്കുലം, ഉത്തരോലുകം എന്നീ രാജ്യങ്ങളെയും വിജയൻ കീഴടക്കി. പൗരവൻ എന്ന രാജാവിനെയും പർവ്വതപ്രദേശങ്ങളിലെ കൊള്ളക്കാരേയും മ്ലേച്ഛന്മാരുടെ ഏഴു വർഗ്ഗങ്ങളേയും യുദ്ധത്തിൽ സവ്യസാചി പരാജയപ്പെടുത്തി. കാശ്മീരിലെ ക്ഷത്രിയ വീരന്മാരെയും ദശമണ്ഡലാധ്യക്ഷനായ ലോഹിതനെയും പരാജയപ്പെടുത്തി. ത്രിഗർത്തം, ദാരു, കോകനദം, ശരദം, കാംഭോജം, ലൂഷികം, നികൂടം എന്നീ രാജ്യങ്ങളും ഹിമാലയപ്രാന്തങ്ങൾ കീഴടക്കിയ പാർഥൻ ധവളഗിരിയിൽ സൈനികത്താവളം സ്ഥാപിച്ചു. കിംപുരുഷ വർഷത്തിലെ ദ്രുമപുത്രനേയും ഹാടകത്തിലെ ഗുഹ്യകന്മാരേയും പരാജയപ്പെടുത്തിയ ഫൽഗുനൻ മാനസസരസ്സിലെത്തി. അവിടെ തീർത്ഥസ്നാനം ചെയ്ത് ജിഷ്ണു സൈന്യസമേതം ഇന്ദ്രപ്രസ്ഥത്തിൽ തിരിച്ചെത്തി. പടിഞ്ഞാറുഭാഗത്തേക്ക് പോയ നകുലനും തെക്കുഭാഗത്തേക്ക് പടനയിച്ച സഹദേവനും ഇതുപോലെ പല രാജ്യങ്ങളും കീഴ്പ്പെടുത്തി. ചിലരെ സാമന്തരാജാക്കന്മാരാക്കി തിരിച്ചെത്തി. കിഴക്കുഭാഗത്തേക്ക് പോയ ഭീമസേനൻ അതിഭയങ്കരമായ ഏറ്റുമുട്ടലുകളിലൂടെ ആ ഭാഗത്തെ രാജാക്കന്മാരെയെല്ലാം പരാജയപ്പെടുത്തി സൈന്യസമേതം തിരിച്ചുവന്നു. പരാജയപ്പെട്ട രാജാക്കന്മാരും സാമന്തരും നല്ലൊരു തുക കപ്പം കൊടുത്തിരുന്നു. അതുകൊണ്ട് രാജാ യുധിഷ്ഠിരന്റെ ഭണ്ഡാരം നിറഞ്ഞുകവിഞ്ഞു.

കുറച്ചുകാലത്തെ ഭരണംകൊണ്ടുതന്നെ പ്രജകളെല്ലാം സന്തുഷ്ടരായി. ഒന്നിനും ഒരു കുറവും അല്ലലും അലട്ടലുമുണ്ടായിരുന്നില്ല. രാജ്യത്ത് അതിവൃഷ്ടിയും അനാവൃഷ്ടിയും ഇല്ലായിരുന്നു. കൃഷിയും കന്നുകാലിവളർത്തലും അഭിവൃദ്ധിപ്പെട്ടു. നാട് വളരെയധികം പുരോഗമിച്ചു. സന്തുഷ്ടരായ പ്രജകൾ രാജസൂയയാഗം നടത്താൻ രാജാവിനെ പ്രോത്സാഹിപ്പിച്ചുകൊണ്ടേയിരുന്നു. അപ്പോഴേക്കും ശ്രീകൃഷ്ണ

ഭഗവാൻ ഇന്ദ്രപ്രസ്ഥത്തിൽ എത്തിച്ചേർന്നു. യുധിഷ്ഠിരനും സഹോദരങ്ങളും സൈന്യസമേതം ശ്രീകൃഷ്ണനെ ആദരിച്ചു. വ്രതം തുടങ്ങാനും യജ്ഞം ആരംഭിക്കാനും ശ്രീകൃഷ്ണൻ യുധിഷ്ഠിരനോടു പറഞ്ഞു. പുരോഹിതനായ ധൗമ്യന്റേയും ബ്രാഹ്മണരുടേയും നിർദ്ദേശമനുസരിച്ച് യജ്ഞത്തിനാവശ്യമായ സാധനസാമഗ്രികൾ സംഭരിച്ചെത്തിക്കാൻ സഹദേവനെ ഏർപ്പാട് ചെയ്തു. അപ്പോഴേക്കും വേദവ്യാസമഹർഷി അവിടെയെത്തി. അദ്ദേഹത്തോടൊപ്പം ശ്രേഷ്ഠരായ താപസന്മാരും വേദജ്ഞരായ ബ്രാഹ്മണരും കൂടിയുണ്ടായിരുന്നു. യുധിഷ്ഠിരന്റെ കല്പനപ്രകാരം എല്ലാ രാജാക്കന്മാരേയും മഹർഷിമാരേയും ബ്രാഹ്മണരേയും യജ്ഞത്തിലേക്ക് ക്ഷണിക്കാൻ സഹദേവനെ നിയോഗിച്ചു. ക്ഷണപത്രം കിട്ടിയവരെല്ലാം യജ്ഞശാലയിലെത്തി. യുധിഷ്ഠിരൻ സംശുദ്ധിയോടെ യാഗശാലയിൽ പ്രവേശിച്ചു. ഹസ്തിനപുരത്തേക്ക് നേരത്തെതന്നെ ബന്ധുക്കളായ ധൃതരാഷ്ട്രർ, ഭീഷ്മർ, കൃപർ, അശ്വത്ഥാമാവ്, ദ്രോണാചാര്യർ, ദുര്യോധനൻ, ദുഃശാസനൻ, സുബലൻ തുടങ്ങിയവരെ ക്ഷണിക്കാൻ നകുലനെ ഏർപ്പാട് ചെയ്തിരുന്നു. അവർക്കെല്ലാം വെവ്വേറെ താമസസൗകര്യങ്ങളും ഏർപ്പെടുത്തിയിരുന്നു. ഭക്ഷണശാലയുടെ ചുമതല ദുശ്ശാസനനെ ഏല്പിച്ചു. ബ്രാഹ്മണരേയും ഋഷിമാരേയും സ്വീകരിക്കാൻ അശ്വത്ഥാമാവിനെ എല്പിച്ചു. ഉപഹാരങ്ങൾ, സംഭാവനകൾ എന്നിവ സ്വീകരിക്കാൻ ദുര്യോധനനെ ഏർപ്പാട് ചെയ്തു. ആതിഥേയരുടെ സ്ഥാനം വഹിക്കാൻ ധൃതരാഷ്ട്രർ, സോമദത്തൻ, ജയദ്രഥൻ എന്നിവരെ ഏർപ്പാടു ചെയ്തു. അങ്ങിനെ യാഗത്തിനുവേണ്ട എല്ലാ വ്യവസ്ഥയും അവിടെ തയ്യാറായി.

ശ്രീകൃഷ്ണ ഭഗവാനെ അഗ്രാസനത്തിലിരുത്തി യാഗം ആരംഭിച്ചു. ഒന്നിനും ഒരു കുറവുമുണ്ടായിരുന്നില്ല. വിധിപ്രകാരം യാഗം നടന്നുകൊണ്ടിരിക്കുകയാണ്. കൃഷ്ണൻ അഗ്രാസനത്തിലിരിക്കുന്നതു കണ്ട് ചേദിരാജാവായ ശിശുപാലൻ ക്രുദ്ധനായി. പൂർവ്വവിരോധം അദ്ദേഹത്തിന്റെ സമനില തെറ്റിച്ചു. യുധിഷ്ഠിരനെയും ഭീഷ്മരേയും അവഗണിച്ച് ശ്രീകൃഷ്ണനെ അഗ്രാസനത്തിലിരുത്തിയതിൽ പ്രതിഷേധിച്ച് ശിശുപാലൻ കൃഷ്ണനെ ഭത്സിക്കാൻ തുടങ്ങി. അതോടൊന്നിച്ചുതന്നെ ദ്രോണാചാര്യരെയും പിതാമഹനായ ഭീഷ്മരേയും യുധിഷ്ഠിരനേയും ചീത്ത പറയാൻ തുടങ്ങി. യജ്ഞം അവസാനിക്കാറായി. ശിശുപാലന്റെ ഭത്സനത്തിന് വിധേയരായ മഹാരഥന്മാരും പ്രതികരിച്ചില്ല. യാഗം തടസ്സമില്ലാതെ വിധിപ്രകാരം തീർക്കാൻ എല്ലാവരും സഹകരിച്ചു. യാഗത്തിന് എത്തിച്ചേർന്ന രാജാക്കന്മാരെ ഭിന്നിപ്പിക്കാനുള്ള ശ്രമമാണ്

ചേദിരാജനായ ശിശുപാലൻ നടത്തിയത്. മുതിർന്ന മഹാരഥന്മാരെയെല്ലാം ഭത്സിക്കുന്നതുകേട്ട സഹദേവൻ കോപാകുലനായി ശക്തിയോടെ നിലത്തു ചവിട്ടി. ഭീമസേനൻ ശിശുപാലന്റെ മേൽ ചാടിവീഴാനൊരുങ്ങി. എന്നാൽ പിതാമഹൻ അവരെയെല്ലാം തടഞ്ഞു. പിന്നീടങ്ങോട്ട് ശിശുപാലൻ കൃഷ്ണന്റെ നേർക്ക് തെറികൊണ്ട് അഭിഷേകം നടത്തി. ശ്രീകൃഷ്ണൻ നിശ്ശബ്ദനായി നിന്നു. വീണ്ടും വീണ്ടും ശ്രീകൃഷ്ണനെ അപമാനിക്കുകയും അതിന് ചില രാജാക്കന്മാരെ കിട്ടുകയും ചെയ്തു. അതോടെ ചേദിരാജൻ കൂടുതൽ ശക്തമായി ഭഗവാൻ കൃഷ്ണനെ വെല്ലുവിളിച്ചു. ഉടനെ കൃഷ്ണൻ സുദർശനചക്രമെടുത്ത് ശിശുപാലന്റെ നേർക്ക് പ്രയോഗിച്ചു. അദ്ദേഹത്തിന്റെ കണ്ഠം മുറിഞ്ഞുവീണു. അതിനുശേഷം യജ്ഞശാലയിൽ ശാന്തത കളിയാടി. രാജസൂയയാഗം അങ്ങിനെ സമംഗളം പര്യവസാനിച്ചു. സന്തുഷ്ടരായ രാജാക്കന്മാർ യുധിഷ്ഠിരനെ വണങ്ങി തിരിച്ചുപോയി. വേദജ്ഞരായ ബ്രാഹ്മണർ, ഋഷിമാർ എന്നിവരെല്ലാം യുധിഷ്ഠിരന് മംഗളാശംസകൾ നേർന്ന് യാത്ര പറഞ്ഞു. പെട്ടെന്ന് വേദവ്യാസമഹർഷി അവിടെ പ്രത്യക്ഷപ്പെട്ടു. തങ്ങളുടെ ഭാവിയെക്കുറിച്ച് യുധിഷ്ഠിരൻ ബാദാരായണനോടു ചോദിച്ചു. പതിമൂന്നുവർഷക്കാലം ഐശ്വര്യത്തോടും സമ്പത്തോടുംകൂടി സുഖസമൃദ്ധിയായി പാണ്ഡവർ ജീവിക്കും. പിന്നീട് ഒരുപാട് കഷ്ടതകൾ അനുഭവിക്കേണ്ടിവരുമെന്നും മഹർഷി പറഞ്ഞു. വരാൻ പോകുന്ന അനർത്ഥങ്ങളുടെ സൂചന നൽകി വ്യാസഭഗവാൻ അപ്രത്യക്ഷനായി.

ദുര്യോധനനും മാതുലനായ ശകുനിയും കുറച്ചുകാലം ഇന്ദ്രപ്രസ്ഥത്തിൽത്തന്നെ താമസിച്ചു. അസുരശില്പിയായ മയൻ നിർമ്മിച്ചുകൊടുത്ത കൊട്ടാരത്തിൽ പല അത്ഭുതങ്ങളും കാണാനുണ്ട്. ലോകത്തിലെവിടെയും കാണാത്ത കലാവിരുതുകൾ കണ്ട് ആഹ്ലാദിച്ചുനടക്കവേ ദുര്യോധനൻ സ്ഫടികകാന്തിയുള്ള ഒരുതടാകമെന്നു തോന്നിക്കുന്ന സ്ഥലത്തെത്തി. അതു ജലാശയമാണെന്നു ധരിച്ച് രാജകീയവസ്ത്രങ്ങൾ നനയാതിരിക്കാൻ അദ്ദേഹം പൊക്കിപ്പിടിച്ചു. എന്നാൽ അവിടെ ജലമുണ്ടായിരുന്നില്ല. തനിക്കു പറ്റിയ അബദ്ധം മനസ്സിലാക്കി ദുര്യോധനൻ സൂക്ഷിച്ചുനടക്കുകയായിരുന്നു. ഒരിടത്ത് തറയെന്ന് കരുതി കാൽ വെച്ചത് ആഴമേറിയ തടാകത്തിലേക്കായിരുന്നു. അദ്ദേഹം അവിടെ തലകുത്തി വീണു. ഇതുകണ്ട് ദ്രൗപദിയും മറ്റ് അന്തഃപുരസ്ത്രീകളും പൊട്ടിച്ചിരിച്ചു. ധർമ്മരാജന്റെ ബന്ധുക്കൾ ദുര്യോധനന് വേറെ വസ്ത്രങ്ങൾ കൊണ്ടുക്കൊടുത്തു. ഇതുകഴിഞ്ഞ് ഭീമസേനന്റെ

മുഖത്ത് നോക്കാൻപോലും നാണംകൊണ്ട് ദുര്യോധനന് സാധിച്ചില്ല. വാതിലിന്റെ ആകൃതിയിൽ സ്ഫടികംകൊണ്ട് തീർത്ത ഭിത്തിയിൽ വാതിലെന്നുകരുതി കയറിച്ചെന്നപ്പോൾ ചുമരിൽ തലയിടിച്ചു. മറ്റൊരിടത്ത് വാതിൽക്കൽ എത്തിയിട്ടും അബദ്ധം പറ്റുമെന്നു തോന്നിയതിനാൽ സുയോധനൻ തിരിഞ്ഞുനടന്നു. ഇങ്ങനെ സ്ഥലജലഭ്രമത്തിൽപ്പെട്ട് അദ്ദേഹം വളരെയധികം പരിഹാസ്യനായി. ഇതുപോലെ കൊട്ടാരത്തിനകത്ത് പല അമളികളും ദുര്യോധനന് പറ്റി. അദ്ദേഹം മാനസികമായി തകർന്നു. ശരീരം ശോഷിച്ചു. ദുഃഖത്തിന്റെ കാരണം പാണ്ഡവരുടെ കൊട്ടാരത്തെക്കുറിച്ചും അവരുടെ ഐശ്വര്യത്തെക്കണ്ടുമായിരുന്നു. ഇതു മനസ്സിലാക്കിയ ശകുനി മരുമകനായ സുയോധനനെ ആശ്വസിപ്പിച്ചു. എങ്ങനെയെങ്കിലും പാണ്ഡവരെ നശിപ്പിക്കണമെന്ന് ദുര്യോധനൻ ശകുനിയോടു പറഞ്ഞു. ചൂതുകളിയിൽ എന്നെ ജയിക്കാൻ ലോകത്തിൽ ആരുമില്ലെന്നും അതുകൊണ്ട് യുധിഷ്ഠിരനെ ചൂതുകളിയിൽ തോൽപ്പിച്ച് അവന്റെ എല്ലാ സ്ഥാവരജംഗമസമ്പത്തും നേടിത്തരാമെന്നും ശകുനി പറഞ്ഞു. മാത്രമല്ല ചൂതുകളിയിലെ കുതന്ത്രങ്ങൾ യുധിഷ്ഠിരന് അറിയില്ലെങ്കിലും ചൂതുകളിയിൽ യുധിഷ്ഠിരന് താൽപര്യമുണ്ടെന്നും ശകുനിപറഞ്ഞു. ധൃതരാഷ്ട്രരെ സംബന്ധിച്ച് മക്കളുടെ സുഖസമൃദ്ധിയാണ് അദ്ദേഹം അഗ്രഹിക്കുന്നത്. രാജസൂയ യാഗവേളയിൽ അദ്ദേഹം ഇന്ദ്രപ്രസ്ഥത്തിലെ ഐശ്വര്യവും ധനവും അപൂർവ്വ രത്നങ്ങളും നേരിൽ കണ്ടതാണ്. അതെല്ലാം ദുര്യോധനന്റെ കയ്യിൽ വരണമെന്നും ധൃതരാഷ്ട്രർ ആഗ്രഹിച്ചിരുന്നു. മഹാമന്ത്രിയായ വിദുരർ എതിർത്തിട്ടും ധൃതരാഷ്ട്രർ തീരുമാനങ്ങളിൽനിന്നും പിന്തിരിഞ്ഞില്ല.

രത്നഖചിതവും സുന്ദരവുമായ ഒരു സഭാമന്ദിരം ധൃതരാഷ്ട്രരുടെ ആവശ്യപ്രകാരം ഹസ്തിനപുരത്ത് നിർമ്മിക്കപ്പെട്ടു. ആ സഭാമണ്ഡലം കാണുവാനും അവിടെയിരുന്ന് ചൂതുകളിക്കാനും പാണ്ഡവരെ വിളിച്ചുകൊണ്ടുവരാൻ ധൃതരാഷ്ട്രർ വിദുരരെ ഏർപ്പാടു ചെയ്തു. പക്ഷേ വിദുരർ ചൂതുകളിയുടെ തിക്തഫലങ്ങളെക്കുറിച്ച് മഹാരാജാവിനെ ബോധ്യപ്പെടുത്താൻ നോക്കി. എന്നാൽ പുത്രാഭ്യുദയം മാത്രം മനസ്സിൽ കണ്ടിരുന്ന ധൃതരാഷ്ട്രർ വിദുരരുടെ ബോധവൽക്കരണ ശ്രമത്തെ തള്ളി. രാജകല്പന നിറവേറ്റാൻ വിദുരരെ സ്വീകരിച്ചിരുത്തി. സംഭവങ്ങളെല്ലാം വിദുരർ യുധിഷ്ഠിരനോടു പറഞ്ഞു. വിദുരരെപ്പോലെത്തന്നെ യുധിഷ്ഠിരനും ഇക്കാര്യത്തിൽ വിമുഖതയാണുണ്ടായിരുന്നത്. എങ്കിലും മഹാരാജാവിന്റെ കല്പന അനുസരിച്ചേ പറ്റൂ

എന്ന് പറഞ്ഞ് പിറ്റേദിവസം രാവിലെതന്നെ ഹസ്തിനപുരത്തേക്കു പുറപ്പെടാൻ അമ്മയോടും സഹോദരങ്ങളോടും ദ്രൗപദിയോടും പറഞ്ഞു. വിദുരരോടുകൂടി അവരെല്ലാവരും ഹസ്തിനപുരത്തേക്കു യാത്രയായി. കൊട്ടാരത്തിൽ എത്തിച്ചേർന്ന പാണ്ഡവരേയും മറ്റും ദുര്യോധനാദികൾ ചേർന്ന് സ്വീകരിച്ചു. അവർക്കെല്ലാവർക്കും താമസിക്കാനുള്ള വ്യവസ്ഥ നേരത്തെത്തന്നെ അവിടെ ഒരുക്കിയിരുന്നു. പിറ്റേദിവസം പല രാജാക്കന്മാരും ധൃതരാഷ്ട്രരോടൊപ്പം സഭാമണ്ഡപത്തിൽ സ്ഥാനം പിടിച്ചു. ഭീഷ്മർ, ദ്രോണർ, വിദുരർ, കൃപർ എന്നിവർക്ക് ചൂതുകളിയുടെ പരിസമാപ്തിയാകുമ്പോൾ എന്താണ് സംഭവിക്കുക എന്നോർത്ത് മനസ്സിൽ വിഷമമുണ്ടായിരുന്നു. എങ്കിലും അവരും സഭാമണ്ഡപത്തിൽ സന്നിഹിതരായിരുന്നു.

ചൂതുകളിക്കാൻ കള്ളച്ചൂതിൽ വിദഗ്ധനായ മാതുലൻ ശകുനിയെയാണ് ദുര്യോധനൻ തനിക്കുവേണ്ടി ഏർപ്പാടുചെയ്തത്. കളി ആരംഭിച്ചു. വിശിഷ്ടമായ ഒരു രത്നഹാരം യുധിഷ്ഠിരൻ പണയമായിവെച്ചു. ശകുനി പകിടയെറിഞ്ഞു. ഞാൻ ജയിച്ചേ എന്ന് ഉച്ചത്തിൽ അയാൾ വിളിച്ചുപറഞ്ഞു. ഒരുലക്ഷത്തി പതിനണ്ണായിരം സ്വർണ്ണനാണ്യങ്ങൾ നിറച്ച സഞ്ചികളും അക്ഷയമായ ഭണ്ഡാരങ്ങളും പണയംവെക്കുന്നു എന്ന് യുധിഷ്ഠിരൻ പറഞ്ഞു. ശകുനി പകിടയെറിഞ്ഞു. വീണ്ടും ശകുനി തന്നെ ജയിച്ചു. ചെമ്പുപെട്ടികളും ഇരുമ്പുപെട്ടികളിലുമായി നാനൂറ് നിധികൾ ഞാൻ സൂക്ഷിച്ചിട്ടുണ്ട്. ഓരോന്നിലും അയ്യഞ്ചുഭാരം സ്വർണ്ണനിക്ഷേപമുണ്ട്. അതെല്ലാം ഞാൻ പണയം വെക്കുന്നുവെന്ന് യുധിഷ്ഠിരൻ പറഞ്ഞു. വീണ്ടും ശകുനി പകിടയെറിഞ്ഞ് അതെല്ലാം സ്വാധീനത്തിലാക്കി. ഇങ്ങനെ പണയംവെക്കുന്ന എല്ലാ വസ്തുക്കളും ശകുനി ജയിച്ചടക്കി. എന്നാൽ ശുദ്ധഹൃദയനായ വിദുരർക്ക് ഇതുകണ്ട് സഹിക്കാനായില്ല. ചൂതുകളി വംശനാശത്തിന്നിടവരുത്തുമെന്നു പറഞ്ഞ് ധൃതരാഷ്ട്രരെ പിന്തിരിപ്പിക്കാൻ അദ്ദേഹം ഒരു ശ്രമം കൂടി നടത്തിയെങ്കിലും അതു വിജയിച്ചില്ല. ഇനിയും വല്ല ധനവുമുണ്ടെങ്കിൽ അതും പണയം വെച്ചുകളിക്കാൻ ശകുനി യുധിഷ്ഠിരനെ വെല്ലുവിളിച്ചു. തങ്ങൾക്കു ലഭിച്ച പാതിരാജ്യവും അപൂർവ്വമായ രത്നങ്ങളും ധർമ്മപുത്രൻ പണയം വെച്ചുകളിച്ചു. അതിലും അദ്ദേഹം പരാജയപ്പെട്ടു. എല്ലാ വിശിഷ്ട വസ്തുക്കളും പണയംവെച്ച് തീർന്നപ്പോൾതന്നെയും തന്റെ സഹോദരങ്ങളെ പണയംവെച്ച് കളിച്ചു. അങ്ങിനെ പഞ്ചപാണ്ഡവരും ദുര്യോധനന്റെ അടിമകളായി മാറി.

പണയംവെക്കാൻ ഇനിയൊന്നും ബാക്കിയില്ലെന്നുകണ്ട യുധിഷ്ഠിരൻ പരാജയം ഏറ്റുവാങ്ങി കളിനിർത്തി. ഇതുമനസ്സിലാക്കിയ ദുര്യോ

ധനന്റെ മനഃസാക്ഷി സൂക്ഷിപ്പുകാരനായ ശകുനി പാണ്ഡവപത്നിയായ ദ്രൗപദിയെ പണയംവെക്കണമെന്നു പറഞ്ഞു. സഭാവാസികളായ ഭീഷ്മർ, ദ്രോണർ തുടങ്ങിയവരും അന്തഃപുരവാസികളും വളരെയധികം ദുഃഖിതരായി. ശകുനിയുടെ വാക്ക് അവർക്കെല്ലാം സഹിക്കുന്നതിനപ്പുറമായിരുന്നു. നിവൃത്തിയില്ലാതെ യുധിഷ്ഠിരൻ ദ്രൗപദിയെ പണയംവെച്ചു കളിച്ചു. ആ കളിയിലും കൗരവർ തന്നെ ജയിച്ചു. അവർ ശകുനിയെ അഭിനന്ദിച്ച് ആഹ്ലാദനൃത്തം ചവിട്ടി. പാണ്ഡവരെ അവർ കൂക്കിവിളിച്ച് അപമാനിച്ചു. സ്വയം പണയപ്പെടുത്തിയ യുധിഷ്ഠിരന് ദ്രൗപദിയെ പണയംവെക്കാൻ അവകാശമില്ലെന്ന് സഭാവാസികളിൽ പലരും പറഞ്ഞെങ്കിലും വിജയത്തിന്റെ ലഹരിയിൽ മുഴുകിയ ദുര്യോധനാദികൾ അതൊന്നും മുഖവിലയ്ക്കെടുക്കാതെ തള്ളിക്കളഞ്ഞു. കർണ്ണന്റെ ആഗ്രഹമനുസരിച്ച് ദുര്യോധനൻ പാഞ്ചാലിയെ മണ്ഡപത്തിൽ കൊണ്ടുവരാൻ വിദുരരോടു പറഞ്ഞു. ധർമ്മനിഷ്ഠനായ ആ മനുഷ്യൻ അതിനു തയ്യാറായില്ല. മദാന്ധനായ ദുര്യോധനൻ പ്രതികാമിയെ വിളിച്ച് ദ്രൗപദിയെ കൊണ്ടുവരാൻ പറഞ്ഞു. ആ സമയത്ത് ദ്രൗപദി രജസ്വലയായിരുന്നു. അതുകൊണ്ട് ഇപ്പോൾ അങ്ങോട്ടു വരാൻ കഴിയില്ലെന്ന് പ്രതികാമിയോട് പാഞ്ചാലി പറഞ്ഞു. അദ്ദേഹം തിരിച്ചുപോയി എല്ലാ വിവരവും ദുര്യോധനനോട് പറഞ്ഞു. കോപിഷ്ടനായ ദുര്യോധനൻ പ്രതികാമിയെ തെറി പറഞ്ഞുകൊണ്ട് സഹോദരനായ ദുഃശാസനനെ വിളിച്ച് ദ്രൗപദിയെ പിടിച്ചുകൊണ്ടുവരാൻ ആജ്ഞാപിച്ചു. അയാൾ കൊട്ടാരത്തിൽ ചെന്ന് ദ്രൗപദിയുടെ തലമുടിയിൽ ചുറ്റിപ്പിടിച്ച് വലിച്ചിഴച്ച് സഭാമണ്ഡപത്തിൽ എത്തിച്ചു. ദുര്യോധനൻ, കർണ്ണൻ, ശകുനി തുടങ്ങിയവർ ഈ കാഴ്ചകണ്ട് പൊട്ടിച്ചിരിച്ചു. ഭീഷ്മദ്രോണാദികളെല്ലാം ഇതുകണ്ടുനിൽക്കാൻ കഴിയാതെ കണ്ണടച്ചിരുന്നു. ആ സമയത്ത് ദുര്യോധനന്റെ ആജ്ഞപ്രകാരം ദ്രൗപദിയുടെ വസ്ത്രം അഴിച്ചുമാറ്റാൻ ദുഃശ്ശാസനൻ രംഗത്തുവന്നു.

ദുഷ്ടാ ഞാൻ രജസ്വലയാണ്, ഒറ്റവസ്ത്രം മാത്രമേ ഞാൻ ധരിച്ചിട്ടുള്ളുവെന്ന് അലമുറയിട്ട് അവൾ ദുഃശ്ശാസനനോട് പറഞ്ഞു. ഇതൊന്നും ദുഃശ്ശാസനൻ കേട്ടതായി ഭാവിച്ചില്ല. അയാൾ പാഞ്ചാലിയുടെ വസ്ത്രം ബലം പ്രയോഗിച്ച് അഴിച്ചുമാറ്റാൻ തുടങ്ങി. തന്റെ ദൈന്യാവസ്ഥയിൽ ആരും തനിക്കനുകൂലമായി പ്രതികരിക്കുന്നില്ലെന്ന് മനസ്സിലാക്കിയ പാഞ്ചാലി ദ്വാരകാവാസിയായ ശ്രീകൃഷ്ണഭഗവാനെ വിളിച്ച് കരഞ്ഞു. ആ സാധുസ്ത്രീയുടെ ദീനരോദനം ഭഗവാൻ കേട്ടു. അദ്ദേഹം സഭയിൽ മറഞ്ഞുനിന്ന് ദ്രൗപദിക്ക് വസ്ത്രങ്ങൾ കൊടുത്തു

കൊണ്ടേയിരുന്നു. വസ്ത്രം എത്ര അഴിച്ചിട്ടും തീരുന്നില്ലെന്നുകണ്ട ദുശ്ശാസസൻ ക്ഷീണിതനായി. ദുര്യോധനൻ തന്റെ ഇടതുതുട അനാവരണം ചെയ്ത് അവിടെയിരിക്കാൻ ദ്രൗപദിയെ ക്ഷണിച്ചു. ഇതുകണ്ട ഭീമസേനൻ സംഹാരരുദ്രനെപ്പോലെ കൗരവരോടടുത്തു. ധർമ്മജൻ ആ ഉദ്യമത്തിൽനിന്നും ഭീമസേനനെ വിലക്കി. ആക്രോശിച്ചുകൊണ്ട് ഭീമസേനൻ ദുര്യോധനനോടായിപ്പറഞ്ഞു. ദുഷ്ടാ, നിന്റെ ഇടതുതുട ഞാൻ അടിച്ചു തകർക്കും. ഇത് സത്യം സത്യം സത്യം. പിന്നീട് ദുശ്ശാസനന്റെ നേരെ തിരിഞ്ഞ് നിന്റെ മാറിടം പിളർന്ന് ചോര കുടിക്കുമെന്നും ആ രക്തം പുരണ്ട കൈവിരലുകൾകൊണ്ട് അഴിഞ്ഞുവീണ പാഞ്ചാലിയുടെ തലമുടി കെട്ടിവെക്കുമെന്നും ശപഥം ചെയ്തു. ഇതെല്ലാം കഴിഞ്ഞ് യുധിഷ്ഠിരൻ ധൃതരാഷ്ട്രരെ സമീപിച്ച്, ഇനി ഞങ്ങൾ എന്തു ചെയ്യണമെന്ന് അങ്ങ് ആജ്ഞാപിച്ചാലും എന്നുപറഞ്ഞു. അങ്ങയുടെ ആജ്ഞ ഞങ്ങൾ അക്ഷരംപ്രതി പാലിക്കാൻ ബാധ്യസ്ഥരാണെന്നും പറഞ്ഞു. അജാതശത്രുവായ യുധിഷ്ഠിരനെ നോക്കി നിങ്ങൾക്ക് മംഗളം ഭവിക്കട്ടെ എന്നും, പണയംവെച്ച എല്ലാ വസ്തുക്കളും തിരിച്ചുകൊണ്ടുപോയി ഇന്ദ്രപ്രസ്ഥം ഭരിക്കാനും ധൃതരാഷ്ട്രർ ആജ്ഞാപിച്ചു. പണയംവെച്ച എല്ലാ വസ്തുക്കളും തിരിച്ചുവാങ്ങി പാണ്ഡവരും അമ്മയായ കുന്തിയും ദ്രൗപദിയും ഇന്ദ്രപ്രസ്ഥത്തിലേക്ക് മടങ്ങി. പഴയപോലെത്തന്നെ ജീവിതം ആരംഭിച്ചു.

ദ്വൈതവനക്കാഴ്ചകൾ

ശ്രീകൃഷ്ണൻ പണ്ട് മൂർച്ചയേറിയ കത്തികൊണ്ട് ഒരുപുല്ലാങ്കുഴലിന്റെ കഷ്ണം ഓടക്കുഴലുണ്ടാക്കാൻ ചെത്തുകയായിരുന്നു. പെട്ടെന്ന് ഭഗവാന്റെ വിരലിന് ഒരു മുറിവുപറ്റി. രക്തം ധാരധാരയായൊഴുകി. ദൂരെയുണ്ടായിരുന്ന ദ്രൗപദി ഇതുകണ്ട് ഓടിവന്നു. എന്തുപറ്റി കൃഷ്ണാ എന്നു പറഞ്ഞുകൊണ്ട് തന്റെ ചേലയുടെ ഒരു കഷ്ണം കീറിയെടുത്ത് മുറിവേറ്റ വിരലിൽ ചുറ്റിക്കെട്ടി. ചോരയുടെ പ്രവാഹം നിലച്ചു. ദ്രൗപദിയുടെ ഈ പ്രവൃത്തിയിൽ ഭഗവാൻ സന്തുഷ്ടനായി. ആ കടമാണ് ദ്രൗപദി ഒരാപത്തിൽപ്പെട്ടപ്പോൾ ഭഗവാൻ വസ്ത്രം കൊടുത്ത് വീട്ടിയത്. ചൂതിൽ പരാജയപ്പെട്ട പാണ്ഡവർക്ക് അവർ പണയപ്പെടുത്തിയ പാതിരാജ്യവും സ്വർണ്ണാഭരണങ്ങളും വിശിഷ്ടമായ രത്നങ്ങളും തിരിച്ചുകൊടുത്ത ധൃതരാഷ്ട്രരോട് ദുര്യോധനാദികൾക്ക് വലിയ നീരസമുണ്ടായിരുന്നു. തങ്ങൾ ചൂതുകളിയിലൂടെ നേടിയ

തെല്ലാം അച്ഛൻ പാണ്ഡവർക്ക് തിരിച്ചുകൊടുത്ത നടപടി കൗരവരെ വല്ലാതെ വിഷമിപ്പിച്ചിരുന്നു. ശകുനി, ദുര്യോധനൻ, ദുശ്ശാസനൻ, കർണ്ണൻ തുടങ്ങിയവർ ധൃതരാഷ്ട്രർ ചെയ്തത് ശരിയായില്ലെന്നും ഈ ധനം ഉപയോഗിച്ച് പാണ്ഡവർ അന്യരാജാക്കന്മാരെ സ്വന്തം പാളയത്തിൽ നിർത്തുമെന്നും അങ്ങിനെ ഞങ്ങളെ പരാജയപ്പെടുത്താനുള്ള പരിശ്രമം അവർ ആരംഭിച്ചുകഴിഞ്ഞുവെന്നും ധൃതരാഷ്ട്രരോട് പറഞ്ഞു. പുത്രവാത്സല്യത്താൽ അവരുടെ അഭ്യുദയകാംക്ഷിയായ ധൃതരാഷ്ട്രർ വീണ്ടും ചൂതുകളിക്കാൻ വേണ്ടി പാണ്ഡവരെ വിളിക്കാനും തീരുമാനിച്ചു.

ഇപ്രാവശ്യം ചൂതുകളിയിലെ നിബന്ധനകൾ മാറ്റി. ചൂതുകളിയിൽ പരാജയപ്പെട്ടവർ പന്ത്രണ്ടു വർഷക്കാലം വനവാസവും ഒരു വർഷം അജ്ഞാതവാസവും നടത്തണം. അജ്ഞാതവാസക്കാലത്ത് പിടിക്കപ്പെട്ടാൽ വീണ്ടും പന്ത്രണ്ടുവർഷം വനവാസം നടത്തണം. ഇതാണ് പുതിയ നിബന്ധന. വീണ്ടും ചൂതുകളി നടത്താൻ മേൽപ്പറഞ്ഞ നിബന്ധനകളോടെ ധൃതരാഷ്ട്രർ പാണ്ഡവരെ ക്ഷണിച്ചു. ദുര്യോധനൻ ശകുനിയെ മുൻനിർത്തി കളിച്ച കളിയിൽ പാണ്ഡവർ വീണ്ടും പരാജയപ്പെട്ടു. അമ്മയായ കുന്തിദേവിയെ തങ്ങളുടെ ഇളയച്ഛനും ഹസ്തിനപുരത്തെ പ്രധാനമന്ത്രിയുമായ വിദുരരെ ഏല്പിച്ച് ദ്രൗപദീസമേതരായി വനവാസത്തിനു പുറപ്പെട്ടു. അവർ കാമ്യകവനത്തിൽ താമസിച്ചു. സാമന്തരാജാക്കന്മാരോ സൈന്യങ്ങളോ പ്രജകളോ അവർക്ക് സഹായത്തിനുണ്ടായിരുന്നില്ല. ദുര്യോധൻ, കർണ്ണൻ, ദുശ്ശാസനൻ, ശകുനി തുടങ്ങിയവർ പാണ്ഡവർക്കെതിരെ ഗൂഢാലോചന നടത്തി. വനത്തിൽ അവരെ സഹായിക്കാൻ ആരുമില്ല. സൈന്യസമേതം അവിടെച്ചെന്ന് യുദ്ധത്തിൽ എല്ലാവരേയും വധിച്ചാൽ ആരുംതന്നെ അറിയുകയുമില്ല. അവരുടെ ദുഷ്ചിന്തകൾ ദിവ്യദൃഷ്ട്യാ കണ്ട വേദവ്യാസൻ ഹസ്തിനപുരിയിലെത്തി. ഈ ദുഷ്പ്രവർത്തനങ്ങളിൽനിന്നും അവരെ പിന്തിരിപ്പിച്ചു. വ്യാസമഹർഷി പോയപ്പോൾ മൈത്രേയമഹർഷി അവിടെയെത്തി.

പണ്ഡവ-കൗരവന്മാർ സഹോദരങ്ങളായതിനാൽ അവർ തമ്മിൽ ഏറ്റുമുട്ടിയാൽ സംഭവിക്കാവുന്ന സംഗതികൾ മഹർഷി കൗരവരെ അറിയിച്ചു. മൈത്രേയമഹർഷി പറഞ്ഞ അമൃതവചനങ്ങളൊന്നും ശ്രദ്ധിക്കാതെ ദുര്യോധനൻ അലസമായി തുടയിൽ താളംപിടിച്ചുകൊണ്ടേയിരിക്കുന്നതുകണ്ട മഹർഷി കോപാകുലനായി ദുര്യോധനനെ ശപിച്ചു. ഭീമസേനന്റെ ഗദാപ്രഹരത്തിൽ നിന്റെ തുട തകരട്ടെ എന്ന്

പറഞ്ഞ് അദ്ദേഹം അപ്രത്യക്ഷനായി.ചൂതിൽ തോറ്റ പാണ്ഡവർ മൂന്നു ദിവസം നടന്ന് കാമ്യകവനത്തിൽ പ്രവേശിക്കാനൊരുങ്ങുമ്പോൾ കയ്യിൽ ഒരു തീപ്പന്തവുമായി കൃമ്മീരൻ എന്ന ഘോരരാക്ഷസൻ അവരെ വഴിതടഞ്ഞു. ഭീമസേനൻ കൃമ്മീരനുമായി ഏറ്റുമുട്ടി. ഘോര യുദ്ധത്തിൽ കൃമ്മീരൻ കാലപുരി പൂകി. പാണ്ഡവർ കാമ്യകവനത്തി ലുണ്ടെന്നറിഞ്ഞ ശ്രീകൃഷ്ണൻ അവിടെയെത്തി. പാണ്ഡവരുടെ എല്ലാ ദുരിതങ്ങളും മനസ്സിലാക്കിയ ഭഗവാൻ അവരെ സാന്ത്വനിപ്പിച്ച് യാത്ര യായി. പിന്നീട് പാണ്ഡവർ ദൈതവനത്തിൽ എത്തിച്ചേർന്നു. കുലഗു രുവായ ധൗമ്യന്റെ നിർദ്ദേശപ്രകാരം യുധിഷ്ഠിരൻ സൂര്യഭഗവാനെ തപസ്സുചെയ്തു. കഠിനമായ തപസ്സിൽ സംതൃപ്തനായ സൂര്യഭഗവാൻ യുധിഷ്ഠിരന്റെ മുമ്പിൽ പ്രത്യപ്പെട്ട് അക്ഷയപാത്രം കൊടുത്തു. അദ്ദേ ഹമത് പാഞ്ചാലിയെ ഏല്പിച്ചു. ദ്രൗപദി ഭക്ഷണം കഴിക്കുന്നതിനു മുമ്പ് എത്രപേർ വന്നാലും അവർക്കെല്ലാം ഭക്ഷണം ആ പാത്ര ത്തിൽനിന്നു കിട്ടും. ദ്രൗപദി കഴിച്ചുകഴിഞ്ഞാൽ പിന്നെ ആ പാത്ര ത്തിൽ ഒന്നും ബാക്കിയുണ്ടാകില്ല.

ഒരുദിവസം ദുർവാസാവ് മഹർഷി ഹസ്തിനപുരത്തെത്തി. അദ്ദേ ഹത്തെ സന്തോഷപൂർവ്വം യുവരാജാവായ ദുര്യോധനൻ സ്വീകരിച്ചി രുത്തി. സംസാരിച്ചുകൊണ്ടിരിക്കെ ദൈതവനത്തിൽ താമസിക്കുന്ന പാണ്ഡവർക്ക് അക്ഷയപാത്രം കിട്ടിയ വിവരം മഹർഷി അറിഞ്ഞു. അപ്പോഴേക്കും സമയം ഉച്ചകഴിഞ്ഞിരുന്നു. ദുര്യോധനൻ ക്ഷിപ്രകോ പിയായ ദുർവാസാവിനോട് പറഞ്ഞു വിഭവസമൃദ്ധമായ ഭക്ഷണം ലഭി ക്കണമെങ്കിൽ ദൈതവനത്തിൽ പോയി അക്ഷയപാത്രത്തിൽനിന്നും ലഭിക്കുന്ന ഭക്ഷണം കഴിക്കാം. അല്ലെങ്കിൽ എല്ലാവർക്കും ഇവിടെനി ന്നുതന്നെ ഭക്ഷണം കഴിക്കാം. സൂര്യഭഗവാൻ കൊടുത്ത അക്ഷയപാ ത്രത്തിന്റെ മഹത്വം മനസ്സിലാക്കിയ മഹർഷി പരിവാരങ്ങളോടുകൂടി ദൈതവനത്തിൽ എത്തിച്ചേർന്നു. ഇത് പാണ്ഡവരെ ശപിച്ച് നശിപ്പി ക്കാനുള്ള കൗരവരുടെ കുതന്ത്രമായിരുന്നു. പരിവാരസമേതം മഹർഷി അവിടെ എത്തുമ്പോഴേക്കും ദ്രൗപതി ഭക്ഷണം കഴിച്ചിരിക്കും. പിന്നെ അക്ഷയപാത്രത്തിൽ ഒന്നും ബാക്കിയുണ്ടാവില്ല. എനിക്ക് ഭക്ഷണം വേണമെന്നു പറഞ്ഞ് സ്നാനം കഴിഞ്ഞുവന്ന മഹർഷി ഭക്ഷണം ലഭി ക്കാതെ വന്നാൽ പാണ്ഡവരെ ശപിച്ച് വെണ്ണീറാക്കുമെന്നായിരുന്നു കൗരവർ കരുതിയത്. അതുപ്രകാരം പാണ്ഡവരോട് എനിക്കും ശിഷ്യ ന്മാർക്കും ഭക്ഷണം വേണമെന്നുപറഞ്ഞ് ദുർവാസാവും ശിഷ്യന്മാരും കുളിക്കാൻ പോയി. ദ്രൗപദി ഭക്ഷണം കഴിച്ചതിനുശേഷമാണ് ശിഷ്യ ഗണങ്ങളോടുകൂടി ദുർവാസാവ് എത്തിയത്. ഭക്ഷണം കിട്ടിയില്ലെങ്കിൽ

മഹർഷി ശപിക്കുമെന്ന് ചിന്തിച്ചുകൊണ്ടിരുന്ന ദ്രൗപദിക്കുമുമ്പിൽ ഓടിക്കിതച്ച് വരുന്ന കൃഷ്ണനെയാണ് അവൾ കണ്ടത്. എനിക്ക് ഭയങ്കരമായ വിശപ്പ്, ഭക്ഷണം വേണമെന്ന് പറഞ്ഞു. ഞാൻ ഭക്ഷണം കഴിച്ചു കഴിഞ്ഞു. ഇനിയൊന്നും അക്ഷയപാത്രത്തിൽ ഇല്ലെന്ന് ദ്രൗപദി ഭഗവാനെ അറിയിച്ചു. ഭഗവാൻ അക്ഷയപാത്രമെടുത്തു കൊണ്ടുവരാൻ പാഞ്ചാലിയോടു പറഞ്ഞു. പാഞ്ചാലി പാത്രം കൊണ്ടുവന്ന് തുറന്നപ്പോൾ അതിനകത്ത് പറ്റിപ്പിടിച്ചിരിക്കുന്ന ഒരു ചീരയിലയുടെ ശകലം കൃഷ്ണൻ കണ്ടു. അദ്ദേഹം കൈനീട്ടി. ദ്രൗപദി ചീരയിലയുടെ അംശം ഭഗവാന്റെ കയ്യിൽ കൊടുത്തു. അതുകഴിച്ച ഭഗവാൻ സന്തുഷ്ടനായി തിരിച്ചുപോയി. കുളിച്ചുകഴിഞ്ഞ ദുർവാസാവും ശിഷ്യന്മാരും കരയ്ക്കു കയറവേ വയറുനിറഞ്ഞതായി അവർക്കെല്ലാവർക്കും തോന്നി. ഇനിയും ഭക്ഷണം കഴിക്കാൻ കഴിയില്ലെന്നു പറഞ്ഞ് ദ്രൗപദിയെ കാണാൻ തയ്യാറാകാതെ അവർ എങ്ങോട്ടോ പോയി. ഇത് ഭഗവാന്റെ ലീലയാണെന്ന് ദ്രൗപദിക്ക് മനസ്സിലായി. അങ്ങിനെ ദുർവാസാവിന്റെ ശാപത്തിൽനിന്നും പാണ്ഡവർ രക്ഷപ്പെട്ടു.

കുറച്ചുനാൾ കഴിഞ്ഞപ്പോൾ വ്യാസഭഗവാൻ ദ്വൈതവനത്തിലെത്തി. അദ്ദേഹം യുധിഷ്ഠിരനെ ഏകാന്തതയിലേക്ക് കൂട്ടിക്കൊണ്ടുപോയി. പ്രതിസ്മൃതി എന്ന വിദ്യ മഹർഷി അദ്ദേഹത്തിന് ഉപദേശിച്ചുകൊടുത്തു. അർജ്ജുനനെ ജയിക്കാൻ ആർക്കും കഴിയില്ല. എങ്കിലും ദിവ്യാസ്ത്രങ്ങൾ നേടാൻ വേണ്ടി പാർത്ഥനെ ഇന്ദ്രൻ, വരുണൻ, കുബേരൻ, യമധർമ്മൻ, ശ്രീപരമേശ്വരൻ എന്നിവരുടെ അടുത്തേക്ക് അയക്കുക. ഇത്രയും പറഞ്ഞ് വ്യാസൻ അപ്രത്യക്ഷനായി. മഹർഷി പറഞ്ഞ കാര്യങ്ങളെല്ലാം യുധിഷ്ഠിരൻ പാർത്ഥനെ അറിയിച്ചു. ജ്യേഷ്ഠന്റെ ആജ്ഞപ്രകാരം ജിഷ്ണു വനത്തിലേക്ക് പുറപ്പെടാൻ തയ്യാറെടുത്തു. പാണ്ഡവർ ദ്വൈതവനം ഉപേക്ഷിച്ച് സരസ്വതീ നദിയുടെ തീരത്തുള്ള കാമ്യകവനത്തിൽ വീണ്ടും പോയി താമസം തുടങ്ങി. എല്ലാവരോടും യാത്ര പറഞ്ഞ് അർജ്ജുനൻ വടക്കോട്ടു യാത്രയായി. ഒരുദിവസം കൊണ്ടുതന്നെ അദ്ദേഹം ഹിമാലയത്തിലെത്തി. അവിടെനിന്നും ഗന്ധമാദന പർവ്വതത്തിലെത്തി. പാർഥൻ ഒരു രാപ്പകൽ മുഴുവൻ നടന്ന് ഇന്ദ്രകീലത്തിനു സമീപത്തെത്തി. നാലുപാടും നോക്കിയ പാർഥൻ ഒരു മരച്ചുവട്ടിൽ ഏതോ ഒരു താപസൻ ഇരിക്കുന്നതുകണ്ടു. ബ്രഹ്മതേജസ്സിൽ വിളങ്ങുന്ന ആ ജടാധാരിയെക്കണ്ട കിരീടി തിരിഞ്ഞുനിന്നു. താപസൻ ചോദിച്ചു. നീ ആരാണ്? ഇവിടെ ആയുധങ്ങൾ എന്തിന്? അതൊക്കെ വലിച്ച് ദൂരെ എറിയുക. താപസൻ ചിരിച്ചുകൊണ്ട് പല

തവണ ഈ വാക്കുകൾ ആവർത്തിച്ചു. പക്ഷേ പാർഥൻ വഴങ്ങിയില്ല. ആയുധങ്ങൾ ഉപേക്ഷിക്കില്ലെന്ന് പാർഥൻ തീരുമാനിച്ചിരുന്നു. ജിഷ്ണു ഇളകുന്നില്ലെന്നുകണ്ട് താപസൻ പറഞ്ഞു. ഞാൻ ഇന്ദ്രനാണ്. നിനക്ക് വേണ്ടതെല്ലാം ചോദിച്ചുകൊള്ളുക. പാർഥൻ ഇന്ദ്രദേവനെ കൈകൂപ്പി വണങ്ങീട്ടു പറഞ്ഞു:- ഭഗവാൻ അങ്ങയിൽനിന്നും ദിവ്യാസ്ത്രങ്ങൾ നേടാനാണ് ഞാൻ വന്നത്. അങ്ങ് അതിനുള്ള വരം നൽകിയാലും. ഇന്ദ്രൻ പറഞ്ഞു:- വീരാ നിനക്കിനി ഭഗവാൻ ശ്രീശങ്കരന്റെ ദർശനം നേടാനാകും. ഇപ്പോൾ നിനക്ക് ഞാൻ എല്ലാ ദിവ്യാസ്ത്രങ്ങളും തരാം. നീ ഭഗവദ്ദർശനത്തിനു പരിശ്രമിക്കൂ. അതുകഴിഞ്ഞ് സ്വർഗ്ഗത്തിലേക്ക് വരിക, എന്നുപറഞ്ഞ് ഇന്ദ്രൻ അപ്രത്യക്ഷനായി. അർജ്ജുനൻ ഹിമാലയം കടന്ന് ഒരു ഘോരവനത്തിൽ എത്തി തപസ്സാരംഭിച്ചു. ആദ്യമാദ്യം മൂന്നു ദിവസം കൂടുമ്പോൾ ഒരുനേരം പഴുത്ത ഇലകൾ മാത്രം ഭക്ഷിച്ചു. അടുത്ത മാസത്തിൽ ഭക്ഷണം ആറുദിവസത്തിലൊരിക്കലാക്കി. മൂന്നാം മാസത്തിൽ പതനഞ്ചു ദിവസത്തിലൊരിക്കൽ ഉണക്കിലകൾ ഭക്ഷിച്ചു. നാലാം മാസമായപ്പോൾ തപസ്സിന് കാഠിന്യമേറി. ഇരുകൈകളും ഉയർത്തിപ്പിടിച്ച് കാലിലെ പെരുവിരലുകൾ മാത്രം നിലത്തൂന്നിനിന്നു. വായുമാത്രം ഭക്ഷണമാക്കി തപസ്സുതുടർന്നു. നിത്യവും രാവിലെ ജലസ്നാനം നടത്തുകയാൽ ജടകൾ മഞ്ഞളിച്ചു.

ശ്രീപരമേശ്വരൻ സുന്ദരനായ ഒരു വേടന്റെ രൂപം ധരിച്ച് അമ്പുംവില്ലുമേന്തി പാർവ്വതീദേവിയോടൊപ്പം പാർഥന്റെ അരികിലെത്തി. ഭഗവാന്റെ ഭൂതഗണങ്ങൾ വേടന്മാരുടെ വേഷത്തിൽ അദ്ദേഹത്തിന്റെ അനുചരന്മാരായി ഒന്നിച്ചുകൂടി. മൂകൻ എന്ന രാക്ഷസൻ കാട്ടുപന്നിയുടെ രൂപത്തിൽ ധനഞ്ജയനെ വകവരുത്താനൊരുങ്ങുന്നത് ഭഗവാൻ ശങ്കരൻ കണ്ടു. അർജ്ജുനൻ പന്നിയെ കണ്ടിട്ട് ഗാണ്ഡീവമെടുത്ത് ഞാണൊലി മുഴക്കിക്കൊണ്ടു പറഞ്ഞു; ദുഷ്ടാ നിരപരാധിയായ എന്നെ നീ കൊല്ലാനൊരുങ്ങുന്നുവോ. ഉടൻതന്നെ ഞാൻ നിന്നെ കാലപുരിക്കയക്കാം. അദ്ദേഹം അമ്പു തൊടുത്തു. അപ്പോൾ വേടവേഷം പൂണ്ട ശ്രീശങ്കരൻ അർജ്ജുനനെ തടഞ്ഞുകൊണ്ടു പറഞ്ഞു:- നീ അവനെ കൊല്ലരുത്. ഞാൻ നേരത്തെതന്നെ ഇവനെ ലക്ഷ്യമിട്ടതാണ്. വേടന്റെ വാക്കുകളെ അവഗണിച്ചുകൊണ്ട് പാർഥൻ ബാണപ്രയോഗം നടത്തി. അതേസമയത്തുതന്നെ ശിവനും ബാണം പ്രയോഗിച്ചു. രണ്ടു ബാണങ്ങളും പന്നിവേഷധാരിയായ മൂകന്റെ ദേഹത്ത് തറച്ചു. ദാനവൻ മരിച്ചുവീണു. അർജ്ജുനൻ വേടന്റെ നേർക്ക് തിരിഞ്ഞ് നീ ആരാണ്? ഈ വിജനപ്രദേശത്ത് കൂട്ടംകൂടി നടക്കുന്നതെന്തിന്. ഞാൻ

ഉന്നംവെച്ച പന്നിയെ നീയെന്തിനു കൊന്നു. നിന്നെ ഞാൻ ജീവനോടെ വിടില്ല. പാർഥൻ കോപംകൊണ്ട് വിറക്കുന്നുണ്ടായിരുന്നു. അദ്ദേഹം വേടന്റെ നേർക്ക് ചാടിവീണു. ഭയങ്കരമായി ശരമാരി പൊഴിച്ചു. പാർഥൻ അയച്ച ബാണങ്ങളെല്ലാം വേടധാരിയായ പരമേശ്വരൻ പിടിച്ചെടുത്തു. അമ്പുകൾ ഒടുങ്ങിയതോടുകൂടി വില്ലെടുത്ത് അടിതുടങ്ങി. എന്നാൽ അതും വേടൻ പിടിച്ചെടുത്തു. ഉടനെ അർജ്ജുനൻ വാൾപ്രയോഗം നടത്തി. ആ വാൾ രണ്ടു കഷ്ണങ്ങളായി മുറിഞ്ഞുവീണു. ആയുധങ്ങളെല്ലാം നഷ്ടപ്പെട്ട വിജയൻ ഗത്യന്തരമില്ലാതെ മുഷ്ടിയുദ്ധം നടത്തി. വേടന്റെ മുഷ്ടിപ്രഹരത്താൽ അർജ്ജുനൻ നിലംപതിച്ചു. ബോധം തെളിഞ്ഞപ്പോൾ ഭഗവാൻ ശ്രീപരമേശ്വരൻ മുമ്പിൽ നിൽക്കുന്നു. പാർഥന് കാര്യം പിടികിട്ടി. സർവാപരാധങ്ങളും പൊറുക്കണേ എന്നുപറഞ്ഞ് വേടന്റെ കാൽക്കൽ നിപതിച്ചു. പിന്നീട് പാർവതീദേവിയേയും വണങ്ങി. അർജ്ജുനന്റെ കൊടുംതപസ്സിലും ധൈര്യത്തിലും സന്തുഷ്ടനായ ശിവഭഗവാൻ പാശുപതം എന്ന ദിവ്യാസ്ത്രം ജിഷ്ണുവിന് ഉപദേശിച്ച് കൊടുത്ത് പാർവതീദേവിയോടെ അന്തർധാനം ചെയ്തു. ചിന്തിച്ചുകൊണ്ട് സ്തബ്ധനായി നിൽക്കുന്ന കിരീടിയുടെ മുമ്പിൽ വരുണനും കുബേരനും യമധർമ്മനും പ്രത്യക്ഷപ്പെട്ടു. ഇന്ദ്രാണിയോടുകൂടി ഇന്ദ്രനും മന്ഥരാചലത്തിൽ എത്തി. യമധർമ്മൻ ഫൽഗുനന് യമദണ്ഡ് കൊടുത്തു. വരുണദേവൻ വരുണപാശം കൊടുത്തു. കുബേരൻ അന്തർധാരവിദ്യ ഉപദേശിച്ചുകൊടുത്തു. അവരെല്ലാം അർജ്ജുനനെ അനുഗ്രഹിച്ച് തിരിച്ചുപോയി. ഇന്ദ്രൻ അർജ്ജുനനോട് സ്വർഗ്ഗത്തിൽ ചെല്ലാൻ പറഞ്ഞ് ഇന്ദ്രാണിയോടുകൂടി അപ്രത്യക്ഷരായി. കുളികഴിഞ്ഞുവന്ന അർജ്ജുനൻ ഇന്ദ്രരഥം കാത്ത് അവിടെത്തന്നെ നിലയുറപ്പിച്ചു. അപ്പോഴേക്കും തേരാളിയായ മാതലി ഇന്ദ്രരഥവുമായി അവിടെയെത്തി. രഥത്തിൽക്കയറി പാർഥൻ ഇന്ദ്രപുരിയിൽ എത്തി.

ദേവലോകത്തിന്റെ ശോഭയും സുഗന്ധവും ദിവ്യത്തവും പാർഥനെ അത്ഭുതപ്പെടുത്തി. അദ്ദേഹം ഇന്ദ്രന്റെ മുമ്പിലെത്തി പ്രണമിച്ചു. ഇന്ദ്രൻ പാർഥനെ സിംഹാസനത്തിലിരുത്തി. തംബുരു പ്രമുഖന്മാരായ ഗന്ധർവന്മാർ ഗാനാലാപനം നടത്തി. ഘൃതാചി, ഉർവ്വശി, മേനക, രംഭ, തിലോത്തമ തുടങ്ങിയ അപ്സരസ്സുകൾ നൃത്തമാടാൻ തുടങ്ങി. ഇന്ദ്രന്റെ നിർദ്ദേശപ്രകാരം ദേവന്മാരും ഗന്ധർവന്മാരും അർജ്ജുനനെ പ്രത്യേകമായി ഉപചരിച്ചു. പിന്നീട് അദ്ദേഹം ഇന്ദ്രഗൃഹത്തിലേക്കു പോയി. അവിടെ താമസിച്ചുകൊണ്ട് പാർഥൻ ദിവ്യാസ്ത്രങ്ങളുടെ

പ്രയോഗവിദ്യകൾ പരിശീലിച്ചു. വജ്രായുധം പ്രയോഗിക്കാനും പെട്ടെന്ന് മേഘമാലകൾകൊണ്ട് അന്തരീക്ഷം മൂടാനും ഇടിമുഴക്കമുണ്ടാക്കാനും പാർഥൻ പഠിച്ചു. എല്ലാം നേടിക്കഴിഞ്ഞശേഷം സഹോദരങ്ങളെയും ദ്രൗപദിയേയുമോർത്തു. തിരിച്ചുവരാൻ ആഗ്രഹിച്ച പാർഥനെ ഇന്ദ്രൻ അഞ്ചുവർഷക്കാലം അമരാപുരിയിൽ താമസിപ്പിച്ചു. ചിത്രസേനൻ എന്ന ഗന്ധർവനിൽനിന്ന് സംഗീതം, വാദ്യസംഗീതം, നൃത്തം എന്നീ കലകൾ അഭ്യസിക്കാൻ ഇന്ദ്രൻ അവിടെ ഏർപ്പാട് ചെയ്തിരുന്നു. ഒരുദിവസം അർജ്ജുനൻ ഉർവ്വശിയെ കണ്ണിമവെട്ടാതെ നോക്കിനിൽക്കുന്നത് ഇന്ദ്രൻ കണ്ടു. അദ്ദേഹം ചിത്രസേനനെ വിളിച്ച് ഇന്ന് ഉർവ്വശിയെ പാർഥന്റെ അടുത്തുപോകാൻ പറയണമെന്നു പറഞ്ഞു. അങ്ങിനെ ഉർവ്വശി അർജ്ജുനന്റെ അടുത്തെത്തി. ഉർവ്വശിയെ പ്രണമിച്ച് ഭക്തിപൂർവ്വം സൽക്കാരങ്ങൾ അവർക്കു നൽകി. ഇന്ദ്രന്റെ ആജ്ഞപ്രകാരം അങ്ങയെ പരിചരിക്കാനാണ് ഞാൻ വന്നത്. ഞാൻ കാമവിവശയാണ്. എന്നെ സ്വീകരിച്ചാലും എന്ന് ഉർവ്വശി പ്രേമപൂർവ്വം അർജ്ജുനനോട് പറഞ്ഞു. അവരുടെ വാക്കുകൾ കേട്ട് ചെവിരണ്ടും പൊത്തിക്കൊണ്ട് പാർഥൻ പറഞ്ഞു; നൃത്തമണ്ഡപത്തിൽ ഞാൻ ഇമവെട്ടാതെ അങ്ങയെ നോക്കിയത് ദുരുദ്ദേശപൂർവ്വകമായിരുന്നില്ല. അങ്ങ് പുരുവംശത്തിന്റെ മാതാവാണല്ലോ എന്നോർത്തിട്ടാണ്. എന്റെ മാതാവായ കുന്തീദേവിയെപ്പോലെയും ഇന്ദ്രപത്നിയായ ശചീദേവിയെപ്പോലെയും മാത്രമേ എനിക്ക് അങ്ങയെ കാണാൻ കഴിയുകയുള്ളൂ. കാമവികാരത്താൽ കോപിഷ്ഠയായ ഉർവ്വശി അർജ്ജുനനെ നോക്കി. നീ ശിഖണ്ഡിയായിത്തീരട്ടെയെന്ന് ശപിച്ച് ശപിച്ച് മടങ്ങിപ്പോയി. അർജ്ജുനൻ വേഗം പോയി ചിത്രസേനനെക്കണ്ട് കാര്യങ്ങളെല്ലാം അദ്ദേഹത്തെ ധരിപ്പിച്ചു. ഇന്ദ്രൻ പാർഥനെ രഹസ്യമായി വിളിപ്പിച്ച് സാന്ത്വനപ്പെടുത്തി. സംയമനശീലംകൊണ്ട് നീ മഹർഷിമാരെപ്പോലും തോൽപ്പിച്ചിരിക്കുന്നു. പന്ത്രണ്ടുവർഷത്തെ വനവാസത്തിനുശേഷം ഒരു വർഷത്തെ അജ്ഞാതവാസക്കാലത്ത് നിനക്ക് ആ ശാപം ഉപകാരപ്രദമാകും. വേണ്ടപ്പോൾ പുരുഷനാകാനും സ്ത്രീയാകാനും ഇതുകൊണ്ട് നിനക്ക് സാധ്യമാകും. പിന്നീട് നിനക്ക് പുരുഷത്വം ലഭിക്കുമെന്നും ഇന്ദ്രൻ പറഞ്ഞു. ശക്രന്റെ അനുമതിയോടെ അദ്ദേഹം നിവാതകവചന്മാരെ നിഗ്രഹിച്ച് പാർഥൻ ഭൂമിയിലെത്തി. കാമ്യകവനത്തിൽ വസിക്കുന്ന സഹോദരങ്ങളേയും പാഞ്ചാലിയേയും കണ്ടു. ജ്യേഷ്ഠന്റെ പാദങ്ങളിൽ വീണ് നമസ്കരിച്ചു. മറ്റ് സഹോദരങ്ങളെ ആലിംഗനം ചെയ്തു. ദേവലോകത്ത് നടന്ന സംഭവങ്ങൾ പാർഥൻ അവരോട് സവിസ്തരം

പറഞ്ഞുകൊടുത്തു. ഇതറിഞ്ഞ് എല്ലാവരും വളരെയധികം സന്തോഷിച്ചു. പിന്നീട് പാണ്ഡവരും ദ്രൗപദിയും ഭാരതത്തിലെ എല്ലാ തീർഥങ്ങളിലും സ്നാനം ചെയ്ത് മടങ്ങിവന്നു.

പാണ്ഡവന്മാർ ഹസ്തിനപുരത്തിനടുത്തുള്ള ദൈതവനത്തിൽ താമസിക്കുന്നുണ്ടെന്ന വിവരംചാരന്മാർ മുഖാന്തിരം ദുര്യോധനാദികൾ അറിയാനിടയായി. അവർ ഒത്തുകൂടി എങ്ങനെയെങ്കിലും പാണ്ഡവരെ നശിപ്പിക്കാനുള്ള ഗൂഢാലോചനകൾ നടത്തി. ഹസ്തിനപുരത്തെ പശുക്കൾ ദൈതവനത്തിലാണുള്ളതെന്നും അവയെക്കാണാൻ ഞങ്ങൾ പോവുകയാണെന്നും ദുര്യോധനൻ ധൃതരാഷ്ട്രരോട് കള്ളം പറഞ്ഞു. മനസ്സില്ലാ മനസ്സോടെ രാജാവ് അതിന് അനുമതി നൽകി. വിപുലമായ സേനയോടുകൂടെ ദുര്യോധനാദികൾ വനത്തിലേക്ക് പുറപ്പെട്ടു. പശുക്കളുടെ എണ്ണമെടുക്കുകയും അവയെ ശുശ്രൂഷിക്കുകയും ചെയ്തു. ജോലിയെല്ലാം തീർന്ന ദുര്യോധനൻ നടന്നുനടന്ന് ഒരു തടാകത്തിനടുത്തെത്തി. അന്ന് യുധിഷ്ഠിരൻ ഒരു പകൽ മുഴുവൻ നീണ്ടുനിൽക്കുന്ന രാജർഷിയജ്ഞം അവിടെ നടത്തുകയായിരുന്നു. അവിടെ ഒരു ക്രീഡാഗൃഹം നിർമ്മിക്കാൻ ദുര്യോധനൻ അനുയായികളോട് ആജ്ഞാപിച്ചു. അവർ അവിടെ എത്തുന്നതിനുമുമ്പുതന്നെ ഗന്ധർവന്മാർ അവരെ തടഞ്ഞുനിർത്തി. ഗന്ധർവരാജനായ ചിത്രസേനൻ ജലക്രീഡയ്ക്കായി നേരത്തെതന്നെ അവിടെ എത്തിയിരുന്നു. തടാകം നിരോധിതമേഖലയാണെന്നു കണ്ട അനുയായികൾ ദുര്യോധനനെ വിവരമറിയിച്ചു. ഗന്ധർവന്മാരെ ഒരു പാഠം പഠിപ്പിക്കാൻ ദുര്യോധനൻ യോദ്ധാക്കളെ അയച്ചു. ആയിരക്കണക്കിന് യോദ്ധാക്കൾ അരയും തലയും മുറുക്കി രംഗത്തിറങ്ങി. തടുക്കാൻ വന്ന ഗന്ധർവ്വന്മാരെ അവർ ബലം പ്രയോഗിച്ച് മാറ്റിനിർത്തിയിട്ട് വനത്തിൽ പ്രവേശിച്ചു. ഗന്ധർവന്മാർ ഓടിച്ചെന്ന് അവരുടെ രാജാവായ ചിത്രസേനനെ വിവരമറിയിച്ചു. കോപിഷ്ഠനായ ചിത്രസേനൻ ഗന്ധർവസൈന്യത്തെ അങ്ങോട്ടയച്ചു. വിവിധതരം ആയുധങ്ങളുമായി വന്ന ഗന്ധർവസൈന്യത്തിന്റെ മുമ്പിൽ പിടിച്ചുനിൽക്കാൻ കഴിയാതെ ദുര്യോധനന്റെ കൺമുന്നിൽവെച്ചുതന്നെ അവർ ഓടി രക്ഷപ്പെട്ടു.

ദുര്യോധനൻ, ശകുനി, വികർണൻ, ദുശ്ശാസനൻ എന്നിവർ തേരിൽക്കയറി ഗന്ധർവ്വന്മാരോട് പൊരുതാൻ ഉറച്ചുനിന്നു. കർണ്ണൻ എല്ലാവരുടെയും മുന്നിൽ നിലകൊണ്ടു. ഗംഭീരമായ യുദ്ധം പൊട്ടിപ്പുറപ്പെട്ടു. കൗരവന്മാരുടെ ബാണപ്രയോഗം ഗന്ധർവ്വസൈന്യത്തെ അസ്തവീര്യരാക്കി. അവർ പേടിച്ച് പിന്മാറുന്നതുകണ്ട് ചിത്രസേനൻ

മായാസ്ത്രം പ്രയോഗിച്ചു. മായയിൽപ്പെട്ട് സംഭ്രമത്തിലായിപ്പോയ ഓരോ കൗരവപ്പടയാളിയേയും പത്ത് ഗന്ധർവ്വന്മാർ വീതം വളഞ്ഞ് തല്ലാൻ തുടങ്ങി. തല്ലുകൊണ്ട കൗരവപ്പട പ്രാണഭയംകൊണ്ട് ഓടി പ്പോയി. അങ്ങിനെ കൗരവസേനയാകെ ഛിന്നഭിന്നമായി. ദുര്യോധ നനും കർണ്ണനും ശകുനിക്കും കാര്യമായ പരിക്കുപറ്റിയെങ്കിലും അവർ പോർക്കളത്തിൽനിന്നും പിന്തിരിഞ്ഞില്ല. ആയിരക്കണക്കിന് ഗന്ധർവ്വ ന്മാർ ഒന്നിച്ച് കർണ്ണനോട് പൊരുതി. കർണ്ണന്റെ രഥം അവർ തകർത്ത് തരിപ്പണമാക്കി. വാളും പരിചയുമേന്തിയ കർണ്ണൻ വികർണ്ണന്റെ തേരിൽ കയറി യുദ്ധം തുടർന്നു. ദുര്യോധനൻ നോക്കിനിൽക്കേ കൗര വവീരന്മാർ പോർക്കളം വിട്ട് ഓടിപ്പോയി.

ചിത്രസേനൻ ചാടിവീണ് ദുര്യോധനനെ തടവിലാക്കി. തേരിലി രുന്ന ദുശ്ശാസനനെ ഗന്ധർവ്വന്മാർ പിടികൂടി. ജലക്രീഡയ്ക്കുവന്ന രാജാംഗനമാരെയെല്ലാം ചില ഗന്ധർവ്വന്മാർ തങ്ങളുടെ അധീനതയി ലാക്കി. രക്ഷപ്പെട്ടോടിയ കൗരവപ്പടയാളികൾ പാണ്ഡവരെ അഭയം പ്രാപിച്ചു. ദുര്യോധനനെ മോചിപ്പിക്കണമെന്ന് മന്ത്രിമാർ യുധിഷ്ഠിര നോട് കേണപേക്ഷിച്ചു. കൗരവേരും രാജാംഗനമാരെയും ഗന്ധർവ്വ ന്മാരുടെ അധീനതയിൽനിന്നും മോചിപ്പിക്കണമെന്നും അവർ പറഞ്ഞു. ഇതുകേട്ട് ഭീമസേനൻ പൊട്ടിച്ചിരിച്ചുകൊണ്ട് കൗരവർ തങ്ങളോടു കാട്ടിയ ക്രൂരതകളോർത്ത് സന്തോഷിച്ചു. എന്നാൽ ആ സംരംഭ ത്തിൽനിന്നും ഭീമസേനനെ യുധിഷ്ഠിരൻ പിന്തിരിപ്പിച്ചു. പാണ്ഡവ രോടെല്ലാവരോടുമായി യുധിഷ്ഠിരൻ പറഞ്ഞു: ദുര്യോധനാദികളെയും സ്ത്രീകളേയും മോചിപ്പിക്കാൻ. അവരുടെ അഭിമാനം കാക്കേണ്ടത് നാമാണ്. കൗരവരുടെ തേരിൽ എല്ലാ ആയുധങ്ങളുമുണ്ട്. ദുര്യോധ നാദികൾ പാണ്ഡവരുടെ ഔദാര്യം കൊണ്ടാണ് മോചിതരായതെന്ന റിഞ്ഞാൽ അത് നമുക്കൊരു നേട്ടമല്ലേ. ഉടൻ പാണ്ഡവന്മാർ ഗന്ധർവ്വ ന്മാരോട് ദുര്യോധനാദികളേയും രാജാംഗനമാരേയും വിട്ടുനൽകാൻ പറഞ്ഞു. അവർ അതിനു തയ്യാറായില്ല. അതുകൊണ്ട് അവിടെ അത്യു ഗ്രമായ യുദ്ധം നടന്നു. ആയിരക്കണക്കിന് ഗന്ധർവ്വന്മാർ മരിച്ചുവീ ണു. ഈ സമയത്ത് ചിത്രസേനന്റെ ഗദ അർജ്ജുനന്റെ നേർക്ക് പാഞ്ഞ ടുത്തു. അതിനെ അർജ്ജുനൻ ശരംപ്രയോഗിച്ച് ഏഴു കഷണങ്ങളായി മുറിച്ചു. ചിത്രസേനൻ പാർത്ഥനോടു പറഞ്ഞു: നിന്റെ സ്നേഹിതനായ ചിത്രസേനനെന്ന ഗന്ധർവ്വരാജനാണ് ഞാൻ. നിങ്ങളെ എല്ലാവരേയും വധിക്കാനായിരുന്നു ദുര്യോധനാദികളുടെ ഗൂഢോദ്ദേശ്യം. അത് മുൻകൂട്ടി കണ്ടറിഞ്ഞതിനാലാണ് ഞങ്ങൾ ഇവിടെ വന്നതും അവരു

മായി ഏറ്റുമുട്ടിയതും. പിന്നീട് അമൃതജലം തളിച്ച് മരിച്ചുപോയ ഗന്ധർവ്വന്മാരെയെല്ലാം ജീവിപ്പിച്ചു. കൗരവാദികളെയെല്ലാം മോചിപ്പിച്ച യുധിഷ്ഠിരനോടും പാണ്ഡവരോടും നന്ദി പറഞ്ഞ് കൗരവർ ലജ്ജയോടുകൂടി ഹസ്തിനപുരത്ത് തിരിച്ചെത്തി. അർജ്ജുനനെ ദേവലോകത്ത് ഇന്ദ്രന്റെ ആജ്ഞപ്രകാരം വാദ്യസംഗീതം, ശുദ്ധസംഗീതം, നൃത്തം എന്നിവ പഠിപ്പിച്ച ഗന്ധർവ്വരാജനായിരുന്നു ചിത്രസേനൻ.

ഇത്രയേറെ അപമാനങ്ങൾ സഹിച്ചിട്ടും പാണ്ഡവരോടുള്ള ദുര്യോധനന്റെ പകയ്ക്ക് മാറ്റം വന്നില്ല. പാണ്ഡവർ കുറച്ചുകാലംകൂടി ആ വനപ്രദേശത്തു താമസിച്ചു. ഒരുദിവസം പാണ്ഡവരെല്ലാം വനാന്തർഭാഗത്തേക്കു പോയിരുന്നു. ദ്രൗപദിമാത്രം ആശ്രമത്തിൽ തനിച്ചായി. ആ സമയത്ത് ദുഃശ്ശളയുടെ ഭർത്താവായ ജയദ്രഥനും കുറേ സാമന്തരാജാക്കന്മാരും തേരുകളിൽ സൈന്യസമേതം ഒരു വിവാഹത്തിന് ആശ്രമത്തിനടുത്തുകൂടെ പോവുകയായിരുന്നു. ആശ്രമത്തിന്റെ വാതിൽക്കൽ നിൽക്കുന്ന ദ്രൗപദിയെ ജയദ്രഥൻ കാണാനിടയായി. അവളുടെ അനവദ്യസൗന്ദര്യംകണ്ട് രാജാ ജയദ്രഥൻ അത്ഭുതപ്പെട്ടുപോയി. അവളെ തന്റെ ഭാര്യയാക്കണമെന്ന ഉദ്ദേശത്തോടുകൂടി അയാൾ പാഞ്ചാലിയെ സമീപിച്ചു. എന്നോടൊപ്പം വരണമെന്നും അല്ലെങ്കിൽ ഞാൻ തട്ടിക്കൊണ്ടുപോയി വിവാഹം കഴിക്കുമെന്നും പറഞ്ഞു. എന്റെ ഭർത്താക്കന്മാർ ഉടൻ ഇവിടെയെത്തി നിന്നെ വേണ്ടപോലെ കൈകാര്യം ചെയ്യുമെന്നും ദ്രൗപദി പറഞ്ഞുനോക്കി. ഇതൊന്നും വകവെക്കാതെ ജയദ്രഥൻ ബലം പ്രയോഗിച്ച് പാഞ്ചാലിയെ തേരിൽക്കയറ്റി കൊണ്ടുപോയി. ആശ്രമത്തിൽ തിരിച്ചെത്തിയ പാണ്ഡവർ ദ്രൗപദിയെ കാണാതെ എല്ലായിടത്തും തിരയാൻ തുടങ്ങി. കുലഗുരുവായ ധൗമ്യൻ എല്ലാ വിവരങ്ങളും പാണ്ഡവരോടു വിവരിച്ചുപറഞ്ഞു. ഉടൻതന്നെ തേരുപോയ ദിശ ലക്ഷ്യമാക്കി അവർ പാഞ്ഞു. തേരിൽ പാഞ്ചാലിയെക്കണ്ട പാണ്ഡവർ കോപാകുലരായി. ജയദ്രഥന്റെ കാലാൾപ്പടയുടെ മദ്ധ്യത്തിലൂടെ ഭീമസേനൻ ഓടിച്ചെന്ന് ജയദ്രഥനെ വെല്ലുവിളിച്ചു.

പാണ്ഡവർ അടുത്തെത്തിയ വിവരമറിഞ്ഞ ജയദ്രഥസൈന്യം സ്തബ്ധരായിപ്പോയി. ഭീമസേനന്റെ നേർക്ക് ജയദ്രഥനും മറ്റു രാജാക്കന്മാരും ബാണങ്ങൾ പ്രയോഗിച്ചു. മുമ്പിലുണ്ടായിരുന്ന ആനകളേയും കുതിരകളേയും തന്റെ ഗദാപ്രയോഗത്തിലൂടെ തവിടുപൊടിയാക്കി ഭീമസേനൻ മുന്നേറി. അർജ്ജുനൻ അഞ്ഞൂറ് മഹാരഥികളെ ബാണമെയ്ത് വധിച്ചു. യുധിഷ്ഠിരൻ നൂറ് യോദ്ധാക്കളെ വധിച്ചു. നകുലൻ വാളേന്തി നിരവധി സൈനികരെ വകവരുത്തി. സഹദേവൻ തേരു

മായി ഗജസേനയിലേക്ക് കടന്ന് കണക്കില്ലാത്തത്ര നാശം വിതച്ചു. ഇതെല്ലാം കണ്ട ജയദ്രഥൻ ദ്രൗപദിയെ തേരിൽനിന്നും താഴെയിറക്കി. വനാന്തർ ഭാഗത്തേക്ക് ഓടിപ്പോയി. ദ്രൗപദിയേയും കൂട്ടി ധൗമ്യനും യുധിഷ്ഠിരനും നകുല സഹദേവന്മാരും ആശ്രമത്തിലേക്ക് മടങ്ങി. ജയദ്രഥനെ പിന്തുടർന്ന് ഭീമാർജ്ജുനന്മാർ വളരെ വേഗത്തിൽ കാട്ടിലൂടെ ഓടി. ഭീമൻ ജയദ്രഥനെ പിടികൂടി. വേണ്ടത്ര മർദ്ദനം അദ്ദേഹത്തിനുകിട്ടി. ഭീമൻ ജയദ്രഥനെ ആകാശത്തേക്കുയർത്തി അതിവേഗം നിലത്തടിച്ചു. വേദനകൊണ്ട് പുളഞ്ഞ ജയദ്രഥനെ കൊല്ലാനൊരുങ്ങുമ്പോൾ പാർഥൻ തടഞ്ഞു. രാജാജ്ഞ ഭീമനെ ഓർമ്മിപ്പിച്ചു. ദുഃശ്ശളയുടെ മാംഗല്യസൂത്രത്തിന്റെ ഭദ്രതയെക്കുറിച്ച് സൂചന നൽകി. ഭീമസേനൻ അർദ്ധചന്ദ്രാകാരമായ അമ്പെടുത്ത് ജയദ്രഥന്റെ അഞ്ച് ശിരോരോമങ്ങൾ ബാക്കിയാക്കി മുടിയെല്ലാം മുറിച്ചുകളഞ്ഞു. പിടിച്ചുകെട്ടി യുധിഷ്ഠിരന്റെ മുമ്പിൽ ഹാജരാക്കി. ഇത്രയും അപമാനങ്ങൾ സഹിച്ച ജയദ്രഥനെ യുധിഷ്ഠിരൻ വിട്ടയക്കാൻ പറഞ്ഞു. അഞ്ച് ശിരോരോമത്തോടുകൂടി ജയദ്രഥൻ ബാക്കി സൈന്യങ്ങളേയും രാജാക്കന്മാരേയും കൂട്ടി നാട്ടിലേക്ക് മടങ്ങി.

കുന്തിദേവിയുടെ മകനായി പിറന്ന കർണ്ണൻ രാധയുടേയും അധിരഥന്റെയും മകനായി വളർന്നു. യുവാവായപ്പോൾ മകനെ അധിരഥൻ ഹസ്തിനപുരത്തേക്കയച്ചു. ആ സമയത്താണ് ദ്രോണാചാര്യരിൽനിന്ന് കർണ്ണൻ ധനുർവിദ്യ പഠിച്ചത്. കൂടാതെ ദുര്യോധനന്റെ ഉറ്റ മിത്രവുമായി മാറി. കവചകുണ്ഡലങ്ങൾ ഉള്ളതുകൊണ്ട് ബ്രാഹ്മണർ വസുഷേണൻ എന്നുവിളിച്ചു. വൃഷ്ണൻ എന്ന പേരിലും അദ്ദേഹം അറിയപ്പെട്ടിരുന്നു. പിന്നീട് ഒരു ബ്രാഹ്മണകുമാരന്റെ വേഷം ധരിച്ച് പരശുരാമനിൽനിന്ന് ആയുധവിദ്യ പഠിക്കാൻ പോയി. ഇരുപത്തൊന്നുവട്ടം ക്ഷത്രിയരെ സംഹരിച്ച പരശുരാമൻ തന്നെ സ്വീകരിക്കില്ലെന്ന് കർണ്ണന് അറിയാമായിരുന്നു. ബ്രാഹ്മണകുമാരനാണെന്ന് തെറ്റിദ്ധരിച്ച് പരശുരാമൻ ധവുർവിദ്യയും മറ്റ് ആയുധവിദ്യയും കർണ്ണനെ പഠിപ്പിച്ചു. ഒരു ദിവസം പ്രിയശിഷ്യനായ കർണ്ണന്റെ മടിയിൽ തലവെച്ച് ഭൃഗുരാമൻ ഉറങ്ങുകയായിരുന്നു. ഗുരു നല്ല ഉറക്കത്തിലായപ്പോൾ ഒരു വണ്ട് വന്ന് കർണ്ണന്റെ തുടയിൽ കടിച്ചു. വേദനകൊണ്ട് കർണ്ണൻ പുളഞ്ഞു. എന്നാൽ ഗുരുവിന്റെ നിദ്രക്ക് ഭംഗം വരരുത് എന്നു കരുതി വേദന സഹിച്ചുകൊണ്ട് അങ്ങിനെതന്നെയിരുന്നു. വണ്ട് മാംസം തുളച്ച് മുറിവുണ്ടാക്കിയിരുന്നു. അതുകൊണ്ട് രക്തം ധാരധാരയായി ഒഴുകി. രക്തം ശരീരത്തിൽ സ്പർശിച്ചപ്പോൾ പരശുരാമൻ പെട്ടെന്ന് ഉണർന്നു. വേദന

സഹിച്ചുകൊണ്ട് ഒന്നും സംഭവിക്കാത്തമട്ടിൽ ഇരിക്കുന്ന കർണ്ണനെ നോക്കി. അപ്പോഴാണ് ശിഷ്യൻ ബ്രാഹ്മണബാലനല്ലെന്ന് അദ്ദേഹത്തിന് മനസ്സിലായത്. വണ്ട് തുടയിൽ തുളച്ചപ്പോൾ ബ്രാഹ്മണകുമാരനാണെങ്കിൽ വേദന സഹിക്കവയ്യാതെ നിലവിളിക്കുമായിരുന്നുവെന്ന് ഗുരു മനസ്സിലാക്കി. നീ ക്ഷത്രിയകുമാരനല്ലേയെന്ന് കർണ്ണനോട് അദ്ദേഹം ചോദിച്ചു. അതേയെന്ന് കർണ്ണൻ മറുപടി പറഞ്ഞു. ശിഷ്യനായതുകൊണ്ട് നിന്നെ ഞാൻ വധിക്കുന്നില്ല. പഠിപ്പിച്ചുതന്ന അസ്ത്രങ്ങൾ നിനക്ക് ഗുണം ചെയ്യാതിരിക്കട്ടെയെന്ന് കർണ്ണനെ ശപിച്ചു. പിന്നീട് കർണ്ണൻ തിരിച്ചുവന്നു. പ്രസവിച്ചപ്പോൾത്തന്നെ ഒരു പേടകത്തിലാക്കി നദിയിലൊഴുക്കിയ കഥ അമ്മയായ കുന്തിക്കുമാത്രമേ അറിയാമായിരുന്നുള്ളൂ. നിത്യവും പ്രഭാതസമയത്ത് കർണ്ണൻ നദിയിൽ സ്നാനം ചെയ്ത് സൂര്യതർപ്പണം ചെയ്യുക പതിവായിരുന്നു. ആ സമയത്ത് ഒരു ദിവസം ദേവേന്ദ്രൻ ഒരു വിപ്രന്റെ വേഷത്തിൽ കർണ്ണന്റെ മുമ്പിൽവന്ന് ഭിക്ഷയാചിച്ചു. എന്തുവേണമെങ്കിലും ചോദിച്ചുകൊള്ളാൻ ദാനശീലനായ കർണ്ണൻ ബ്രാഹ്മണനോടു പറഞ്ഞു. തന്റെ കവചകുണ്ഡലങ്ങൾ വേണമെന്ന് ഇന്ദ്രൻ പറഞ്ഞു. ബ്രാഹ്മണവേഷത്തിൽ തന്നെ സമീപിച്ചത് ഇന്ദ്രനാണെന്ന് കർണ്ണന് നേരത്തെ അറിയാമായിരുന്നു. ഞാൻ കവചകുണ്ഡലങ്ങൾ അങ്ങേക്കു തരാം. അതിന് പകരമായി എനിക്ക് താങ്കളുടെ പക്കലുള്ള ശക്തിയെന്ന ആയുധം തരാൻ കനിവുണ്ടാകണമെന്ന് കർണ്ണൻ പറഞ്ഞു. അപ്പോൾ ദേവേന്ദ്രൻ പറഞ്ഞു: ആ ആയുധം ഞാൻ പ്രയോഗിച്ചാൽ അനേകായിരം ശത്രുക്കളെ നശിപ്പിച്ച് ശക്തി എന്നിൽ തിരിച്ചെത്തും. നീയത് പ്രയോഗിച്ചാൽ ഒരിക്കൽ മാത്രമേ ലക്ഷ്യം നേടാൻ സാധിക്കൂ. പിന്നീട് ശക്തി എന്നിൽത്തന്നെ തിരിച്ചെത്തും. വ്യവസ്ഥയനുസരിച്ച് ഇരുവരും കവചകുണ്ഡലങ്ങളും ശക്തിയെന്ന ആയുധവും പരസ്പരം കൈമാറി. ഈ സംഭവമറിഞ്ഞ് കൗരവർ വളരെയധികം ദുഃഖിച്ചു. പാണ്ഡവർ ആഹ്ലാദഭരിതരായി. പിന്നീട് പാണ്ഡവർ പാഞ്ചാലിയോടുകൂടി കാമ്യവനം വിട്ട് ദ്വൈതവനത്തിൽ എത്തി. മനോഹരമായ ആ വനപ്രദേശം ജലസമൃദ്ധമായി. അവർ അവിടെ താമസവും ആരംഭിച്ചു.

ഏതാനും ദിവസങ്ങൾ കഴിഞ്ഞപ്പോൾ ഒരുനാൾ ഒരു ബ്രാഹ്മണന്റെ അരണി കടയുന്ന തടിയിൽ ഒരു മാൻ കൊമ്പുരച്ചു. അരണിക്കോൽ മാനിന്റെ കൊമ്പിൽ കുടുങ്ങി. അത് ഓടിപ്പോയി. ബ്രാഹ്മണൻ പാണ്ഡവർ താമസിക്കുന്ന സ്ഥലത്തെത്തി. താൻ അഗ്നി ജ്വലിപ്പിക്കാൻ ഉപയോഗിക്കുന്ന തടി ഒരു മാനിന്റെ കൊമ്പിൽ കുടുങ്ങിയെന്നും മാൻ

ഓടിപ്പോയെന്നും അത് വീണ്ടെടുത്ത് തരണമെന്നും യുധിഷ്ഠിരനോട് പറഞ്ഞു. പാണ്ഡവർ ബ്രാഹ്മണനെ ആശ്വസിപ്പിച്ച് മാൻ ഓടിപ്പോയ വഴിയേ ആയുധങ്ങളുമായി നടന്നു. വളരെദൂരം അവർ സഞ്ചരിച്ചെങ്കിലും മാനിനെ കണ്ടെത്താൻ കഴിഞ്ഞില്ല. ക്ഷീണിതരായ അവർ ഒരു വൃക്ഷച്ചുവട്ടിൽ ഇരുന്നു. ദാഹം സഹിക്കവയ്യാതെ നകുലനെ വിളിച്ച് എവിടുന്നെങ്കിലും അല്പം ജലം കൊണ്ടുവരാൻ പറഞ്ഞു. അവിടെ അടുത്തുതന്നെ ഒരു തടാകമുണ്ടായിരുന്നു. നകുലൻ തടാകക്കരയിലെത്തി. വെള്ളം കുടിക്കാനായി കുനിഞ്ഞു. അപ്പോൾ ഒരു അശരീരി കേട്ടു. കുഞ്ഞേ വെള്ളം കുടിക്കണമെങ്കിൽ എന്റെ ചോദ്യങ്ങൾക്ക് ശരിയായ ഉത്തരം പറയണം. അതുകഴിഞ്ഞാൽ നിനക്ക് വെള്ളമെടുക്കാം. ആ അശരീരിയെ കണക്കിലെടുക്കാതെ നകുലൻ വെള്ളം കുടിച്ചു. അവിടെത്തന്നെ മരിച്ചുവീണു. വെള്ളമെടുക്കാൻ പോയ നുകലനെ കാണാത്തതുകൊണ്ട് സഹദേവനെ അയച്ചു. അവനും അശരീരിയ്ക്ക് മറുപടി പറയാതെ വെള്ളം കുടിച്ചതുകൊണ്ട് അവിടെ മരിച്ചുവീണു. പിന്നീട് ഭീമസേനൻ പോയി. അദ്ദേഹത്തിനും ഇതേ ഗതി വന്നു. വെള്ളം കൊണ്ടുവരാൻ പോയ അനുജന്മാരെ ആരെയും കാണാത്തതുകൊണ്ട് യുധിഷ്ഠിരൻ തന്നെ അങ്ങോട്ടുചെന്നു. അപ്പോഴും മേൽപ്പറഞ്ഞ അശരീരി ഉണ്ടായി. എന്റെ ചോദ്യങ്ങൾക്ക് ഉത്തരം നൽകാതെ വെള്ളം കുടിച്ചതാണ് ഇവരുടെ മരണത്തിനു കാരണം. ചോദിച്ചോളൂ, ഉത്തരം പറയാമെന്ന് ധർമ്മജൻ പറഞ്ഞു. ഞാൻ യക്ഷനാണ്. ഈ തടാകം എന്റെ അധീനതയിലാണ് എന്നു പറഞ്ഞ് യക്ഷൻ ചോദ്യങ്ങൾ ചോദിക്കാൻ തുടങ്ങി. എല്ലാ ചോദ്യങ്ങൾക്കും യുധിഷ്ഠിരൻ ഉത്തരം പറഞ്ഞു. ശരിയായ ഉത്തരം പറഞ്ഞത് കേട്ടപ്പോൾ സന്തുഷ്ടനായ യക്ഷൻ പറഞ്ഞു. മരിച്ചുകിടക്കുന്ന ഒരാളെ ഞാൻ ജീവിപ്പിക്കാം എന്ന്. ആരെയാണ് ഞാൻ ജീവിപ്പിക്കേണ്ടത് എന്ന് ചോദിച്ചപ്പോൾ നകുലനെ ജീവിപ്പിക്കണമെന്ന് പറഞ്ഞു. വില്ലാളിവീരനായ അർജ്ജുനനെയോ സുപ്രസിദ്ധ ഗദാധരനായ ഭീസമേനനെയോ അല്ലെ നിങ്ങൾക്കാവശ്യം എന്ന് യക്ഷൻ ചോദിച്ചു. യുധിഷ്ഠിരൻ മറുപടി പറഞ്ഞു: എന്റെ അച്ഛൻ പാണ്ഡുരാജാവിന് രണ്ടു ഭാര്യമാർ. അതിൽ കുന്തിയുടെ മക്കളാണ് ഞാനും ഭീമസേനനും അർജ്ജുനനും. മാദ്രിയുടെ മക്കളാണ് നകുലനും സഹദേവനും. അതുകൊണ്ട് നകുലൻ ജീവിച്ചിരിക്കട്ടെയെന്ന് യുധിഷ്ഠിരൻ പറഞ്ഞു. ധർമ്മജന്റെ ബുദ്ധിശക്തിയിൽ സന്തുഷ്ടനായ യക്ഷൻ എല്ലാവരേയും ജീവിപ്പിച്ചു. അതിനുശേഷം എല്ലാവരും വെള്ളം കുടിച്ചു. യക്ഷരൂപത്തിൽ പാണ്ഡവരെ

പരീക്ഷിക്കാൻ വന്നത് സാക്ഷാൽ യമധർമ്മനായിരുന്നു. അദ്ദേഹം മാൻ കൊണ്ടുപോയ അരണിത്തടി പാണ്ഡവരെ ഏല്പിച്ച് ഇത് ബ്രാഹ്മണന് കൊടുക്കണമെന്നുപറഞ്ഞ് അന്തർധാനം ചെയ്തു. അപ്പോഴേക്കും വന വാസകാലം ഏതാണ്ട് അവസാനിക്കാറായിരുന്നു.

അജ്ഞാതവാസത്തിലെ അഭിനയമികവുകൾ

അജ്ഞാതവാസം ആരംഭിക്കാൻ ഇനി ഏതാനും ദിവസങ്ങൾ മാത്രമേ ബാക്കിയുള്ളൂ എന്നറിഞ്ഞ യുധിഷ്ഠിരൻ വളരെ രഹസ്യ മായി സഹോദരങ്ങളെ വിളിച്ച് അജ്ഞാതവാസക്കാലം എവിടെ താമ സിക്കണമെന്ന് അവരോടുകൂടി ആലോചന നടത്തി. ബ്രാഹ്മണവേഷ ത്തിൽ മത്സ്യരാജ്യത്തിലേക്ക് പോകാൻ അവർ ഏകകണ്ഠമായി തീരു മാനിച്ചു. ഓരോരുത്തർക്കും യുധിഷ്ഠിരൻ അപരനാമധേയം കൊടു ത്തു. വിരാടരാജാവിന് പകിടകളിയിൽ താല്പര്യമുണ്ട്. എനിക്കും പകിട കളിക്കാനറിയാം. രാജാവിന്റെ മനോരഞ്ജനത്തിനുവേണ്ടി ഞാൻ കങ്കൻ എന്ന ബ്രാഹ്മണന്റെ വേഷത്തിൽ അവിടെ കടന്നുപറ്റാ മെന്ന് യുധിഷ്ഠിരൻ പറഞ്ഞു. ഭീമസേനാ നീ ഏത് വേഷത്തിലാണ് വിരാടരാജ്യത്ത് കഴിയാൻ ആഗ്രഹിക്കുന്നത്. ഭീമൻ പറഞ്ഞു: ഞാൻ പാചകത്തിൽ നിപുണനാണ്. അതുകൊണ്ട് വലലൻ എന്ന പാചക ക്കാരനായി ഞാൻ അവിടെ കടന്നുകൂടാം. യുധിഷ്ഠിരൻ പാർത്ഥനോട് ചോദിച്ചു, വിജയാ, നീ അവിടെ എന്തു ജോലിയാണ് എടുക്കാൻ ആഗ്ര ഹിക്കുന്നത്. അർജ്ജുനൻ പറഞ്ഞു: ഊർവ്വശീശാപം കൊണ്ട് നപും സകമായ ഞാൻ അവിടെ താമസിച്ചുകൊണ്ട് ബൃഹന്നള എന്ന പേര് സ്വീകരിച്ച് അന്തഃപ്പുര സ്ത്രീകളെ നൃത്തവും സംഗീതവും പഠിപ്പിക്കാം. അതുകൂടാതെ വാദ്യോപകരണങ്ങൾ വായിക്കാനും ഞാൻ അവരെ പഠിപ്പിക്കും. യുധിഷ്ഠിരൻ നകുലനെ വിളിച്ച് ചോദിച്ചു, നീ അവിടെ എന്തു ജോലി ചെയ്യാനാണുദ്ദേശിക്കുന്നത്.നകുലൻ പറഞ്ഞു; കുതി രകളെക്കുറിച്ച് എനിക്ക് കൂടുതൽ വിജ്ഞാനമുണ്ട്. അവയെ വളർത്തു ക, സംരക്ഷിക്കുക, അവയുടെ രോഗങ്ങൾക്ക് ചികിത്സ നൽകുക, അവയെ പരിശീലിപ്പിക്കുക. ഇവയൊക്കെ എനിക്ക് താല്പര്യമുള്ള വിഷയങ്ങളാണ്. ഗ്രന്ഥികൻഎന്ന പേരോടെ ഞാൻ വിരാടന്റെ കുതി രാലയത്തിൽ ജോലി നേടും. സഹദേവനോടും യുധിഷ്ഠിരൻ ഇതേ

ചോദ്യങ്ങൾ ചോദിച്ചു. ഞാൻ വിരാടരാജന്റെ പശുക്കളെ സംരക്ഷിക്കാം. എത്ര വിറളി പിടിച്ച പശുക്കളെയും ചൊൽപ്പടിക്കു നിർത്താൻ എനിക്ക് കഴിയും. അതുകൊണ്ട് ദന്തിപാലൻ എന്ന പേരിൽ ഞാനവിടെ ജോലി നേടും. യുധിഷ്ഠിരൻ ദ്രൗപദിയുടെ നേരെ തിരിഞ്ഞ് ഭവതി എന്തുജോലിയാണവിടെ ചെയ്യാനുദ്ദേശിക്കുന്നത് എന്ന് ചോദിച്ചു. എന്നെക്കുറിച്ച് അങ്ങേയ്ക്ക് വേവലാതി വേണ്ട. അന്യഗൃഹങ്ങളിൽ ജോലി ചെയ്യുന്നവരെ സൈരന്ധ്രി എന്ന പേരിലാണ് അറിയപ്പെടുന്നത്. കേശാലങ്കാരം എനിക്ക് ഇഷ്ടപ്പെട്ട ജോലിയാണ്. ആരെങ്കിലും ചോദിച്ചാൽ ഞാൻ ദ്രൗപദിയുടെ ദാസിയാണെന്നും പറയാം. പോരെങ്കിൽ വിരാടരാജന്റെ പത്നി സുദേഷ്ണ എന്നെ സംരക്ഷിക്കുകയും ചെയ്യും. തീരുമാനങ്ങൾ എടുത്തതിനുശേഷം പാണ്ഡവർ യമുനാനദിയുടെ തെക്കേക്കരയിലൂടെ നടന്ന് മത്സ്യരാജ്യത്തിന്റെ അടുത്തെത്തി. നമ്മുടെ ആയുധങ്ങളെല്ലാം എവിടെ സൂക്ഷിക്കുമെന്ന് യുധിഷ്ഠിരൻ പാർഥനോട് ചോദിച്ചു. ഇവിടെ ശ്മശാനത്തിന്നടുത്തുള്ള കുന്നിൻമുകളിൽ ശാഖോപശാഖകളോടുകൂടിയ ഒരു വടവൃക്ഷമുണ്ട്. അതിൽക്കയറാൻ എളുപ്പത്തിൽ ആർക്കും സാധ്യമല്ല. മാത്രമല്ല അവിടെ ആരും പോകാറുമില്ല. ഹിംസ്രജന്തുക്കളും സർപ്പങ്ങളും അവിടെ ധാരാളമുണ്ട്. നമുക്ക് അവിടെച്ചെന്ന് ആയുധങ്ങൾ വൃക്ഷത്തിൻമുകളിൽ ഒരു ശവത്തിന്റെ രൂപത്തിൽ കെട്ടിവെക്കാം എന്ന് അർജ്ജുനൻ മറുപടി പറഞ്ഞു. എത് എല്ലാവരും അംഗീകരിച്ച് അതുപോലെ ചെയ്തു.

തുടർന്ന് അവർ വിരാടനഗറിൽ എത്തിച്ചേർന്നു. ഒരു വസ്ത്രത്തിൽ പകിടകൾ പൊതിഞ്ഞ് യുധിഷ്ഠിരൻ രാജാവിന്റെ മുമ്പിലെത്തി. അദ്ദേഹം രാജാവിനോടുണർത്തിച്ചു; സർവ്വസ്വവും കൊള്ളയടിക്കപ്പെട്ട ഒരു ബ്രാഹ്മണനാണ് ഞാൻ. ഉപജീവനത്തിനുവേണ്ടി അങ്ങയുടെ മുമ്പിൽ വന്നതാണ്. എനിക്ക് അങ്ങയെ സന്തോഷിപ്പിക്കാൻ പകിടയെറിയാനറിയാം. രാജാവ് അദ്ദേഹത്തെ അവിടെ താമസിപ്പിച്ചു. ഭീമസേനൻ ഒരു കയ്യിൽ ചട്ടുകവും തവിയും മറുകയ്യിൽ കത്തിയുമായി വന്ന് രാജാവിനോട് പറഞ്ഞു; മഹാരാജൻ ഞാനൊരു പാചകക്കാരനാണ്. വലലൻ എന്നാണെന്റെ പേര്. മല്ലയുദ്ധവും എനിക്ക് വശമുണ്ട്. രാജാവ് ഭീമസേനനെ കൊട്ടാരത്തിലെ പാചകക്കാരനായി നിയമിച്ചു. ദ്രൗപദി വിരാടനഗരിയിലൂടെ അലഞ്ഞുനടക്കുന്നതുകണ്ട രാജ്ഞി അവളെ വിളിപ്പിച്ചു. ദ്രൗപദിയുടെ രൂപസൗന്ദര്യം കണ്ട സുദേഷ്ണ അവളൊരു ദേവതയാണോ എന്നുപോലും സംശയിച്ച് അവളോട് ചോദിച്ചു: നീ ആരാണ്? എവിടെനിന്നു വരുന്നു? എന്താണ് നിന്റെ

പേര്? ദ്രൗപദി പറഞ്ഞു, മഹാറാണി ഞാൻ സത്യം പറയുന്ന സ്ത്രീയാണ്. സൈരന്ധ്രിയാണ്. അങ്ങുദ്ദേശിച്ചതുരോലെയുള്ള ആളല്ല ഞാൻ. മുമ്പ് പാണ്ഡവപത്നിയായ ദ്രൗപദിയുടെ ദാസിയായി ജോലി ചെയ്തിരുന്നു. എനിക്ക് മുടി ചീകിക്കെട്ടാനും മറ്റു കേശാലങ്കാരങ്ങൾ നടത്തുവാനുള്ള പരിജ്ഞാനമുണ്ട്. രാജകൊട്ടാരത്തിലെ കുലാംഗനമാർക്ക് ഞാൻ സേവനം ചെയ്യാം. അങ്ങിനെ സൈരന്ധ്രി എന്ന പേരിൽ ദ്രൗപദി അവിടെ നിയമിതയായി. പിന്നീട് ഇടയവേഷം ധരിച്ച് ഇടയന്മാരുടെ ഭാഷ സംസാരിച്ചുകൊണ്ട് സഹദേവൻ രാജാവിന്റെ ഗോശാലയ്ക്കടുത്തെത്തി. രാജാവ് ചോദിച്ചു, നീ ആരാണ്? എവിടെനിന്നു വരുന്നു. എന്തു ജോലിയാണ് നിനക്ക് അറിയാവുന്നത്. ഞാൻ വൈശ്യനാണ്. ഇതുവരെ ഞാൻ പാണ്ഡവരുടെ പശുക്കളെ സംരക്ഷിക്കുകയായിരുന്നു. ഇപ്പോൾ അവർ എവിടെപ്പോയെന്നറിയില്ല. വിരാടരാജൻ പശു സംരക്ഷകനായി സഹദേവനെ നിയമിച്ചു. അനന്തരം സ്ത്രീകളെപ്പോലെ ആഭരണങ്ങളണിഞ്ഞ സുന്ദരനായ ഒരു ചെറുപ്പക്കാരൻ രാജസന്നിധിയിൽ എത്തി. വീരനായ അർജ്ജുനൻ ഇങ്ങനെ പരിചയപ്പെടുത്തി. മഹാരാജൻ ഞാൻ ഷണ്ഡനാണ്. പേര് ബൃഹന്നള. ഞാൻ നൃത്തവും പാട്ടും വാദ്യോപകരണങ്ങൾ വായിക്കാനും പഠിച്ചിട്ടുണ്ട്. നൃത്തകലയിലും സംഗീതത്തിലും നിപുണനാണ്. അങ്ങയുടെ മകളായ ഉത്തരയെ കലാവിദ്യകൾ പഠിപ്പിക്കാൻ എന്നെ നിയമിച്ചാലും. രാജാവ് അതിന് സമ്മതം മൂളി. ബൃഹന്നള അവിടെ നിയമിക്കപ്പെട്ടു. കുതിരക്കാരന്റെ രൂപത്തിൽ ലായത്തിനുചുറ്റും നടന്നിട്ട് നകുലൻ രാജസഭയിൽ വന്നുപറഞ്ഞു. കുതിരകളെ മെരുക്കുന്ന കാര്യത്തിൽ ഞാൻ നിപുണനാണ്. അതുകൊണ്ട് വലിയ വലിയ രാജാക്കന്മാരുടെ ആദരവുനേടാൻ എനിക്ക് കഴിഞ്ഞിട്ടുണ്ട്. ആളുകൾ എന്നെ ഗ്രന്ഥികൻ എന്നാണ് വിളിക്കാറുള്ളത്. നകുലന്റെ പെരുമാറ്റത്തിൽ മതിപ്പ് തോന്നിയ വിരാടൻ കുതിരാലയത്തിൽ ഗ്രന്ഥികനെ നിയമിച്ചു. അങ്ങനെ പാണ്ഡവരഞ്ചുപേരും ദ്രൗപദിയും വിരാടകൊട്ടാരത്തിൽ താമസമാക്കി. ആർക്കും ഒരു സംശയവും തോന്നാത്ത രീതിയിൽ അവർ പെരുമാറി. അങ്ങനെ മൂന്നുമാസങ്ങൾ കടന്നുപോയി.

നാലാം മാസത്തിലാണവിടെ ബ്രഹ്മോത്സവം നടക്കുന്നത്. പല രാജ്യങ്ങളിൽ നിന്നും പ്രസിദ്ധരായ മല്ലന്മാർ ആ ഉത്സവത്തിൽ പങ്കെടുക്കുവാൻ എത്തുമായിരുന്നു. അജ്ഞാതവാസക്കാലത്ത് പാണ്ഡവർ എവിടെ താമസിക്കുന്നു എന്നറിയാൻ ദുര്യോധനാദികൾ ചാരന്മാരെ പല ദിക്കുകളിലേക്കും അയച്ചിരുന്നു. എന്നാൽ അവർക്കാർക്കും

പാണ്ഡവരെ കണ്ടുപിടിക്കാൻ കഴിഞ്ഞില്ല. വിരാടരാജന്റെ ഭാര്യാസഹോദരനായ കീചകൻ രാജ്യത്തിന്റെ സേനാപതി കൂടിയായിരുന്നു. അദ്ദേഹത്തിന്റെ കണ്ണ് ദ്രൗപദി(സൈരന്ധ്രി)യിൽ പതിഞ്ഞു. ദേവസുന്ദരിയെപ്പോലുള്ള അവളെ പ്രാപിക്കാൻ അയാൾ ആഗ്രഹിച്ചു. എന്നാൽ സൈരന്ധ്രി അതിന് തയ്യാറായില്ല. അവൾ വിവരങ്ങളെല്ലാം സുദേഷ്ണയോടു പറഞ്ഞു. മാത്രമല്ല എനിക്ക് ഭർത്താക്കന്മാരായി അഞ്ച് ഗന്ധർവ്വന്മാരുണ്ടെന്നും അവരിതറിഞ്ഞാൽ കീചകനെ കൊന്നുകളയുമെന്നും പറഞ്ഞു. ഓരോ ദിവസം കഴിയുന്തോറും കീചകന്റെ ശല്യം വർദ്ധിച്ചുവന്നു. സഹികെട്ടപ്പോൾ ഈ സംഗതി രഹസ്യമായി അവൾ ഭീമസേനനോട് (വലലൻ)പറഞ്ഞു. ഒരുദിവസം ഭീമസേനന്റെ നിർദ്ദേശപ്രകാരം ദ്രൗപദി തന്റെ അറയിൽ രാത്രി വരാൻ കീചകനോട് പറഞ്ഞു. ഭീമസേനൻ നേരത്തെതന്നെ ദ്രൗപദിയുടെ അറയിൽ കടന്നുകൂടി പുതച്ചുകിടക്കുകയായിരുന്നു. കീചകൻ അകത്തുകടന്ന് സൈരന്ധ്രിയാണെന്ന് ധരിച്ച് അവളെ പ്രാപിക്കാൻ നോക്കി. ക്ഷണനേരംകൊണ്ട് വലലൻ കീചകനെപ്പിടിച്ച് പൊക്കി നിലത്തിട്ടു. ഭീമസേനന്റെ ഉരുക്കുമുഷ്ടി പ്രയോഗത്തിൽ കീചകൻ മരിച്ചുവീണു. രാജ്ഞി വിചാരിച്ചത് സൈരന്ധ്രിയുടെ ഭർത്താക്കന്മാരായ ഗന്ധർവ്വന്മാരാണ് കീചകനെ കൊന്നതെന്ന്. ഈ സംഭവം നാട്ടിൽ പാട്ടായി. ഹസ്തിനപുരത്തും ഇത് പ്രചരിച്ചു. ശക്തനായ കീചകനെ കൊല്ലാൻ ഭീമനല്ലാതെ മറ്റാർക്കാണ് കഴിയുക എന്നവർക്ക് തോന്നി. "ചത്തത് കീചകനെങ്കിൽ കൊന്നത് ഭീമൻതന്നെ" എന്ന പ്രയോഗം ഇന്നും നമ്മുടെ ഇടയിലുണ്ട്.

കൗരവരുടെ സംശയം ബലപ്പെട്ടു. അവരുടെ നിയോഗമനുസരിച്ചാണ് ജീമൂതൻ എന്ന മല്ലനെ ബ്രഹ്മോത്സവത്തിൽ പങ്കെടുക്കാൻ അവർ അയച്ചത്. ജീമൂതൻ പോലുമറിയാതെ രണ്ട് ചാരന്മാർ അദ്ദേഹത്തെ പിന്തുടർന്നിരുന്നു. ബ്രഹ്മോത്സവം പൊടിപൊടിച്ചു. അതിനുശേഷം മല്ലയുദ്ധമാണ്. ജീമൂതൻ മല്ലന്റെ വേഷമണിഞ്ഞ് ഗോദയിലെത്തി. മറ്റ് മല്ലന്മാരെ മല്ലയുദ്ധത്തിനായി വെല്ലുവിളിച്ചു. ജീമൂതന്റെ ശക്തിയെക്കുറിച്ച് അറിഞ്ഞവരാരും അദ്ദേഹത്തോടേറ്റുമുട്ടാൻ തയ്യാറായില്ല. വെല്ലുവിളി അസഹ്യമായപ്പോൾ വിരാടരാജന് ദുഃഖം തോന്നി. ഇവനെ നേരിടാൻ നമ്മുടെ രാജ്യത്ത് ആരുമില്ലേയെന്ന് അദ്ദേഹം കാണികളെ നോക്കിപ്പറഞ്ഞു. ഇതുകേട്ടയുടനെ വലലൻ രാജാവിനെ മുഖം കാണിച്ച് ഞാൻ ജീമൂതനെ നേരിടാമെന്നു പറഞ്ഞു. വിരാടന് ആശ്വാസമായി. വലലൻ മല്ലയുദ്ധ വേഷം ധരിച്ച് ഗോദയിലിറങ്ങി. ജീമൂതന് പ്രതിയോഗിയുണ്ടെന്നറിഞ്ഞ നാട്ടുകാർ സന്തോഷംകൊണ്ട് ആർത്തു

വിളിച്ചു. ഇരുവരും വിധിപ്രകാരം മല്ലയുദ്ധം ആരംഭിച്ചു. അതിഭയങ്കരമായ യുദ്ധം. വലലൻ ജീമൂതനെ പൊക്കിയെടുത്ത് തലയ്ക്കുമേലെ ചുറ്റിച്ച് നിലത്തടിച്ചു. ജീമൂതൻ മരിച്ചുപോയി. വിരാടൻ വലലനെ വാരിപ്പുണർന്നു. രാജ്യത്തിന്റെ അഭിമാനം രക്ഷിച്ച വലലന് രാജാവ് പാരിതോഷികങ്ങൾ നൽകി. ജീമൂതന്റെ മരണവാർത്തയറിഞ്ഞ അശ്വാരൂഢരായ ചാരന്മാർ വിവരം ഹസ്തിനപുരത്തെത്തിക്കാൻ അതിവേഗത്തിൽ യാത്രയായി. ഇത് നേരത്തെ തന്നെ മനസ്സിലാക്കിയ ഗ്രന്ഥികനും, ദന്തിപാലനും (നകുലസഹദേവന്മാർ) ചാരന്മാരെ രണ്ടുപേരെയും കഠാരയെറിഞ്ഞ് കൊന്നു. ചാരന്മാർ അവിടെ മരിച്ചുപോയതുകൊണ്ട് ഈ വിവരങ്ങൾ ഹസ്തിനപുരത്ത് അറിഞ്ഞതേയില്ല. എങ്കിലും അജ്ഞാതവാസക്കാലത്ത് പാണ്ഡവർ എവിടെയാണെന്നറിയാൻ ചാരന്മാർ മുഖാന്തിരവും മറ്റും ഒരുപാട് ശ്രമം നടത്തിയെങ്കിലും അതൊക്കെ വിഫലമായി.

ത്രിഗർത്തത്തിലെ രാജാവ് സുശർമ്മാവിന് വിരാടനോട് പൂർവ്വവിരോധമുണ്ടായിരുന്നു. നല്ല സമയം നോക്കി അദ്ദേഹം മത്സ്യരാജ്യത്തെ ആക്രമിച്ചു. പിറ്റേദിവസം കൗരവർ വന്ന് വിരാടന്റെ ആയിരക്കണക്കിന് പശുക്കളെ അപഹരിച്ചു. വേഷപ്രച്ഛന്നരായി അവിടെ താമസിച്ചിരുന്ന പാണ്ഡവരുടെ അജ്ഞാതവാസത്തിന്റെ അവസാനദിവസമായിരുന്നു അന്ന്. പശുപാലകൻ ഉടൻതന്നെ രാജാവിനെ വിവരമറിയിച്ചു. മത്സ്യരാജ്യത്തിലെ വീരന്മാരെയെല്ലാം സംഘടിപ്പിച്ചുനിർത്തി. പടപ്പുറപ്പാടിന് നാലംഗപ്പട സജ്ജമാക്കി രാജാവ് പറഞ്ഞു; കങ്കനും വലലനും ഗ്രന്ഥികനും ദന്തിപാലനും നല്ല വീരന്മാരാണ്. അവർക്കുവേണ്ട ആയുധങ്ങളും തേരും കവചങ്ങളുമൊക്കെ കൊടുക്കുവിൻ. അവരെല്ലാവരും ആയുധങ്ങളുമേന്തി വിരാടന്റെ പിന്നാലെ പോരിന് പുറപ്പെട്ടു. പശുക്കളെ കൊണ്ടുപോയ ദിശനോക്കി അവർ അതിവേഗത്തിൽ പാഞ്ഞുപോയി. സന്ധ്യയോടുകൂടി വിരാടസൈന്യം ത്രിഗർത്തന്മാരെ പിടികൂടി. തുടർന്ന് ഭയാനകമായ യുദ്ധം നടന്നു. ആ യുദ്ധത്തിൽ വിരാടസൈന്യം പരാജയപ്പെട്ടു. രാജാവിനെ അവർ ബന്ധനസ്ഥനാക്കി കൊണ്ടുപോയി. ഇതറിഞ്ഞ യുധിഷ്ഠിരൻ ഭീമനോടു പറഞ്ഞു. വിരാടനെ വേഗം മോചിപ്പിക്കൂ. ഭീമസേനൻ വില്ലുകുലച്ച് സുശർമ്മാവിനെ നേരിട്ടു. ഭീമസേനന്റെ ഗദപ്രയോഗമേറ്റ അസംഖ്യം ത്രിഗർത്തവീരന്മാർ പരലോകം പൂകി. സുശർമ്മാവിനെ ബന്ധനസ്ഥനാക്കി യുധിഷ്ഠിരന്റെ മുമ്പിൽ എത്തിച്ചു. പിന്നീട് യുധിഷ്ഠിരന്റെ ആജ്ഞപ്രകാരം അയാളെ വിട്ടയച്ചു.

വിരാടനും സുശർമ്മാവും തമ്മിൽ യുദ്ധം നടക്കുന്ന അതേസമയത്ത് ഭീഷ്മർ, ദ്രോണർ, ശകുനി, അശ്വത്ഥാമാവ്, വികർണ്ണൻ, കൃപർ, ദുഃശ്ശാസനൻ എന്നിവരോടുകൂടി കൗരവർ വിരാടനഗരം ആക്രമിച്ചു. വിരാടന്റെ അറുപതിനായിരം വരുന്ന പശുക്കളെ അവർ അപഹരിച്ചു. വിരാടൻ സ്ഥലത്തില്ല. രാജകുമാരൻ ഉത്തരൻ അന്തഃപുരത്തെ സ്ത്രീകളുമായി സല്ലപിച്ചുകൊണ്ടിരിക്കുമ്പോൾ പശുപാലകൻ കരഞ്ഞുകൊണ്ട് ഓടിവന്ന് വിവരം പറഞ്ഞു. ഒരു തേരാളിയുണ്ടെങ്കിൽ ഞാൻ കൗരവരെ നേരിടാം എന്ന് രാജകുമാരൻ പറഞ്ഞു. ഇതുകേട്ട് സൈരന്ധ്രി പറഞ്ഞു; പണ്ട് അർജ്ജുനന്റെ തേരാളിയായിരുന്നു ബൃഹന്നള, അവർ നല്ല സൂതനാണ്. ഉടൻ പടച്ചട്ടയണിഞ്ഞ രാജകുമാരൻ ബൃഹന്നളയെ സാരഥിയാക്കി. മിന്നൽവേഗത്തിൽ ആ രഥം കൗരവസേനയുടെ അടുത്തെത്തി. കൗരവസേനയുടെ സന്നാഹങ്ങളും മഹാരഥന്മാരെയും കണ്ട് ഉത്തര രാജകുമാരൻ ഭയപ്പെട്ടുപോയി. തേരാളിയായ ബൃഹന്നളയോട് തിരിച്ചുപോകാൻ പറഞ്ഞു. എന്നാൽ ബൃഹന്നള തിരിച്ചുപോകാൻ തയ്യാറായില്ല. നിർത്തിയിട്ട തേരിൽനിന്നും കുമാരൻ താഴെയിറങ്ങിയോടി. ബൃഹന്നള തേരിൽനിന്നും ചാടിയിറങ്ങി ഉത്തരനെ പിന്തുടർന്നു. കുമാരന്റെതലമുടിയിൽ പിടികൂടിയ ബൃഹന്നള വലിച്ചിഴച്ച് കുമാരനെ തേരിൽക്കയറ്റി. ഉത്തരൻ നിലവിളിച്ചുകൊണ്ട് ബൃഹന്നളയുടെ കാലുപിടിച്ച് രക്ഷിക്കണേയെന്നു പറഞ്ഞു. ക്ഷാത്രവീര്യത്തെക്കുറിച്ചും മറ്റും പറഞ്ഞ് കുമാരന് ബൃഹന്നള ധൈര്യം പകർന്നു. ഞാൻ തേരിൽനിന്ന് ശത്രുക്കളോട് പൊരുതാം. കുമാരൻ ഭയപ്പെടാതെ തേരു തെളിക്കൂ എന്നു പറഞ്ഞു. രണ്ടുപേരും തേരിൽക്കയറി ആയുധങ്ങൾ സൂക്ഷിച്ചിരുന്ന ശമീവൃക്ഷത്തിനടുത്തെത്തി. ശവരൂപത്തിൽ മരത്തിൽ കെട്ടിവെച്ച അസ്ത്രശരങ്ങളെടുക്കാൻ കുമാരനോട് പറഞ്ഞു. കുമാരൻ മരത്തിൽകയറി അതെല്ലാം എടുത്തുകൊടുത്തു. ഈ ആയുധങ്ങളെല്ലാം ആരുടേതാണെന്നും എന്തിനിവിടെ ഒളിപ്പിച്ചുവെച്ചതെന്നും ചോദിച്ച കുമാരനോട് ബൃഹന്നള പറഞ്ഞത് ഞാൻ അർജ്ജുനനാണ്. എന്റെ സഹോദരങ്ങളെല്ലാം വിവിധ നാമങ്ങളിൽ കൊട്ടാരത്തിൽ കഴിയുകയാണ്. സൈരന്ധ്രി എന്ന പേരിൽ അവിടെയുള്ളത് ദ്രൗപദിയാണ്. എല്ലാം പാണ്ഡവരായ ഞങ്ങളുടെ ആയുധങ്ങളാണ്. അജ്ഞാതവാസക്കാലത്ത് ആരുമറിയാതെ ഈ മരത്തിൽ ഒളിപ്പിച്ചുവെച്ചതാണ് എന്ന് പാർത്ഥൻ പറഞ്ഞപ്പോൾ കുമാരൻ അത്ഭുതപ്പെട്ടുപോയി.

സന്തോഷാധിക്യത്താൽ കുമാരൻ അർജ്ജുനന് പത്തുപേരുകൾ എങ്ങനെയുണ്ടായി എന്നു ചോദിച്ചു. അതിന്നുത്തരമായി അർജ്ജുനൻ

പറഞ്ഞു. ഞാൻ എല്ലാ രാജ്യങ്ങളും ജയിച്ചടക്കി അളവറ്റ ധനം കൊണ്ടുവന്നതിനാൽ ഞാൻ ധനഞ്ജയനായി. പോർക്കളത്തെ ശത്രുക്കളെ പരാജയപ്പെടുത്താതെ തിരിച്ചുവരില്ലെന്ന കാരണത്താൽ ഞാൻ വിജയനായി. യുദ്ധത്തിനുപോകുമ്പോൾ എന്റെ തേരിന്റെ കുതിരകളെ സ്വർണ്ണക്കോപ്പു ചുറ്റുന്നതുകൊണ്ട് ഞാൻ ശ്വേതവാഹനനായി. ഉത്രം നക്ഷത്രത്തിൽ ജനിച്ചതുകൊണ്ട് ഞാൻ ഫൽഗുനനായി. പണ്ട് മഹാരാക്ഷസന്മാരോട് പൊരുതാനിറങ്ങുമ്പോൾ ദേവേന്ദ്രൻ എന്റെ ശിരസ്സിൽ കിരീടം അണിയിച്ചതുകൊണ്ട് ഞാൻ കിരീടിയായി. പോർക്കളത്തിൽ ബീഭത്സകർമ്മങ്ങൾ ചെയ്യാത്തതുകൊണ്ട് ബീഭത്സനായി. ഇരുകൈകൾകൊണ്ടും ഗാണ്ഡീവത്തിൽ അമ്പു തൊടുക്കാൻ കഴിവുള്ളതിനാൽ ഞാൻ സവ്യസാചിയായി. ഇന്ദ്രപുത്രനായ ഞാൻ ഏതുകാര്യത്തിലും വിജയം നേടുന്നവനായതിനാൽ ജിഷ്ണുവായി. ശുദ്ധമായ നിറമുള്ളതിനാൽ ഞാൻ അർജ്ജുനനായി. അച്ഛൻ എനിക്കിട്ട പേര് കൃഷ്ണൻ എന്നായിരുന്നു. അതെല്ലാം കേട്ടതോടുകൂടി ഉത്തരൻ അതിശയിച്ചു. അദ്ദേഹം പാർത്ഥന്റെ പാദങ്ങളിൽ പ്രണമിച്ചു. അങ്ങയെ കാണാൻ കഴിഞ്ഞത് മഹാഭാഗ്യമാണെന്ന് ഞാൻ കരുതുന്നു. അനുചിതമായി വല്ലതും അങ്ങയോട് പെരുമാറിയിട്ടുണ്ടെങ്കിൽ എന്നോട് ക്ഷമിക്കുക. അങ്ങ് തേരിൽക്കയറിയാലും ഞാൻ തേരാളിയാകാം. ഇതുകേട്ട് പാർഥന് സന്തോഷമായി. ഞാൻ ഗാണ്ഡീവം കുലച്ച് ശത്രുക്കളോട് പൊരുതുന്നത് നോക്കിക്കൊൾക. എനിക്കവരെ ശക്തമായി നേരിടാനും പരാജയപ്പെടുത്താനും സാധിക്കും. അതിന്നുശേഷം ഫൽഗുനൻതേരിക്കയറി. കിഴക്കോട്ട് തിരിഞ്ഞിരുന്നു. മനസ്സ് ഏകാഗ്രമാക്കി ദിവ്യാസ്ത്രങ്ങളെ ധ്യാനിച്ചു. കിരീടിയുടെ മനസ്സിൽ എല്ലാ ദിവ്യാസ്ത്രങ്ങളും തെളിഞ്ഞുവന്നു. അതിന്നുശേഷം ഗാണ്ഡീവത്തിൽ ഞാൺ വലിച്ചുകെട്ടി ഞാണൊലിമുഴക്കി. ഇതുകണ്ട ഉത്തരൻ ജിഷ്ണുവിനോട് പറഞ്ഞു. അങ്ങ് ഒറ്റയ്ക്കാണ് യുദ്ധം ചെയ്യുന്നത്. ശത്രുപക്ഷത്ത് അനേകം യുദ്ധവീരന്മാരുണ്ട്. അത് കാണുമ്പോൾ എനിക്ക് ഭയമുണ്ടാകുന്നു. അപ്പോൾ പാർഥൻ കുമാരനെ ആശ്വസിപ്പിച്ചുകൊണ്ട് പറഞ്ഞു: എത്രയോ യുദ്ധങ്ങൾ ഞാൻ ഒറ്റക്കുതന്നെ ചെയ്ത് വിജയിച്ചിട്ടുണ്ട്. കുമാരൻ തേരു തെളിച്ചാലും.

രാജകുമാരൻ തേരുതെളിച്ച് നേരെ ശമീവൃക്ഷപരിസരത്തെത്തി. പാർതഥൻ ശമീവൃക്ഷത്തെ പ്രണമിച്ചു. അഗ്നിദേവൻ നൽകിയ രഥത്തെപ്പറ്റി ചിന്തിച്ചപ്പോൾ ആകാശത്ത് പാറിക്കളിക്കുന്ന ഭീകരവാനരരൂപമുള്ള കൊടിയോടുകൂടിയ രഥം അർജ്ജുനന്റെ മുമ്പിൽ പ്രത്യക്ഷ

പ്പെട്ടു. അദ്ദേഹം രഥത്തെ പ്രദക്ഷിണം ചെയ്ത് അതിൽക്കയറി. അമ്പും വില്ലുമെടുത്ത് ശംഖുവിളിച്ച് വടക്കോട്ടു യാത്രയായി. ദേവദത്തമെന്ന അർജ്ജുനന്റെ ശംഖനാദം കേട്ടപ്പോൾത്തന്നെ ശത്രുക്കൾ പേടിച്ചുവിറച്ചു. സംഭീതനായ ഉത്തരൻ വേഗം രഥത്തിൽ അഭയംതേടി. തേര് നിർത്തിയ അർജ്ജുനൻ ഉത്തരനെ ആലിംഗനം ചെയ്ത് ആശ്വസിപ്പിച്ചു. കുമാരൻ ധൈര്യസമേതം തേർ തെളിച്ചു. അർജ്ജുനൻ വീണ്ടും ശംഖനാദം മുഴക്കി. ആ ഗംഭീരശബ്ദം ദിഗന്തങ്ങളിൽ മാറ്റൊലിക്കൊണ്ടു. ഇടിവെട്ടുംവിധം തേരൊലി കേട്ടപ്പോൾ ഭീഷ്മർ പറഞ്ഞു. ഭൂമിയെ പ്രകമ്പനം കൊള്ളിക്കുന്ന തേരൊലി. ആരാണ് വരുന്നതെന്ന് എനിക്ക് മനസ്സിലായി. ഇത് കിരീടിയാണ്. അതുകൊണ്ട് പശുക്കളെ ഹസ്തിനപുരത്തെത്തിച്ച് തിരിച്ചുവന്ന് വ്യൂഹം ചമച്ച് നമുക്ക് യുദ്ധം ചെയ്യാം. ഇതുകേട്ട് യുദ്ധക്കൊതിയനായ ദുര്യോധനൻ ഭീഷ്മപിതാമഹന് വേദനയുണ്ടാക്കുന്ന പല പദപ്രയോഗങ്ങളും നടത്തി. പാണ്ഡവരുടെ അജ്ഞാതവാസം കഴിഞ്ഞിട്ടില്ല. അതിനുമുമ്പുതന്നെ നമുക്കവരെ കണ്ടുപിടിക്കാൻ സാധിച്ചു. വീണ്ടും അവർ പന്ത്രണ്ടുവർഷം വനവാസം ചെയ്യണമെന്ന് ആർത്തുവിളിച്ച് സന്തോഷിച്ചു. അപ്പോൾ ഭീഷ്മർ പറഞ്ഞു. യുധിഷ്ഠിരന് ഇതൊന്നും അറിയാത്തതല്ല. അദ്ദേഹം അജ്ഞാതവാസക്കാലം ശരിക്കും കണക്കു കൂട്ടീട്ടുണ്ടാകും. അതുകൊണ്ട് യുദ്ധം മതിയാക്കി തിരിച്ചുപോകുന്നതാണ് നമുക്ക് നല്ലത്. അവരുടെ പാതിരാജ്യം അവർക്ക് കൊടുക്കണം. എന്നിട്ട് എല്ലാവരും സൗഹൃദത്തോടെ ജീവിക്കണം. എന്റെ കണക്കുകൂട്ടൽ പ്രകാരം പാണ്ഡവരുടെ വനവാസം ആരഭിച്ചിട്ട് പതിമൂന്നുവർഷം അഞ്ചുമാസം പന്ത്രണ്ടുദിവസം കഴിഞ്ഞിരിക്കുന്നു. പാണ്ഡവർക്ക് വനവാസക്കാലത്തുതന്നെ അവരുടെ രാജ്യം തിരിച്ചുപിടിക്കാൻ കഴിയുമായിരുന്നു. എന്നാൽ ധാർമ്മികനായ യുധിഷ്ഠിരൻ അതിനു മുതിർന്നില്ല. ഇതെല്ലാം കേട്ടപ്പോൾ ദുര്യോധനൻ പാതിരാജ്യം കൊടുക്കാൻ സമ്മതിക്കില്ലെന്നു പറഞ്ഞു. അവസാനം വാഗ്വാദങ്ങളെല്ലാം അവസാനിപ്പിച്ച്, നേരത്തെ ഭീഷ്മർ പറഞ്ഞത് എല്ലാവരും അനുസരിച്ചു. പശുക്കളെയും കൂട്ടി ദുര്യോധനനും മൂന്നിലൊന്ന് സൈന്യവുമായി ഹസ്തിനപുരത്തേക്ക് തിരിച്ചു. ഭീഷ്മർ സേനയ്ക്കിടയിലിറങ്ങി വ്യൂഹം ചമച്ചു. എന്നിട്ട് ദ്രോണരോടു പറഞ്ഞു, ദ്രോണരെ നിങ്ങൾ മദ്ധ്യഭാഗത്തുതന്നെ നിൽക്കണം. അശ്വത്ഥാമാവ് ഇടതുഭാഗത്ത് നിൽക്കട്ടെ. കവചമണിഞ്ഞുകൊണ്ട് കർണ്ണൻ സേനയുടെ മുമ്പിൽത്തന്നെ നിൽക്കട്ടെ. എല്ലാ സൈനികരുടേയും പിൻഭാഗത്തുനിന്നുകൊണ്ട് ഞാൻ സൈന്യത്തെ

രക്ഷിച്ചുകൊള്ളാം.

മറുഭാഗത്ത് ഉത്തരരാജകുമാരൻ രഥത്തിന്റെ സാരഥ്യമേറ്റെടുത്തു. ആ ദിവ്യരഥം ദുര്യോധനാദികളുടെ നേർക്ക് പാഞ്ഞു. തേരിൽനിന്ന് വീണ്ടും അർജ്ജുൻ ശംഖധ്വനി മുഴക്കി. ദിഗന്തങ്ങൾ ഭേദിക്കുമാറുള്ള ആ ശബ്ദം കേട്ട് കൗരവപ്പടയിലെ പലരും ബോധംകെട്ട് വീണു. അർജ്ജുനന്റെ തേരൊലി കേട്ട് ഭീഷ്മർ ആ വരുന്ന യോദ്ധാവ് പാർഥ നല്ലാതെ മറ്റാരുമല്ലെന്ന് തറപ്പിച്ചുപറഞ്ഞു. അർജ്ജുനന്റെ തേര് മുന്നോട്ടുതന്നെ കുതിക്കുകയാണ്. അപ്പോൾ ദുര്യോധനൻ കൊള്ളിവാക്കുകൾ കൊണ്ട് ആചാര്യന്മാരേയും ഭീഷ്മരേയും നിന്ദിച്ചുകൊണ്ടു പറഞ്ഞു. ഞാനും കർണ്ണനും മുമ്പുതന്നെ പറഞ്ഞതല്ലേ അജ്ഞാതവാസം അവസാനിച്ചിട്ടില്ലെന്ന്. പക്ഷേ ദുര്യോധനന്റെ കണക്കുകൂട്ടലുകൾ പിഴച്ചുപോയിരുന്നു. യുദ്ധരംഗത്തുവന്ന മഹാരഥന്മാരുടെ വീര്യം അർജ്ജുനനെ കണ്ടമാത്രയിൽത്തന്നെ അല്പം ചോർന്നുപോയോ എന്ന് ദുര്യോധനന് തോന്നി. കൗരവസൈന്യം വ്യൂഹം ചമച്ച് നിന്നപ്പോൾ പാർഥന്റെ തേര് ദൂരെനിന്നും വരുന്നതുകണ്ട് ദ്രോണാചാര്യർ സൈന്യത്തെ യുദ്ധസന്നദ്ധരാക്കി നിർത്തി. പാർഥന്റെ രണ്ടു ബാണങ്ങൾ ചീറിപ്പാഞ്ഞുവന്നു. അത് ദ്രോണരുടെ കാൽക്കൽ പതിച്ചപ്പോൾ രണ്ടു ബാണങ്ങൾ അദ്ദേഹത്തിന്റെ കാതുകളെ സ്പർശിച്ചുകൊണ്ട് കടന്നുപോയി. വനവാസക്കാലത്ത് തപസ്സുകൊണ്ട് അനേകം ദിവ്യബാണങ്ങൾ പാർഥൻ കരസ്ഥമാക്കിയിട്ടുണ്ട്. ആദ്യം വന്ന രണ്ട് ശരങ്ങൾകൊണ്ട് എന്നെ അർജ്ജുനൻ പ്രണമിച്ചതായി ഞാൻ മനസ്സിലാക്കുന്നു. ദ്രോണർ ഇങ്ങനെ പറഞ്ഞുതീരുംമുമ്പ് അർജ്ജനന്റെ രഥം അടുത്തെത്തിക്കഴിഞ്ഞു. പാർഥൻ നാലുപാടും നോക്കി. എന്നാൽ ദുര്യോധനനെ കാണാൻ കഴിഞ്ഞില്ല. അദ്ദേഹം മൂന്നിലൊന്ന് സൈന്യസമേതം അറുപതിനായിരം പശുക്കളേയും തെളിച്ച് ഹസ്തിനപുരത്തേക്ക് പോയിരുന്നു. രഥസേനയെ അവിടെ നിർത്തിയിട്ട് ദുര്യോധനനെ ലക്ഷ്യമിട്ട് ഉത്തരൻ തെക്കുഭാഗത്തേക്ക് രഥം തിരിച്ചുവിട്ടു. ദുര്യോധനനേയും കൗരവസേനയേയും കിരീടി ശരമാരി പൊഴിച്ച് തടുത്തുനിർത്തി. ഞാണൊലിയും രഥധ്വനിയും ശംഖനാദങ്ങളും കേട്ട് സംഭ്രമിച്ച പശുക്കൾ വാലുകളുയർത്തിക്കൊണ്ട് തെക്കോട്ടു പാഞ്ഞു.

കൗരവസൈന്യത്തെ അമർച്ച ചെയ്ത് അർജ്ജുനൻ പശുക്കളെ വീണ്ടെടുത്തു. അവിടെ ദുര്യോധനനെയും കർണ്ണനെയും നേരിട്ടുകണ്ടു. തേര് കർണ്ണന്റെ നേർക്കുതിരിച്ചു. ഉത്തരൻ തേര് സേനാമദ്ധ്യത്തിൽ കൊണ്ടുപോയി നിർത്തി. അപ്പോഴേക്കും ചിത്രസേനൻ, സംഗ്രാ

മജിത്ത്, ശത്രുസേനൻ, ജയൻ തുടങ്ങിയ മഹാരഥന്മാർ പോരിന്നൊരുങ്ങി. അവരുടെ തേരുകളെല്ലാം പാർഥൻ ഞൊടിയിടകൊണ്ട് തകർത്ത് തരിപ്പണമാക്കി. കുരുവംശയോദ്ധാവായ വികർണ്ണൻ തേരിൽനിന്ന് അർജ്ജുനനെ നേരിട്ടു. അയാളുടെ വില്ലും തേരിലെ കൊടിമരവും പാർഥൻ മുറിച്ചുകളഞ്ഞപ്പോൾ അയാൾ ജീവനുകൊണ്ട് ഓടിമറഞ്ഞു. പിന്നാലെവന്ന് ശത്രുന്തപൻ എന്ന രാജാവ് പോർക്കളത്തിൽ മരിച്ചുവീണു. കർണ്ണന്റെ അനുജനായ സംഗ്രാമജിത്ത് പാർഥന്റെ അമ്പേറ്റ് പരലോകം പൂകി. ഇതുകണ്ട് കർണ്ണൻ വിജയനോട് ഉഗ്രമായി പൊരുതി. അയാളുടെ കൂരമ്പുകളേറ്റ് അർജ്ജുനനും തേരാളിക്കും കുതിരകൾക്കും സാരമായി പരിക്കുപറ്റി. ഇതുകണ്ട ഭീഷ്മദ്രോണാദികൾ സ്തബ്ധരായിനിന്നുപോയി. മുന്നേറിയ കർണ്ണന്റെ ശരങ്ങൾ വീണ്ടും പാർഥനെ മുറിവേൽപ്പിച്ചു. അതോടെ വർദ്ധിതവീര്യനായ പാർഥൻ കർണ്ണന്റെ നേരെ ശരമാരി പൊഴിച്ചുകൊണ്ട് നേരിട്ടു. പിടിച്ചുനിൽക്കാൻ കഴിയാതെ കർണ്ണൻ പോർക്കളത്തിൽനിന്നും പിന്തിരിഞ്ഞു. ഇതുകണ്ട ദുര്യോധനാദികൾ പാർഥനെ അമ്പുകൾകൊണ്ട് നേരിട്ടു. അർജ്ജുനൻ അവരുടെ നേർക്ക് ദിവ്യാസ്ത്രങ്ങൾ പ്രയോഗിച്ചു. പാർഥന്റെ അസ്ത്രപ്രയോഗത്തിലുള്ള നൈപുണ്യവും ഉത്തരന്റെ സൗത്യകൗശലവും എതിരാളികളുടെ പ്രശംസകൾക്ക്പോലും പാത്രമായി. കൗരവപ്പടയാളികളാകെ പരിക്കുപറ്റിയും മരിച്ചും പോർക്കളത്തിൽനിന്നും ഒഴിഞ്ഞുമാറി. ഭീഷ്മദ്രോണകൃപാദികളുടെ നേർക്ക് രഥമോടിക്കാൻ ജിഷ്ണു ഉത്തരനോടു പറഞ്ഞു. ആചാര്യന്മാരെ വലംവെച്ച ആ രഥം അവരുടെ മുമ്പിൽനിർത്തി. പാർഥൻ സ്വയം അവരെ പരിചയപ്പെടുത്തീട്ട് ദേവദത്തമൂതി. ആ നാദം ദിഗംബരങ്ങളിൽ മാറ്റൊലി സൃഷ്ടിച്ചു. വില്ല്കുലച്ച് കൃപാചാര്യരുടെ കവചം പാർഥൻ ശരങ്ങൾകൊണ്ട് ഖണ്ഡിച്ചു. കൃപാചാര്യരുടെ നിരവധി ചാപങ്ങൾ അദ്ദേഹം മുറിച്ചുകളഞ്ഞു. ഇതുകണ്ട കൃപാചാര്യർ കോപത്തോടെ ദിവ്യപ്രഭയാർന്ന ശക്തിയെടുത്ത് പ്രയോഗിച്ചു. പാർഥശരങ്ങളേറ്റ് അതും തകർന്നു. കൃപാചാര്യരുടെ കൊടിയും കുടയും മുറിച്ചുകളഞ്ഞു. അശ്വങ്ങളെ കൊന്നുവീഴ്ത്തി. ഇതുകണ്ട കൃപർ പാർഥന്റെ നേർക്കയച്ച ഗദയെ അദ്ദേഹത്തിന്റെ ശരങ്ങൾ തിരിച്ചയച്ചു. കൗരവർ കൃപാചാര്യരെയും കൊണ്ട് ഓടിമറഞ്ഞു.

ദ്രോണർ അർജ്ജുനനെ ആക്രമിക്കാനൊരുങ്ങി. ഇരുവരും കരുത്തന്മാർ. പേരിൽ പരാജയമെന്തെന്നറിയാത്ത വീരന്മാർ തമ്മിൽ ഏറ്റുമുട്ടാൻ പോകുന്നതുകണ്ട കൗരവസേന പേടിച്ചുപോയി. പാർഥൻ ദ്രോണ

രോടായി പറഞ്ഞു. പോരിൽ എല്ലായ്പ്പോഴും വിജയം നേടുന്ന ഗുരുദേവാ, ഇത്രകാലവും കാട്ടിൽ അലഞ്ഞുനടന്നു. ഇപ്പോൾ ശത്രുക്കളോട് പകവീട്ടാനൊരുങ്ങുന്നു. അങ്ങ് ഞങ്ങളോട് കയർക്കരുത്. അങ്ങ് എന്നെ ആക്രമിച്ചാൽ മാത്രമേ ഞാൻ അങ്ങയുടെ നേർക്ക് ആയുധം പ്രയോഗിക്കൂ എന്ന് നിശ്ചയിച്ചിരിക്കുകയാണ്. അതുകൊണ്ട് ദയവായി അങ്ങുതന്നെ ആദ്യം ആയുധം (അസ്ത്രം) പ്രയോഗിച്ചാലും. തുടർന്ന് ദ്രോണർ എയ്ത ബാണങ്ങളെ പാർഥൻ ഖണ്ഡിച്ചുകളഞ്ഞു. അസംഖ്യം ബാണങ്ങൾ കിരീടിയുടെ തേരിനെ ലക്ഷ്യമാക്കി തൊടുത്തുവിട്ടുകൊണ്ട് ദ്രോണർ തന്റെ ശരകൗശലം പ്രകടമാക്കി. ഇരുവരും ദിവ്യാസ്ത്രങ്ങൾ പ്രയോഗിച്ചു. അർജ്ജുനന്റെ കരവിരുത് കണ്ട് ദ്രോണർ അത്ഭുതപ്പെട്ടു. ആചാര്യന്റെ കൊടിമരം തകർന്നു. കവചം പൊട്ടിച്ചിതറി. ശരീരമാസകലം മുറിവുപറ്റി. ഗത്യന്തരമില്ലാതെ ദ്രോണർ പോർക്കളം വിട്ടുനിന്നു. ഉടൻതന്നെ അശ്വത്ഥാമാവ് പാർഥനോടേറ്റുമുട്ടി. പാർഥന്റെ ശരങ്ങളേറ്റ് കുതിരകൾക്ക് സാരമായി പരിക്കുപറ്റി. കർണ്ണനയച്ച ശരങ്ങൾ പാർഥന്റെ കരങ്ങൾക്ക് മുറിവേൽപ്പിച്ചു. അദ്ദേഹത്തിന്റെ ശരങ്ങളേറ്റ് കർണ്ണന്റെ വിരൽമുറിഞ്ഞു. കർണ്ണൻ പ്രയോഗിച്ച ശക്തിയെ പാർഥൻ തകർത്തുകളഞ്ഞു. കർണ്ണന്റെ സഹായികളായ പോരാളികൾ ഒന്നിച്ച് പാർഥനെ നേരിട്ടു. ഗാണ്ഡീവത്തിൽനിന്നും പുറപ്പെട്ട ശരങ്ങളേറ്റ് കർണ്ണന്റെ കുതിരകൾ നിലംപതിച്ചു. പാർഥന്റെ ശരം കർണ്ണന്റെ ശരീരത്തിൽ തുളച്ചുകയറി. ബോധംകെട്ട കർണ്ണനെയും കൊണ്ട് പോരാളികൾ ഉത്തരദിക്കിലേക്ക് പാഞ്ഞുപോയി.

കർണ്ണനെ പരാജയപ്പെടുത്തിയതിനുശേഷം ഉത്തരനോട് രഥം ഭീഷ്മരുടെ നേരെ നയിക്കാൻ പറഞ്ഞു. ശരീരമാസകലം പരിക്കേറ്റ ഉത്തരൻ പാർഥനോട് പറഞ്ഞു. വീരാ കുതിരകൾ എന്റെ പിടിയിൽ നിൽക്കുന്നില്ല. ചാട്ടവാറും കടിഞ്ഞാണും പിടിക്കാൻ എനിക്കാവുന്നില്ല. ഇതുകേട്ട പാർഥൻ പറഞ്ഞു: കുമാരാ പേടിക്കേണ്ട, നീ ഒരു രാജകുമാരനല്ലേ. പിതാമഹന്റെ നേർക്ക് തേരുതെളിക്കൂ. എന്റെ യുദ്ധരീതി നിനക്ക് നേരിൽക്കാണാം. ഞാൻ നേടിയെടുത്ത ദിവ്യാസ്ത്രങ്ങളുടെ പ്രഭാവവും ഉടനെ കാട്ടിത്തരാം. കുമാരൻ ഭീഷ്മരുടെ സമീപത്തേക്ക് തേർ തെളിച്ചു. പാർഥന്റെ ശരമേറ്റ് ഭീഷ്മരുടെ കൊടിമരം മുറിഞ്ഞ് താഴെവീണു. ആ സമയത്ത് ദുശ്ശാസസൻ, വികർണ്ണൻ, ദുസ്സഹൻ, വിവിംശതി എന്നീ നാലു വീരന്മാർ പാർഥനെ വളഞ്ഞു. ദുശ്ശാസനന്റെ ശരമേറ്റ് ഉത്തരനും പാർഥനും പരിക്കേറ്റു. ദുശ്ശാസനന്റെ വില്ല് ഖണ്ഡിക്കാനും അദ്ദേഹത്തെ മുറിവേൽപ്പിക്കാനും പാർഥന് കഴിഞ്ഞു.

അതോടെ അയാൾ പോർക്കളം വിട്ടോടി. പാർഥന്റെ ശരങ്ങളേറ്റ് വികർണ്ണൻ നിലത്തുവീണു. തുടർന്ന് എതിരിട്ട ദുശ്ശാസനനേയും വിവിംശതിയേയും അർജ്ജുനൻ പരാജയപ്പെടുത്തി. പാർഥന്റെ പരാക്രമം കണ്ട് കൗരവപക്ഷത്തെ മഹാന്മാരെല്ലാം ഒരു പ്രാവശ്യംകൂടി പാർഥനെ നേരിടാനൊരുങ്ങി. അർജ്ജുനൻ ഗാണ്ഡീവത്തിൽ ഐന്ദ്രാസ്ത്രം തൊടുത്തു. പാർഥശരങ്ങൾ കൊണ്ട് ദിഗന്തങ്ങൾ മൂടി. പോർക്കളത്തിലുണ്ടായിരുന്ന ഗജസൈനികരും രഥസൈനികരും പ്രജ്ഞയറ്റ് വീണു. കൗരവസൈനികർ ജീവരക്ഷയ്ക്കായി നാലുഭാഗത്തേക്കും ഓടിപ്പോയി. ഇതുകണ്ട ഭീഷ്മർ അമ്പും വില്ലുമേന്തി ധനഞ്ജയനെ നേരിട്ടു. അർജ്ജുനന്റെ രഥത്തിൽ സ്ഥാനംപിടിച്ചിരുന്ന ഭീകരവാനരനും ധ്വജാഗ്രത്തിലിരുന്ന ഭൂതത്താനും പരിക്കേറ്റു. അർജ്ജുനന്റെ കുതിരകൾക്കും അകമ്പടിക്കാർക്കും മുറിവുപറ്റി. ഭീഷ്മർ അർജ്ജുനന്റെ നേർക്ക് ദിവ്യാസ്ത്രങ്ങൾ പ്രയോഗിച്ചു. തുടർന്ന് ഇരുവരും നിരവധി ദിവ്യാസ്ത്രങ്ങൾ ചൊരിഞ്ഞു. പാർഥന്റെ ബാണങ്ങളേറ്റ് പലതവണ ഭീഷ്മരുടെ ചാപങ്ങൾ മുറിഞ്ഞുവീണു. പാർഥശരങ്ങളേറ്റ് സാരമായ മുറിവുകളോടെ ഭീഷ്മർ മോഹാലസ്യത്തിലാണ്ടു. സാരഥി അദ്ദേഹത്തെ പോർക്കളത്തിൽനിന്നും ദൂരെ കൊണ്ടുപോയി.

പോർക്കളത്തിൽനിന്ന് ഭീഷ്മർ പിന്മാറിയതോടെ ദുര്യോധനൻ അലറിക്കൊണ്ട് പാർഥന്റെ നേരെ ചാടിവീണു. അദ്ദേഹത്തിന്റെ അമ്പുകൊണ്ട് പാർഥന്റെ തലയിൽ മുറിവേറ്റു. രക്തം ധാരധാരയായി ഒഴുകി. വാശിമൂത്ത ഫൽഗുനൻ ദുര്യോധനന്റെ മാറിടത്തിൽ അസ്ത്രങ്ങൾകൊണ്ട് മുറിവേൽപ്പിച്ച്, കൗരവപ്പടയെ ഓടിച്ചു. സൈനികർ ഓടുന്നതുകണ്ട ദുര്യോധനൻ യുദ്ധക്കളത്തിൽനിന്നും പിൻമാറി. പാർഥൻ ദുര്യോധനനെ വെല്ലുവിളിച്ചു. അദ്ദേഹം തിരിച്ചുവന്ന് യുദ്ധം തുടങ്ങി. കർണ്ണൻ, ഭീഷ്മർ, ദ്രോണർ, കൃപർ എന്നിവർ വന്ന് അദ്ദേഹത്തെ സഹായിച്ചു. എല്ലാവരും ചേർന്ന് പാർഥന്റെ നേർക്ക് ശരവർഷം തുടങ്ങി. ഉടൻ പാർഥൻ സമ്മോഹനാസ്ത്രം പ്രയോഗിച്ചു. പ്രതിയോഗികൾ ബോധംകെട്ടു വീണു. പിന്നീട് ദേവദത്തം വിളിച്ചു. അതിന്റെ ശബ്ദം കേട്ട കൗരവസൈന്യങ്ങൾ ഭൂമിയിൽ ബോധരഹിതരായി നിലംപതിച്ചു. ബോധം തെളിഞ്ഞ ദുര്യോധനൻ മഹാന്മാരേയും സൈന്യത്തെയും കൂട്ടി ഹസ്തിനപുരത്തേക്കു പോയി. പാർഥൻ ഉത്തരനേയും കൂട്ടി വിരാടനഗരിയിലേക്ക് തിരിച്ചുവന്നു. പാർഥന്റെ യുദ്ധകൗശലം കണ്ട് പേടിച്ച് കാടുകളിലൊളിച്ച പടയാളികൾ പാർഥനെ വണങ്ങി. പിന്നീട് അദ്ദേഹം ഉത്തരനോടു പറഞ്ഞു. കുമാരാ നിന്റെ കൊട്ടാര

ത്തിൽ പാണ്ഡവർ വസിക്കുന്നുണ്ടെന്ന് നിനക്കറിയാം. നാട്ടിൽ എത്തിയാൽ നീ പാണ്ഡവരെ പ്രശംസിക്കരുത്. ഇതറിഞ്ഞാൽ നിന്റെ പിതാവ് ഭയംകൊണ്ട് പ്രാണത്യാഗം ചെയ്തേക്കാം. ഉത്തരൻ അത് സമ്മതിച്ചു. അവർ പശുക്കളെ വീണ്ടെടുത്ത് മടങ്ങി. വിരാടരാജൻ പോർക്കളത്തിൽനിന്നും കൊട്ടാരത്തിലേക്ക് തിരിച്ചെത്തി. കൗരവസൈന്യം വിരാടരാജ്യം ആക്രമിച്ചതും പശുക്കളെ തട്ടിക്കൊണ്ടുപോയതും ബൃഹന്നളയെ തേരാളിയാക്കി ഉത്തരൻ യുദ്ധം ജയിച്ചതും മറ്റും അന്തപ്പുരസ്ത്രീകൾ മുഖാന്തിരം വിരാടൻ അറിഞ്ഞു. തന്റെ പുത്രൻ ഒറ്റയ്ക്ക് പോർക്കളത്തിലേക്ക് തിരിച്ചതറിഞ്ഞ് രാജാവ് വിഷണ്ണനായി. അതുകണ്ട് കങ്കൻ പറഞ്ഞു: അങ്ങയുടെ പുത്രൻ ബൃഹന്നളയെ സാരഥിയാക്കിയതിനാൽ സകല ശത്രുക്കളെയും ജയിച്ച് മടങ്ങിവരും. അപ്പഴേക്കും ഉത്തരകുമാരന്റെ വിജയവാർത്തയുമായി ദൂതന്മാരെത്തി. വിജയകഥ കേട്ട് വിരാടൻ സന്തുഷ്ടനായി. വിജയിച്ചുവന്ന പുത്രനെ സ്വീകരിക്കാൻ വേണ്ട എല്ലാ ഒരുക്കങ്ങളും ആരംഭിച്ചു. സന്തോഷാധിക്യത്താൽ കങ്കനെ വിളിച്ച് ചൂതുകളി ആരംഭിച്ചു. അതിനിടയിൽ രാജാവ് പറഞ്ഞു; നോക്കൂ, എന്റെ പുത്രൻ കൗരവരെ ജയിച്ചു. കങ്കൻ പറഞ്ഞു: ബൃഹന്നള സാരഥിയായുണ്ടെങ്കിൽ ജയിക്കാനെന്താ വിഷമം. ഇതുകേട്ട് കോപിച്ച് രാജാവ് പകിടയെടുത്ത് കങ്കന്റെ മുഖത്തെറിഞ്ഞു. ആ ഏറുകൊണ്ട് ധർമ്മജന്റെ മൂക്കിൽനിന്നും രക്തം ധാരധാരയായൊഴുകി. ഇതുകണ്ട സൈരന്ധ്രി ഒരു ജലപാത്രം കൊണ്ടുവന്ന് രക്തം അതിൽ ശേഖരിച്ചു. യുധിഷ്ഠിരന്റെ രക്തം ധർമ്മരക്തമാണ്. അത് നേരിട്ട് ഭൂമിയിൽ വീണാൽ ഭൂമി കരിഞ്ഞുപോകും. അതുകൊണ്ടാണ് പാഞ്ചാലി ആ രക്തം ജലപാത്രത്തിൽ ശേഖരിച്ചത്. മേലാൽ ബൃഹന്നളയെ പ്രശംസിക്കരുത് എന്ന് രാജാവ് പറഞ്ഞു. അപ്പോഴാണ് ബൃഹന്നള കൊട്ടാരത്തിൽ കടന്നുവന്നത്. വിരാടൻ അർജ്ജുനന്റെ മുമ്പിൽവെച്ചുതന്നെ മകന്റെ വീര്യപരാക്രമത്തെ പ്രശംസിച്ചു. പ്രശംസയ്ക്ക് അർഹൻ ഒരു ദേവകുമാരനാണെന്നും പട പേടിച്ച പിന്തിരിഞ്ഞോടിയ എന്നെ പിടിച്ചുനിർത്തി പോരടിച്ച ദേവകുമാരൻ രണ്ടുനാലു ദിവസങ്ങൾക്കുള്ളിൽ ഇവിടെ പ്രത്യക്ഷപ്പെടുമെന്നും ഉത്തരൻ പിതാവിനെ അറിയിച്ചു.

മൂന്നാംദിവസം കുളിച്ച് വെള്ളവസ്ത്രം ധരിച്ച് പാണ്ഡവരാജസഭയിലെത്തി. രാജകീയവേഷം ധരിച്ച യുധിഷ്ഠിരനോടൊപ്പം അവർ മറ്റു രാജാക്കന്മാരുടെ കൂട്ടത്തിൽ ഇരുന്നു. രാജസഭയിലെത്തിയ വിരാടൻ രാജാസനങ്ങളിലിരിക്കുന്ന പാണ്ഡവരെക്കണ്ട് ക്രുദ്ധനായി. അതുകണ്ട് അർജ്ജുനൻ മുന്നോട്ടുവന്ന് യുധിഷ്ഠിരന്റെ ഗുണഗണങ്ങൾ വിവരി

ച്ചു. യുധിഷ്ഠിരനെ തിരിച്ചറിഞ്ഞതോടെ മറ്റ് പാണ്ഡവരെയും വിരാട രാജന് മനസ്സിലായി. ഒടുവിൽ പോർക്കളത്തിൽ നടന്നതും പാർഥൻ ശത്രുക്കളോട് കാട്ടിയ പരാക്രമങ്ങളും ഉത്തരൻ വിവരിച്ചു. എല്ലാ കാര്യ ങ്ങളും മനസ്സിലാക്കിയ രാജാവ് ഉത്തരനോടു പറഞ്ഞു. പാണ്ഡവരെ പ്രീതിപ്പെടുത്താനുള്ള അവസരമാണിത്. നിനക്കു സമ്മതമാണെങ്കിൽ അർജ്ജുനനെക്കൊണ്ട് ഉത്തരയെ വിവാഹം കഴിപ്പിക്കാം. ആ വാക്കു കൾ ഉത്തരൻ പൂർണ്ണമനസ്സോടെ അംഗീകരിച്ചു. വിരാടൻ പറഞ്ഞു: പോരിൽ ശത്രുക്കളുടെ കെണിയിൽപ്പെട്ട എന്നെയും പശുക്കളെയും വീണ്ടെടുത്തത് ഭീമസനേനനായിരുന്നു. പാണ്ഡവരെന്നറിയാതെ നിങ്ങ ളോടൊക്കെ അനുചിതമായി പ്രവർത്തിച്ചതിന് എനിക്ക് മാപ്പ് തരണം. മകളെ അർജ്ജുനന് കൊടുക്കാൻ തീരുമാനിച്ചപ്പോൾ അർജ്ജുനൻ പറഞ്ഞു; എന്റെ സ്വന്തം മകളെപ്പോലെയാണ് ഉത്തരയോട് പെരുമാ റിയത്. അതുകൊണ്ട് ശ്രീകൃഷ്ണ ഭഗവാന്റെ മരുമകനും എന്റെ മക നുമായ അഭിമന്യുവിന് മകളെ വിവാഹം കഴിച്ചുകൊടുക്കുക. അതു കേട്ട് രാജാവിന് സന്തോഷമായി. സുഭദ്ര, ശ്രീകൃഷ്ണൻ, ബലരാമൻ, അഭിമന്യു എന്നിവരെ കൊട്ടാരത്തിൽ വിളിച്ചുവരുത്തി. അവരുടെ മുമ്പിൽ വെച്ചുതന്നെ അഭിമന്യു ഉത്തരയെ വിവാഹം കഴിച്ചു.

പന്ത്രണ്ടുവർഷം വനവാസവും ഒരുവർഷം അജ്ഞാതവാസവും വിജയകരമായി പൂർത്തിയാക്കിയാലും തങ്ങൾക്കവകാശപ്പെട്ട പാതി രാജ്യം തിരിച്ചുതരില്ലെന്ന് പാണ്ഡവർക്ക് നേരത്തെതന്നെ അറിയാമാ യിരുന്നു. ധർമ്മാത്മാവായ യുധിഷ്ഠിരൻ വാക്കു പാലിക്കുന്നവനാക യാൽ സഹോദരന്മാർ അക്രമത്തിനൊന്നും മുതിർന്നില്ല. എന്നാൽ കഴിഞ്ഞ പതിമൂന്ന് വർഷക്കാലവും അർജ്ജുനൻ ഒരു മഹായുദ്ധത്തി നുവേണ്ട തയ്യാറെടുപ്പിലായിരുന്നു. ആ കാലയളവിൽ പാർഥൻ പല ദിവ്യാസ്ത്രങ്ങളും ഗാണ്ഡീവം എന്ന ചാപവും നേടിയെടുത്തു. ഒരുദി വസം പാണ്ഡവരും ശ്രീകൃഷ്ണൻ, വിരാടൻ, ദ്രുപദൻ തുടങ്ങിയവ രെല്ലാം ഒത്തുകൂടി, ഭാവികാര്യങ്ങളെക്കുറിച്ച് ആലോചിച്ചു. വിട്ടുവീഴ്ച ചെയ്യാൻ ദുര്യോധനാദികൾ തയ്യാറാകില്ലെന്ന് അവർക്കെല്ലാവർക്കും നന്നായി അറിയാമായിരുന്നു. മറുഭാഗത്ത് ഒരു മഹായുദ്ധത്തിനുള്ള സൈന്യസന്നാഹം ദുര്യോധനനും ആരംഭിച്ചിരുന്നു. അതിനിടയിൽ ഒരുദിവസം ശല്യർ പാണ്ഡവരുടെ വാസഗൃഹത്തിൽ ചെന്നു. അവർ അനുഭവിച്ച ത്യാഗങ്ങളെക്കുറിച്ച് പറഞ്ഞു. പിന്നീട് ശല്യർ തിരിച്ചു പോയി. മദ്രാധിവൻ കൗരവരെ സഹായിക്കാൻ സൈന്യസമേതം ഹസ്തിനപുരിയിൽ എത്തി. മഹാരഥനും യാദവവീരനുമായ സാത്യകി,

ചേദിരാജാവായ ധൃഷ്ടകേദുവിനേയും ജരാസന്ധന്റെ പുത്രനായ ജയസേനനെയും പാണ്ഡ്യരാജാവിനേയും അവരുടെ അക്ഷൗഹിണിപ്പടകളെയും കൂട്ടി യുധിഷ്ഠിരനെ സഹായിക്കാനെത്തി. അങ്ങിനെ പാണ്ഡവപക്ഷത്ത് ഏഴ് അക്ഷൗഹിണിപ്പടകൾ എത്തിച്ചേർന്നു.

അക്ഷൗഹിണിപ്പടയുടെ വിന്യാസം

കൗരവപക്ഷത്ത് ഭൗമന്റെ (നരകാസുരന്റെ) പുത്രനായ ഭഗദത്തനും ചീനരും കിരാതരുമുൾപ്പെട്ട അക്ഷൗഹിണിപ്പട കൗരവപക്ഷത്തെത്തി. ഇതുപോലെ ദുര്യോധനപക്ഷത്തുള്ള പല രാജാക്കന്മാരും ഓരോ അക്ഷൗഹിണിപ്പടയുമായെത്തി. ഹൃദീകന്റെ പുത്രനായ കൃതവർമ്മാവും ഭോജന്മാരും അന്ധകന്മാരുമായ യാദവരുടെ ഒരു പട ദുര്യോധനനുവേണ്ടി ഒരുക്കി. സിന്ധുദേശത്തിലെ ജയദ്രഥൻ അക്ഷൗഹിണിപ്പടയുമായി വന്നെത്തി. യവനന്മാരെയും കൂട്ടി കാംഭോജരാജനായ സുദീഷ്ണൻ എത്തി. മാഹിഷ്മതിയിലെ രാജാവായ നീലൻ ദക്ഷിണാപഥത്തിലെ വീരന്മാരെ കൂട്ടിക്കൊണ്ടുവന്നു. അവന്തിരാജാക്കന്മാരായ വിന്ദാനുവിന്ദന്മാർ ഓരോ അക്ഷൗഹിണിപ്പടയേയും നയിച്ചുവന്നു. കേകേയരാജാക്കന്മാരായ അഞ്ചുസഹോദരന്മാർ ഒരു അക്ഷൗഹിണിപ്പടയുമായി വന്നു. ഇവർക്കുപുറമെ അങ്ങുമിങ്ങും നിന്നു വന്ന രാജാക്കന്മാരുടെ ഒരു അക്ഷൗഹിണിപ്പടയുണ്ടാക്കിവന്നു. അങ്ങിനെ കൗരവപക്ഷത്ത് പതിനൊന്ന് അക്ഷൗഹിണിപ്പടകൾ തയ്യാറായിനിന്നു.

ദ്രുപദനയച്ച ദൂതനായ പുരോഹിതൻ ധൃതരാഷ്ട്രരുടെ അടുക്കലെത്തി. ഭീഷ്മരും വിദുരരും ധൃതരാഷ്ട്രരുംകൂടി അദ്ദേഹത്തെ സ്വീകരിച്ച് സൽക്കരിച്ചു. പിന്നീട് നടന്ന ചർച്ച പരാജയപ്പെട്ടു. ദൂതനായ പുരോഹിതൻ തിരിച്ചുവന്നു. ധൃതരാഷ്ട്രരുടെ ആജ്ഞപ്രകാരം സഞ്ജയൻ യുധിഷ്ഠിരസന്നിധിയിൽ എത്തി. വരാൻ പോകുന്ന മഹായുദ്ധത്തെ എങ്ങിനെയെങ്കിലും ഇല്ലാതാക്കണമെന്ന് ഇരുകൂട്ടരും പറഞ്ഞു. അതുകൊണ്ട് പാതിരാജ്യം തന്ന് പ്രശ്നം പരിഹരിക്കണമെന്ന് യുധിഷ്ഠിരൻ സഞ്ജയനോടു പറഞ്ഞു. ഭഗവാൻ ശ്രീകൃഷ്ണനും അദ്ദേഹത്തോട് ഇതുതന്നെ പറഞ്ഞു. യുധിഷ്ഠിരന്റെ സന്ദേശവുമായി സഞ്ജയൻ ധൃതരാഷ്ട്രസന്നിധിയിൽ എത്തി. കർണ്ണൻ, ദുര്യോധനൻ, ശകുനി എന്നിവർക്ക് പാണ്ഡവരുടെ നിർദ്ദേശം ഇഷ്ടപ്പെട്ടില്ല. ധൃത

രാഷ്ട്രരാവട്ടെ അങ്ങുമിങ്ങും തൊടാതെ നിന്നു. വിദുരർ ആവതെല്ലാം ധൃതരാഷ്ട്രരോട് പറഞ്ഞുനോക്കി. എന്നാൽ അതൊന്നും ചെവിക്കൊള്ളാൻ കൗരവർ തയ്യാറായില്ല. കർണ്ണൻ തന്റെ അസ്ത്രപാടവത്തെക്കുറിച്ച് പറഞ്ഞ് ഞാൻ ഒറ്റയ്ക്കുതന്നെ പാണ്ഡവരെ വധിക്കുമെന്ന് വീമ്പിളക്കി.

കൗരവപക്ഷത്തുള്ള ഭീഷ്മർ, കൃപർ, ദ്രോണർ എന്നിവരൊഴികെ എല്ലാവരും പരസ്പരം പൊങ്ങച്ചം പറയാൻ തുടങ്ങി. പാണ്ഡവപക്ഷത്ത് യുധിഷ്ഠിരനോടും അനുജന്മാരോടും ദ്രൗപദിയോടും അവരെ വേറെവേറെ വിളിച്ച് അഭിപ്രായങ്ങൾ ആരാഞ്ഞു. അതെല്ലാം കൗരവരുടെ പിടിവാശിമൂലം പരാജയപ്പെട്ടു. അതിനുശേഷം സന്ധിസംഭാഷണം നടത്താൻ വേണ്ടി ധർമ്മപുത്രൻ ശ്രീകൃഷ്ണനെ ചുമതലപ്പെടുത്തി. പിറ്റേന്ന് കാർത്തികമാസത്തിലെ രേവതിനാളിൽ ശ്രീകൃഷ്ണൻ ഹസ്തിനപുരത്തേക്ക് യാത്രയായി. തന്റെ തേരിൽ വേണ്ടത്ര ആയുധങ്ങളെല്ലാം സംഭരിച്ചുവെക്കാൻ സാത്യകിയെ ഏർപ്പാട് ചെയ്തു. കുതിരകളെ കുളിപ്പിച്ച് തേരിൽ കെട്ടിയപ്പോൾത്തന്നെ ഗരുഡനും പറന്നുവന്നിരുന്നു. സാത്യകിയോടുംകൂടി ഭഗവാൻ പ്രയാണമാരംഭിച്ചു. ശ്രീകൃഷ്ണൻ ഹസ്തിനപുരത്തേക്ക് വരുന്നുണ്ടെന്ന വാർത്ത ദൂതന്മാരിൽനിന്നും അറിഞ്ഞ ധൃതരാഷ്ട്രർ സന്തോഷവാനായി. ഭീഷ്മദ്രോണാദികളെയും മറ്റും ഈ വിവരം അദ്ദേഹം അറിയിച്ചു. എല്ലാവരും കൂടി ശ്രീകൃഷ്ണനെ സ്വീകരിക്കാനുള്ള ഏർപ്പാടുകൾ ചെയ്തു. തലേദിവസം വൃകസ്ഥലിയിൽ എത്തിയ കൃഷ്ണൻ ഗ്രാമവാസികളുടെ നിർബന്ധപ്രകാരം അന്ന് രാത്രി അവിടെ കഴിച്ചുകൂട്ടി. അടുത്ത പ്രഭാതത്തിൽ അദ്ദേഹം ഹസ്തിനപുരത്തേക്കുള്ള യാത്ര തുടർന്നു. മഹാരഥന്മാരും രാജകുടുംബാംഗങ്ങളും ഒന്നിച്ചുകൂടി ശ്രീകൃഷ്ണനെ സ്വീകരിച്ചാനയിച്ചു. ജനക്കൂട്ടങ്ങൾക്കിടയിലൂടെ ഭഗവാൻ ധൃതരാഷ്ട്രരുടെ സമീപത്തെത്തി. അവിടെ വെച്ചിരുന്ന സ്വർണ്ണസിംഹാസനത്തിൽ ധൃതരാഷ്ട്രർ ഉപചാരപൂർവ്വം അദ്ദേഹത്തെ ഇരുത്തി. ധൃതരാഷ്ട്രരോട് കുശലങ്ങൾ പറഞ്ഞതിനുശേഷം വിടവാങ്ങിക്കൊണ്ട് ഭഗവാൻ വിദുരരുടെ ഗൃഹത്തിൽ പോയി. അവിടെ സ്വന്തം പിതൃസഹോദരിയും പാണ്ഡവന്മാരുടെ അമ്മയുമായ കുന്തിദേവിയെക്കണ്ട് ക്ഷേമാന്വേഷണം നടത്തി, ദുര്യോധനന്റെ കൊട്ടാരത്തിലേക്ക് പോയി. കൃഷ്ണനെ ദുര്യോധനൻ ഭക്ഷണം കഴിക്കാൻ ക്ഷണിച്ചു. ഭഗവാൻ സന്തോഷപൂർവ്വം ദുര്യോധനന്റെ ക്ഷണം നിരസിച്ചു. തങ്ങളുടെ സ്വാദിഷ്ടമായ ഭക്ഷണം നിരസിച്ചതിന്റെ കാരണം അന്വേഷിച്ചപ്പോൾ ഭഗവാൻ

പറഞ്ഞു; ഞാനൊരു ദൗത്യവുമായാണ് വന്നത്. അത് ലക്ഷ്യം നേടുന്നതിനുമുമ്പ് അന്നപാനാദികൾ കഴിക്കരുതെന്ന് എനിക്ക് നിർബന്ധമുണ്ട്. എന്റെ ലക്ഷ്യം സാധിതമാകട്ടെ. അതിനുശേഷം താങ്കളുടെ ആതിഥ്യം ഞാൻ സ്വീകരിച്ചുകൊള്ളാം എന്നുപറഞ്ഞ് വീണ്ടും വിദുരഗൃഹത്തിലേക്ക് പോയി. അവിടെനിന്നും ഭക്ഷണം കഴിച്ച് കിടന്നുറങ്ങി. അതിരാവിലെതന്നെ നിത്യകർമ്മങ്ങൾ കഴിച്ച് ധൃതരാഷ്ട്രരുടെ സഭാഗൃഹം ലക്ഷ്യമാക്കി പുറപ്പെട്ടു.

ശ്രീകൃഷ്ണനെ കൗരവാദികൾ സന്തോഷപൂർവ്വം ബഹുമാനിച്ചിരുത്തി. യുധിഷ്ഠിരൻ എന്നോടു പറഞ്ഞ വാക്കുകൾ ഞാൻ എല്ലാവരുടേയും മുമ്പിൽ അവതരിപ്പിക്കാം. ഞങ്ങൾ പന്ത്രണ്ടുവർഷം വനവാസവും ഒരുവർഷം അജ്ഞാതവാസവും വിജയകരമായി പൂർത്തിയാക്കി. ഇനി ഞങ്ങൾക്ക് ലഭിക്കേണ്ട പാതിരാജ്യം തിരിച്ചുതരണം. ഒരുപാട് കഷ്ടപ്പാടുകൾ ഞങ്ങൾ അനുഭവിച്ചുകഴിഞ്ഞു. ഇനിയെങ്കിലും ധൃതരാഷ്ട്രമഹാരാജാവ് ഞങ്ങളെ ഉപദ്രവിക്കരുത്. എല്ലാവഴികളും അടഞ്ഞാൽമാത്രമേ ഞങ്ങൾ ഒരു ഏറ്റുമുട്ടലിന് തയ്യാറാകൂ. യുധിഷ്ഠിരൻ പറഞ്ഞ ഈ വാക്കുകൾ സഭയിൽ അവതരിപ്പിച്ചപ്പോൾ എല്ലാവരും നിശ്ശബ്ദരായി. ദുര്യോധനന്റെ മുഖത്തുനോക്കി യുദ്ധം ഒഴിവാക്കാനുള്ള പല ഉപദേശങ്ങളും ശ്രീകൃഷ്ണൻ പറഞ്ഞുനോക്കി. എന്നാൽഈ അമൃതവചനങ്ങളൊന്നുംസുയോധൻ അംഗീകരിച്ചില്ല. എന്നാൽ അഞ്ചുദേശങ്ങൾ പാണ്ഡവർക്കുകൊടുത്ത് ഈ പ്രശ്നം പരിഹരിക്കാമെന്ന് കൃഷ്ണൻ പറഞ്ഞു. ഇതും ദുര്യോധനന് സ്വീകാര്യമായില്ല. ഭഗവാൻ വീണ്ടും താഴോട്ടുവന്ന് അഞ്ചുപേർക്കും അഞ്ചുവീടുകൾ കൊടുക്കാൻ പറഞ്ഞു. ഇതും നിരസിക്കപ്പെട്ടു. പാണ്ഡവർക്കെല്ലാവർക്കും ഒന്നിച്ചു താമസിക്കാനായി ഒരു വീടുകൊടുക്കാൻ പറഞ്ഞപ്പോൾ ഒരു സൂചികുത്തുവാനുള്ള സ്ഥലംപോലും പാണ്ഡവർക്ക് കൊടുക്കില്ലെന്ന് തറപ്പിച്ചുപറഞ്ഞു. പാണ്ഡുപുത്രരല്ല അവർ മറ്റാരുടേയോ മക്കളാണെന്നു കൂടിപ്പറഞ്ഞു. ഇതുകേട്ട് കൃഷ്ണൻ കോപംകൊണ്ട് വിറച്ചുകൊണ്ട് പറഞ്ഞു: എന്നാൽ നിന്റെ താതനും വിചിത്രവീര്യന്റെ മകനല്ലെന്നും നീ വിധവയുടെ മകനെന്നും കൃഷ്ണൻ തിരിച്ചടിച്ചു. ഇതുകേട്ട ദുര്യോധനൻ കോപാക്രാന്തനായി ശ്രീകൃഷ്ണനെ പിടിച്ചുകെട്ടാൻ പറഞ്ഞു. ഈ കെട്ട് പാണ്ഡവർ വന്ന് അഴിക്കട്ടെ എന്നും പറഞ്ഞു. എല്ലാ കുബുദ്ധികളും കൂടി കൃഷ്ണനെ പിടിച്ചുകെട്ടാൻ മുന്നോട്ടുവന്നു. അപ്പോൾ വാളുമെടുത്ത് അവരെ നേരിടാൻ സാത്യകി തയ്യാറായി. സാത്യകിയെ കൃഷ്ണൻ ആ ഉദ്യമ

ത്തിൽനിന്നും പിന്തിരിപ്പിച്ചു. അപ്പോഴേക്കും ഭൂമി കുലുങ്ങവെ ഒരു അട്ടഹാസം മുഴങ്ങി.

കൗരവസദസ്സിൽ ഭഗവാൻ തന്റെ വിശ്വരൂപം കാണിച്ചു. എല്ലാവരും പേടിച്ചുവിറച്ചു. ഭഗവാൻ പിന്നെ അവിടെ അരക്ഷണം നിന്നില്ല. മഹാരഥികളോടെല്ലാം യാത്രപറഞ്ഞ് സാത്യകിയോടൊപ്പം പുറത്തുവന്ന് തേരിൽക്കയറി തിരിച്ചുവന്നു. ആ സമയത്ത് ഭഗവാൻ, കർണ്ണനെ തേരിൽക്കയറ്റി കുറേദൂരം ചെന്നപ്പോൾ ആരും ശ്രദ്ധിക്കാത്ത സ്ഥലത്ത് തേരുനിർത്തി. ഭഗവാൻ കർണ്ണന്റെ ജന്മകഥ മുഴുവനും അദ്ദേഹത്തോടു പറഞ്ഞു. കർണ്ണൻ അതുകേട്ട് അത്ഭുതപ്പെട്ടുപോയി. യുദ്ധം ഒഴിവാക്കാൻ വേണ്ടി കർണ്ണനോട് ഭഗവാൻ പലതും പറഞ്ഞുനോക്കി. എന്നാൽ ദുര്യോധനനുമായുണ്ടാക്കിയ അഭേദ്യമായ ബന്ധംമൂലം ഈ വാക്കുകളൊന്നും കർണ്ണന് സ്വീകാര്യമായില്ല. അവസാനം കൃഷ്ണനെ ആലിംഗനം ചെയ്ത് കർണ്ണൻ ഹസ്തിനപുരത്തേക്ക് മടങ്ങി. ശ്രീകൃഷ്ണൻ തേരിൽ പാണ്ഡവരുടെ വാസസ്ഥലമായ വൃകസ്ഥലിയിലേക്കും പോയി. ഹസ്തിനപുരത്ത് രാജസഭയിൽ നടന്ന ചർച്ചകളെക്കുറിച്ചും ഭീഷ്മദ്രോണാദികളുടെ അഭിപ്രായങ്ങളെപ്പറ്റിയും മറ്റും ശ്രീകൃഷ്ണൻ പാണ്ഡവരെ വിസ്തരിച്ച് പറഞ്ഞുകേൾപ്പിച്ചു. ഇനി യുദ്ധമല്ലാതെ മറ്റൊരു പോംവഴിയുമില്ലെന്ന് എല്ലാവരും ഏകസ്വരത്തിൽ തീരുമാനിച്ചു. കൃഷ്ണൻ ദ്വാരകയിലേക്കും പോയി.

ഒരുദിവസം മദ്ധ്യാഹ്നസമയത്ത് ഭക്ഷണം കഴിഞ്ഞ് ഭഗവാൻ നല്ല ഉറക്കത്തിലായിരുന്നു. ആസമയത്ത് ദുര്യോധനൻ അവിടേക്കു വന്നു. നിദ്രയിൽ ലയിച്ചതിനാൽ സുയോധനൻ വന്നത് ഭഗവാൻ അറിഞ്ഞില്ല. കൃഷ്ണന്റെ തലയ്ക്കരികിലുള്ള പീഠത്തിൽ ദുര്യോധനൻ ഇരുന്നു. അല്പസമയം കഴിഞ്ഞപ്പോൾ അർജ്ജുനനും അവിടെയെത്തി. അദ്ദേഹം ഭഗവാന്റെ പാദങ്ങൾക്കടുത്തിരുന്നു. കുറച്ചുകഴിഞ്ഞപ്പോൾ ശ്രീകൃഷ്ണൻ ഉണർന്നെണീറ്റു. തന്റെ കാലുകളിനടുത്തിരുന്ന പാർഥനെ അദ്ദേഹം കണ്ടു. തിരിഞ്ഞുനോക്കുമ്പോൾ ദുര്യോനനേയും കണ്ടു. വന്ന ഉദ്ദേശം ഇരുവരോടും കൃഷ്ണൻ ആരാഞ്ഞു. ആദ്യം വന്നത് ഞാനാണ്. വരാൻ പോകുന്ന മഹയുദ്ധത്തിൽ എന്നെ സഹായിക്കണമെന്ന് അഭ്യർത്ഥിക്കാനാണ് ഞാൻ വന്നത് എന്ന് ദുര്യോധനൻ പറഞ്ഞു. ശ്രീകൃഷ്ണൻ ചിരിച്ചു. തിരിഞ്ഞ് പാർഥന്റെ ആഗമനോദ്ദേശം ആരാഞ്ഞപ്പോൾ ഞാൻ ഭഗവാന്റെ സഹായം ചോദിക്കാനാണ് വന്നതെന്ന് അദ്ദേഹവും പറഞ്ഞു. ഭഗവാൻ വിഷമവൃത്തത്തിലായി. അദ്ദേഹം പറഞ്ഞു. എനിക്ക് അനന്തമായ ഒരു സേനയുണ്ട്.

നാരായണ സേന. അവരെ ഒരു ഭാഗത്ത് സഹായത്തിനായയക്കാം. മറുഭാഗത്ത് ആയുധമേന്താത്ത ഞാനും നിൽക്കാം. ആരെയാണ് വേണ്ട തെന്ന് ആദ്യം വന്ന ദുര്യോധനനോടു ചോദിച്ചു. എനിക്ക് താങ്കളുടെ നാരായണ സേന മതി എന്ന് അദ്ദേഹം മറുപടി പറഞ്ഞു. എനിക്ക് ആയുധമെടുക്കാത്ത അങ്ങയെ മതിയെന്ന് പാർഥനും പറഞ്ഞു. ആയു ധമെടുക്കാത്ത എന്നെ ലഭിച്ചതുകൊണ്ട് തനിക്കെന്തു പ്രയോജനമാ ണെന്ന് ഭഗവാൻ ചോദിച്ചപ്പോൾ എനിക്ക് ആയുധമെടുക്കാത്ത ധർമ്മ ത്തിന്റെ മൂർത്തീഭാവമായ അങ്ങയെ മതിയെന്ന് പാർഥൻ പറഞ്ഞു. ഇരുവരും വന്ന ഉദ്ദേശം സഫലമായെന്ന് സന്തോഷിച്ച് തിരിച്ചുപോയി.

എല്ലാദിവസവും പ്രഭാതത്തിൽ സൂര്യോദയസമയത്ത് കർണ്ണൻ ഗംഗ യിൽ മുങ്ങിക്കുളിച്ച് സൂര്യതർപ്പണം ചെയ്യാറുണ്ട്. ആ സമയത്ത് ഒരു ദിവസം കുന്തിദേവി കർണ്ണനെ സമീപിച്ചു. കർണ്ണൻ തന്റെ മൂത്ത പുത്ര നാണെന്നും അതുകൊണ്ട് വരാൻ പോകുന്ന യുദ്ധത്തിൽ കൗരവർക്കെ തിരെ പാണ്ഡവരെ സഹായിക്കണമെന്നും പറഞ്ഞു. എന്റെ അഭിമാനം സംരക്ഷിച്ചത് ദുര്യോധനനാണെന്നും അദ്ദേഹത്തെ കൈവിടാൻ എനി ക്കാവില്ലെന്നും അമ്മയോട് കർണ്ണൻ പറഞ്ഞു. തന്റെ അടുത്തുവന്ന അമ്മയെ നിരാശപ്പെടുത്തരുതെന്ന് ചിന്തിച്ച് അർജ്ജുനനെയല്ലാതെ മറ്റുള്ള പാണ്ഡവരെ ഞാൻ വധിക്കുകയില്ലെന്നും അമ്മയ്ക്ക് വാക്കു കൊടുത്തു. അമ്മയും മകനും തമ്മിൽ നടന്ന സംഭാഷണം ആരും അറിയരുതെന്നും ഇരുവരും വാക്കുകൊടുത്ത് കുന്തിദേവി മടങ്ങി പ്പോയി.

ശ്രീകൃഷ്ണൻ ഒരുദിവസം പാണ്ഡവരുടെ അടുത്തെത്തി. യുദ്ധ ത്തിനുള്ള തയ്യാറെടുപ്പുകളെക്കുറിച്ച് അവർ തമ്മിൽ ചർച്ച ചെയ്തു. സൈന്യത്തെ നയിക്കാൻ അതിസമർത്ഥനായ ഒരു സേനാപതി വേണം. ആരാണതിന്നു യോഗ്യനെന്നു ചിന്തിച്ചപ്പോൾ വിരാടരാജനാണ് അതിന് യോഗ്യനായ വ്യക്തിയെന്ന് സഹദേവൻ പറഞ്ഞു. എന്റെ അഭിപ്രായ ത്തിൽ ധൃഷ്ടദ്യുമ്നനാണ് ഈ പദവിക്ക് പറ്റിയ ആളെന്ന് അർജ്ജു നൻ പറഞ്ഞു. ദ്രുപദപുത്രനായ ശിഖണ്ഡി ജനിച്ചതുതന്നെ ഭീഷ്മരെ വധിക്കാനാണ്. അംബയുടെ പുനരവതാരമാണ് ശിഖണ്ഡി. അദ്ദേഹം സർവ്വസൈന്യാധിപനാകണമെന്നാണ് എനിക്കു തോന്നുന്നതെന്ന് ഭീമ സേനൻ പറഞ്ഞു. ആരെയാണ് നമ്മുടെ ഏഴ് അക്ഷൗഹിണിപ്പടയുടെ സേനാപതിയാക്കേണ്ടതെന്ന് ശ്രീകൃഷ്ണൻതന്നെ പറയട്ടെയെന്ന് യുധിഷ്ഠിരൻ പറഞ്ഞു. ഇന്നത്തെ അവസ്ഥയിൽ ധൃഷ്ടദ്യുമ്നൻ സേനാപതിയാകുന്നതാണ് നല്ലതെന്ന് കൃഷ്ണൻ പറഞ്ഞു. ഭഗവാന്റെ

ഈ അഭിപ്രായത്തെ എല്ലാവരും ഹർഷാരവത്തോടെ അംഗീകരിച്ചു. സൈന്യം യുദ്ധയാത്രയ്ക്കുള്ള തയ്യാറെടുപ്പുകൾ ആരംഭിച്ചു. സേനയുടെ മുമ്പിൽ ഭീമൻ, നകുലൻ, സഹദേവൻ, അഭിമന്യു, ദ്രൗപദീപുത്രന്മാർ, ധൃഷ്ടദ്യുമ്നൻ എന്നിവർ നിലകൊണ്ടു. എല്ലാവർക്കും പിന്നിലായി യുധിഷ്ഠിരൻ സഞ്ചരിച്ചു. മാർഗ്ഗമദ്ധ്യേ കേകയരാജ്യത്തിലെ അഞ്ചുരാജാക്കന്മാരും ധൃഷ്ടകേതുവും കാശിരാജപുത്രനായ അഭിഭൂവും ശ്രേണിമാനും വസുദാനനും ശിഖണ്ഡിയും സർവ്വായുധങ്ങളുമായി പാണ്ഡവപ്പടയോടു ചേർന്നു. അങ്ങിനെ ശരിയായ രീതിയിൽത്തന്നെ വ്യൂഹം ചമച്ച് പാണ്ഡവസൈന്യം കുരുക്ഷേത്രയിലെത്തി.

തുറസ്സായ സ്ഥലത്ത് അവർ ശിബിരങ്ങൾ സ്ഥാപിച്ചു. കൃഷ്ണാർജ്ജുനന്മാർ ശംഖധ്വനി മുഴക്കി. ഇടിവെട്ടുപോലെ ഭീതിജനകമായ പാഞ്ചജന്യധ്വനി സൈന്യത്തെ പ്രകമ്പനം കൊള്ളിച്ചു. കൗരവസൈന്യം ദുര്യോധനന്റെ നേതൃത്വത്തിൽ പിറ്റേദിവസം രാവിലെത്തന്നെ കുരുക്ഷേത്രയ്ക്കു സമീപം ശിബിരങ്ങൾ നിർമ്മിച്ചു. കർണ്ണൻ, ശകുനി, ദുശ്ശാസനൻ എന്നിവരോട് കൂടിയാലോചിച്ച് അവസാനം ഭീഷ്മരെ സർവ്വസൈന്യാധിപനായി നിയമിച്ചു. എന്നാൽ ഭീഷ്മർ ദുര്യോധനന്റെ മുമ്പിൽ ഒരു നിബന്ധന വെച്ചു. ഞാൻ പാണ്ഡവരെ വധിക്കില്ല. അവരും നിങ്ങളും എനിക്കൊരുപോലെയാണ്. പാണ്ഡവരുടെ സൈന്യങ്ങളെ ഞാൻ മുച്ചൂടും മുടിക്കാമെന്നു പറഞ്ഞു. അങ്ങനെ ഭീഷ്മർ കൗരവസേനാപതിയായി നിയമിതനായി. ഭീഷ്മർ സേനാപതിയായിരിക്കുന്നിടത്തോളം ഞാൻ യുദ്ധക്കളത്തിൽനിന്ന് വിട്ടുനിൽക്കുകയാണെന്നു പറഞ്ഞ് കർണ്ണൻ പിന്മാറി. പാണ്ഡവസേനാപതിയായ ധൃഷ്ടദ്യുമ്നന്റെ ആജ്ഞപ്രകാരം ഇഷ്ടമുള്ള പ്രതിയോഗിയെ തിരഞ്ഞെടുക്കാൻ ഓരോ മഹാരഥനും അനുവാദം കൊടുത്തു. അർജ്ജുനൻ കർണ്ണനോടും ഭീമസേനൻ ദുര്യോധനനോടും ധൃഷ്ടകേതു ശല്യരോടും ഉത്തമൗജസ്സ് കൃപരോടും നകുലൻ അശ്വത്ഥാമാവിനോടും ശൈബ്യൻ കൃതവർമ്മാവിനോടും സാത്യകി ജയദ്രഥനോടും ശിഖണ്ഡി ഭീഷ്മരോടും പൊരുതാൻ നിയുക്തരായി. അതുപോലെ സഹദേവനെ ശകുനിക്കെതിരെയും ചേകിതാനെ ശലനുനേർക്കും ദ്രൗപദീപുത്രന്മാരെ ത്രിഗർത്ത വീരന്മാർക്കെതിരെയും അഭിമന്യുവിനെ വൃഷസേനനെതിരെയും പൊരുതാൻ നിയമിച്ചു. അങ്ങിനെ പാണ്ഡവസൈന്യം കുരുക്ഷേത്രയിൽ അണിനിരന്നു.

പിറ്റേദിവസം പുലർച്ചയോടുകൂടി ദുര്യോധനന്റെ ആജ്ഞപ്രകാരം കൗരവപക്ഷത്തെ രാജാക്കന്മാർ പാണ്ഡവപക്ഷത്തെ ആക്രമിക്കാനൊ

രുങ്ങി. അവന്തിരാജാക്കന്മാരായ വിന്ദാനുവിന്ദന്മാരും കേകയരാജ്യ ത്തിലെ രാജാവും വാഹ്ലികനും ദ്രോണാചാര്യരുടെ നേതൃത്വത്തിൽ മുന്നേറി. പിന്നാലെ അശ്വത്ഥാമാവ്, ഭീഷ്മർ, ജയദ്രഥൻ, ശകുനി, നാലു ദിക്കിൽനിന്നും വന്നെത്തിയ രാജാക്കന്മാർ, പർവ്വതപ്രാന്തങ്ങളിലെ ഭര ണാധികാരികൾ തുടങ്ങിയവർ സൈന്യത്തോടുകൂടി രണ്ടാമതൊരു സംഘമായി നീങ്ങി. അവരുടെ പിന്നാലെ സൈന്യസമേതം കൃത വർമ്മൻ, ത്രിഗർത്തേശൻ, സഹോദരന്മാരോടൊപ്പം ദുര്യോധനൻ, ശല്യർ, ഭൂരിശ്രവസ്, ശലൻ, ബൃഹദ്രഥൻ എന്നിവർ നടന്നുനീങ്ങി. ആ സമയത്ത് ധൃഷ്ടദ്യുമ്നനന്റെ സർവ്വസൈന്യാധിപത്യത്തിലുള്ള സേനയോട് പോർക്കളത്തിലേക്ക് നീങ്ങാൻ യുധിഷ്ഠിരൻ ആജ്ഞാ പിച്ചു. അഭിമന്യുവിനെയും പാഞ്ചാലീപുത്രന്മാരേയും പടക്കളത്തിലേ ക്കയച്ചു. പിന്നാലെ സൈന്യത്തോടൊപ്പം ഭീമസേനൻ, സാത്യകി, അർജ്ജുനൻ എന്നിവർ പുറപ്പെട്ടു. അവർക്ക് പിന്നിലായി യുധിഷ്ഠി രൻ, വിരാടൻ, ദ്രുപദൻ തുടങ്ങിയ രാജാക്കന്മാരും മുന്നേറി. കുറേദൂരം പോയപ്പോൾ കൗരവർക്ക് മതിഭ്രമം വരുത്താനായി തന്റെ സൈന്യത്തെ ഒന്നു പുനഃസംഘടിപ്പിച്ചു. ഭീമസേനന്റെ നേതൃത്വത്തിൽ പതിനായിര ത്തിലധികം സൈന്യങ്ങളും തേര്, കുതിര, ഗജം എന്നിവയോടുകൂടി മുൻനിരയിൽ അണിനിരന്നു. അതിന്റെ പിൻഭാഗത്തായി കൃഷ്ണാർജ്ജുനന്മാർ രഥവും സർവ്വായുധങ്ങളുമായി നീങ്ങി. അവ സാനം യുധിഷ്ഠിരൻ, വിരാടൻ, ദ്രുപദൻ എന്നിവർ ഇരുപതിനായിരം കുതിരപ്പടയോടും അയ്യായിരം ആനപ്പടയോടും ലക്ഷക്കണക്കിന് സൈന്യത്തോടും കൂടി രണഭൂമിയിലേക്ക് നടന്നുനീങ്ങി. ഭീഷ്മരുടെ നിർദ്ദേശപ്രകാരം പതിനൊന്ന് നിബന്ധനങ്ങൾ പാലിക്കാൻ ഇരുസൈ ന്യവും തയ്യാറായി.

ഇതാണ് നിർദ്ദേശങ്ങൾ

1. സൂര്യോദയം മുതൽ സൂര്യാസ്തമയം വരെ യുദ്ധം ചെയ്തവർ അതുകഴിഞ്ഞാൽ സൗഹൃദത്തോടെ ഒന്നിച്ച് കൂടണം.
2. ആരും ആരോടും ചതിപ്രയോഗിക്കരുത്.
3. വാക്കുകൾകൊണ്ടു പൊരുതുന്നവരെ വാക്കുകൾകൊണ്ടുതന്നെ നേരിടണം.
4. സൈന്യത്തിൽനിന്നു വേർപെട്ടുപോകുന്നവരെ ഉപദ്രവിക്കരുത്.
5. രഥി രഥിയോടും കുതിരപ്പോരാളി കുതിരപ്പോരാളിയോടും ആന പ്പുറത്ത് കയറിവരുന്നവൻ ആനപ്പുറത്ത് കയറിവരുന്നവനോടും കാലാൾ കാലാളിനോടും മാത്രമേ പൊരുതാവൂ.

6. ഓരോരുത്തരും ഇച്ഛാനുസാരം തുല്യനിലയിലുള്ളവരോട് പൊരുതണം.
7. അവരവരുടെ വീറും കരുത്തും അറിഞ്ഞ് ഓരോരുത്തരും പോരാടണം.
8. എതിരാളിയെ വിളിച്ച് ജാഗരൂകരാക്കി മാത്രമേ ആയുധം പ്രയോഗിക്കാൻ പാടുള്ളൂ.
9. പ്രഹരമുണ്ടാവില്ലെന്നു കരുതി അശ്രദ്ധനായി നിൽക്കുന്നവരോടും പേടിച്ച് വിറക്കുന്നവരോടും പൊരുതരുത്.
10. ഒരാളോട് പൊരുതിക്കൊണ്ടിരിക്കുന്നവന്റെമേൽ മറ്റൊരാൾ ആയുധം പ്രയോഗിക്കരുത്.
11. അഭയാർത്ഥികൾ, പിന്തിരിഞ്ഞോടുന്നവർ, പടച്ചട്ടയും ആയുധങ്ങളുമില്ലാത്തവർ, ഭാരം ചുമക്കുന്നവർ, ആയുധം എത്തിക്കുന്നവർ, ഭേരീപടഹങ്ങൾ മുഴക്കുന്നവർ, സൂതന്മാർ എന്നിവരെ ഒരിക്കലും വധിക്കരുത്.

മേൽപ്പറഞ്ഞ നിബന്ധനകൾ എല്ലാവരും അംഗീകരിച്ചു.

യുദ്ധം ആരംഭിക്കുന്നതിന് രണ്ടുദിവസം മുമ്പ് ശ്രീകൃഷ്ണൻ തന്റെ പിതൃസഹോദരിയും പാണ്ഡവരുടെ അമ്മയുമായ കുന്തീദേവിയെക്കണ്ട് അനുഗ്രഹം വാങ്ങാൻവേണ്ടി ഹസ്തിനപുരത്ത് വന്നിരുന്നു. പിറ്റേദിവസം അതിരാവിലെതന്നെ വിദുരരോടും വിടചോദിച്ച് മടങ്ങി. വഴിക്കുവെച്ച് പൂർണ്ണനഗ്നയായി നടക്കുന്ന ദുര്യോധനനെ ഭഗവാൻ കണ്ടു. അപ്രതീക്ഷിതമായി ശ്രീകൃഷ്ണനെ കണ്ടപ്പോൾ ജാള്യത തോന്നി. അല്ല, ഇതാരാണ് നഗ്നനായി നടന്നുകൊണ്ട് എവിടേക്കു പോകുന്നുവെന്ന് കൃഷ്ണൻ ദുര്യോധനനോടു ചോദിച്ചു. എന്റെ അമ്മയുടെ മൂടിക്കെട്ടിയ കണ്ണുകൾ ഇന്ന് അഴിച്ചുമാറ്റുന്നു. അപ്പോൾ അമ്മ ആദ്യം കാണുന്ന വസ്തു വജ്രതുല്യമായി മാറും. അതിനാലാണ് ഞാൻ അമ്മയുടെ മുന്നിലേക്ക് പോകുന്നത് ദുര്യോധനൻ കൃഷ്ണനോടു പറഞ്ഞു. എന്നാലും ഇത് നാണക്കേടായിപ്പോയി. അമ്മയായാലും അവരൊരു സ്ത്രീയല്ലേയെന്ന കൃഷ്ണവാക്യം കേട്ട ദുര്യോധനന് അദ്ദേഹം പറഞ്ഞത് ശരിയാണെന്ന് തോന്നി. അദ്ദേഹം വാഴയിലകൊണ്ട് തന്റെ അരക്കെട്ടു മുതൽ മുട്ടുകൾ വരെയുള്ള മുൻഭാഗം മൂടിക്കെട്ടി. അതിനുശേഷം അമ്മയുടെ അടുത്തേക്ക് പോയി. അമ്മയായ ഗാന്ധാരി കണ്ണിന്റെ കെട്ടഴിക്കാൻ തുടങ്ങി. ദുര്യോധനൻ ജയകാംക്ഷയാ അമ്മയുടെ നേരെ മുമ്പിൽ വന്നുനിന്നു. ഗാന്ധാരിദേവി കെട്ടഴിച്ച് ആദ്യം കണ്ടത് വാഴയിലകൊണ്ട് അരക്കെട്ടുമുതൽ മുട്ടുകൾവരെ മുൻഭാഗം

മൂടിക്കെട്ടിയ ദുര്യോധനനെയാണ്. അത്രയും ഭാഗമൊഴിച്ച് ബാക്കിയെല്ലാം വജ്രതുല്യമായിമാറി. ഭീമസേനന്റെ ഗദാപ്രയോഗത്തിൽനിന്നും തന്റെ മകനെ രക്ഷിക്കാനാണ് ഗാന്ധാരി കണ്ണുകളുടെ കെട്ടഴിച്ചത്. മകൻ മുൻഭാഗം മറച്ചതിനാൽ ഗാന്ധാരി നിരാശയായിത്തീർന്നു.

മഹായുദ്ധം

മഹാഭാരതയുദ്ധം

ഹസ്തിനപുരത്ത് ഏകാകിയായി നില്ക്കുന്ന ധൃതരാഷ്ട്രരുടെ മുമ്പിൽ വേദവ്യാസമഹർഷി പ്രത്യക്ഷപ്പെട്ടു. മഹാഭാരതയുദ്ധവിവരങ്ങൾ നേരിട്ടുകണ്ട് അപ്പപ്പോൾ രാജാവിനെ അറിയിക്കാൻ സഞ്ജയന് മഹർഷി ദിവ്യദൃഷ്ടി നൽകി. യുദ്ധത്തിന്റെ സന്നാഹങ്ങൾ ആരംഭിച്ചു. സൈന്യാധിപനായ ഭീഷ്മർക്കുചുറ്റും പ്രഗത്ഭരായ മഹാരഥന്മാർ സംരക്ഷകരായി നിലയുറപ്പിച്ചു. അങ്ങിനെ ഭീഷ്മർ വ്യൂഹം ചമച്ചു. എന്നാൽ ഏഴ് അക്ഷൗഹിണിപ്പട മാത്രമുള്ള യുധിഷ്ഠിരൻ അർജ്ജുനനെ വിളിച്ച് സൂചിമുഖം എന്ന വ്യൂഹം ചമയ്ക്കാൻ പറഞ്ഞു. അർജ്ജുനൻ അപ്പോൾ യുധിഷ്ഠിരനോടു പറഞ്ഞു. ജ്യേഷ്ഠാ, ഞാനിന്ന് വജ്രം എന്നുപേരായ ദുർഭേദ്യമായ വ്യൂഹമാണ് രചിക്കാനുദ്ദേശിക്കുന്നത്. വായുവേഗമുള്ളതും ശത്രുക്കൾക്ക് ദുസ്സഹവുമായ ഈ വ്യൂഹത്തിന് മുന്നിൽ ഭീമസേനൻ നിലയുറപ്പിച്ച് പൊരുതും. ഭീമനെ കാണുമ്പോൾത്തന്നെ കൗരവസൈനികർ ഓടിയൊളിക്കും. യുധിഷ്ഠിരന്റെ സമ്മതത്തോടുകൂടി രചിച്ച വജ്രവ്യൂഹം അതിവേഗം ശത്രുക്കളുടെ നേർക്ക് നീങ്ങി. ഇരുസൈന്യവും മുന്നേറി. പാണ്ഡവസേനയുടെ മുന്നിൽ ഭീമസേനൻ ധൃഷ്ടദ്യുമ്നൻ, നകുലൻ, സഹദേവൻ, ധൃഷ്ടകേതു എന്നിവരുമുണ്ടായിരുന്നു. ഭീമസേനന്റെ തേർചക്രങ്ങളുടെ സംരക്ഷണത്തിനായി ഇരുഭാഗത്തും നകുലസഹദേവന്മാർ നിലകൊണ്ടു, പാഞ്ചാലീപുത്രന്മാർ അഭിമന്യുവിനോടുകൂടി ഭീമസേനന്റെ പിറകിൽ അണിനിരന്നു. ഇവർക്ക് പിന്നിലായി പാർഥന്റെ അകമ്പടിയോടെ ശിഖണ്ഡി ഭീഷ്മരെ നശിപ്പിക്കാൻ തയ്യാറായി നീങ്ങി. അർജ്ജുനന്റെ പിന്നിൽ കരുത്തരായ സാത്യകിയും യുധാമന്യുവും ഉത്തമൗജസ്സും തേരുകളെ സംരക്ഷിച്ചുകൊണ്ടിരുന്നു. ധൃഷ്ടകേതുവും ചേകിതാനനും അർജ്ജുനന്റെ അംഗരക്ഷകരായി പിന്നാലെ കൂടി. പാർഥൻ രചിച്ച വജ്രവ്യൂഹത്തിന് നാലു മുഖങ്ങളുണ്ടായിരുന്നു. അപ്പോഴേക്കും പട

യാളികൾ സന്ധ്യാവന്ദനം നടത്തി. പാണ്ഡവസൈന്യത്തിന്റെ മുന്നിൽ ഭീമസേനനെക്കണ്ട് കൗരവപ്പടയാളികൾ നടുങ്ങി. ഇരുസൈന്യവും ആർത്തുവിളിച്ച് മുന്നോട്ടുനീങ്ങി. ഭീഷ്മർ നിർമ്മിച്ച വ്യൂഹം കണ്ട് യുധിഷ്ഠിരൻപോലും അത്ഭുതപ്പെട്ടു. അദ്ദേഹം തേരിൽനിന്നിറങ്ങി പടച്ചട്ടകൾ അഴിച്ചുവെച്ച് ആയുധങ്ങളെല്ലാം തേരിൽ നിക്ഷേപിച്ച് നേരെ ഭീഷ്മരുടെ അടുത്തെത്തി. അദ്ദേഹം പിതാമഹനെ വണങ്ങി. പിതാമഹനോട് യുദ്ധത്തിനുള്ള സമ്മതം വാങ്ങി തിരിച്ചുവന്നു.

വ്യൂഹം ചമച്ചുനിൽക്കുന്ന ഇരുസൈന്യങ്ങളുടെയും മദ്ധ്യത്തിൽ തേരുനിർത്താൻ അർജ്ജുനൻ കൃഷ്ണനോട് പറഞ്ഞു. അവിടെനിന്ന് അദ്ദേഹം ശത്രുസൈന്യത്തെ വീക്ഷിച്ചു. ബന്ധുക്കളും പിതാമഹന്മാരും ആചാര്യന്മാരും സഹോദരങ്ങളും അണിനിരന്ന ആ സേനയെക്കണ്ട് പാർഥൻ വിഷാദിച്ചു. ഇവരെയെല്ലാം വധിച്ചിട്ട് എനിക്കെന്തിനീ രാജ്യം എന്ന് കൃഷ്ണനോടു ചോദിച്ചു. അപ്പോൾ ഭഗവാൻപറഞ്ഞു; നിന്നെ ലക്ഷ്യംവെച്ച് വന്നവരാണവർ. അവർക്ക് നിന്നോടില്ലാത്ത രക്തബന്ധവും കൂറും നിനക്കെന്തിനാണ്. ക്ഷത്രിയന് യുദ്ധം വിധിച്ചതാണ്. അതുകൊണ്ട് ക്ഷാത്രധർമ്മം നീ പാലിക്കൂ. യുദ്ധത്തിൽ നീ വിജയിച്ചാൽ അനന്തമായ ഈ ഭൂമി നിനക്ക് അനുഭവിക്കാം. യുദ്ധത്തിൽ മരിച്ചുപോയാൽ നിന്റെ ആത്മാവ് സൂര്യമണ്ഡലം ഭേദിച്ച് സ്വർഗ്ഗത്തിലെത്തും. അതുകൊണ്ട് അചഞ്ചലമായ മനസ്സോടെ നീ ശത്രുക്കളോടു പൊരുതൂ. പിന്നീട് പാർഥന്റെ സകലസംശയങ്ങൾക്കും അർഹിക്കുന്ന മറുപടി പറഞ്ഞുകൊണ്ട് തന്റെ വിരാട്രൂപം അർജ്ജുനന് കാട്ടിക്കൊടുത്തു. ഭഗവത്ഗീതയിൽ അക്കാര്യങ്ങൾ സവിസ്തരമായി പ്രതിപാദിച്ചിരക്കുന്നതുകണ്ട് അതിലേക്ക് കടക്കുന്നില്ല. ഗീത വായിക്കാത്തവർ വിരളമാണല്ലോ.

ഭീഷ്മരെ മുന്നിലാക്കിക്കൊണ്ട് ദുര്യോധനൻ സഹോദരങ്ങളോടുകൂടി മുന്നേറി. ഭീഷ്മരോടു പൊരുതാൻ പാണ്ഡവപ്പട ഔത്സുക്യത്തോടെ ഭീമസേനന്റെ നേതൃത്വത്തിൽ മുന്നേറി. ഇരുസൈന്യങ്ങളും അതിഭയങ്കരമായി പോരു തുടങ്ങി. ഭീമസേനന്റെ ഗർജ്ജനം കേട്ട് പ്രതിയോഗികളായ പടയാളികൾ ഭയന്നുവിറച്ചു. ഭീഷ്മർ കാലദണ്ഡംപോലെ ഭീഷണമായ വില്ലെടുത്തുകൊണ്ട് അർജ്ജുനന്റെ നേർക്ക് ചാടിവീണു. ദിവ്യമായ ഗാണ്ഡീവചാപമുയർത്തിക്കൊണ്ട് പാർഥൻ പിതാമഹനെ നേരിട്ടു. സാത്യകി കൃതവർമ്മാവിനോടും ബൃഹത്ബലൻ അഭിമന്യുവിനോടും ഏറ്റുമുട്ടി. സാരഥിയോടുകൂടി ബൃഹത്ബലനെ അഭിമന്യു വധിച്ചു. ഭീമസേനൻ ദുര്യോധനനോടു പൊരുതി. യുധിഷ്ഠിരൻ

ശല്യരെ നേരിട്ടു. ധൃഷ്ടദ്യുമ്നൻ ദ്രോണരുടെ മുമ്പിലെത്തി. ദ്രോണരുടെ അമ്പേറ്റ് ധൃഷ്ടദ്യുമ്നന്റെ വില്ല് മുറിഞ്ഞു. മറ്റൊരു ചാപമെടുത്ത് അദ്ദേഹം ദ്രോണരെ നേരിട്ടു. രാക്ഷസരാജനായ അലംബുഷൻ ഭീമസേനപുത്രനായ ഘടോൽക്കചനോടേറ്റുമുട്ടി. സേനാപതിയായ വിരാടൻ ഭഗദത്തനെ നേരിട്ടു. കേകയരാജാവായ ബൃഹദ്ക്ഷത്രനോട് കൃപാചാര്യർ ഏറ്റുമുട്ടി. ദ്രുപദൻ ജയദ്രഥനെ നേരിട്ടു. ചേകിതാനൻ ത്രിഗർത്തരാജനായ സുധർമ്മാവിനോടു പൊരുതി. ശകുനി പ്രതിവിന്ധ്യനെ നേരിട്ടു.

സഹദേവന്റെ പുത്രനായ ശ്രുതകർമ്മാവ് കാംഭോജത്തിലെ സുദക്ഷിണനെ നേരിട്ടു. അർജ്ജുനന് ഉലൂപിയിൽ ജനിച്ച ഇരാവാൻ ശ്രുതായുസ്സിനോടു പൊരുതി. മഹാരഥനായ കുന്തീഭോജൻ വിന്ദാനുവിന്ദന്മാരെ നേരിട്ടു. ദുര്യോധനന്റെ സഹോദരനായ വീരബാഹു വിരാടരാജകുമാരനായ ഉത്തരനോടു പൊരുതി. ചേദിരാജൻ ഉലൂകനെ നേരിട്ടു. ദുര്യോധനന്റെ നിർദ്ദേശപ്രകാരം ദുർമുഖൻ, കൃതവർമ്മാവ്, കൃപർ, ശല്യർ, വിവിംശതി എന്നിവർ ഭീഷ്മരെ സഹായിക്കാനെത്തി. ഭീഷ്മർ പാണ്ഡവസൈന്യത്തിനുള്ളിലേക്ക് കടക്കാൻ ശ്രമിക്കുന്നതുകണ്ട അഭിമന്യു അദ്ദേഹത്തിന്റെ മുന്നിൽ ചാടിവീണു. ഭീഷ്മരുടെ കൊടിമരം അഭിമന്യു മുറിച്ചുകളഞ്ഞു. കൃതവർമ്മാവിനേയും ശല്യരേയും ഭീഷ്മപിതാമഹനേയും സാരമായി പരിക്കേല്പിച്ച് ദുർമ്മുഖന്റെ സാരഥിയെ വധിച്ചു. ദേവതകൾ ഇതുകണ്ട് അഭിമന്യുവിനെ വാഴ്ത്തി സ്തുതിച്ചു. ക്രുദ്ധനായ ഭീഷ്മർ അഭിമന്യുവിനെ ശരംകൊണ്ട് മൂടി. പാണ്ഡവപക്ഷത്തുള്ള പത്ത് മഹാരഥന്മാർ അർജ്ജുനപുത്രന്റെ രക്ഷയ്ക്കായി ഓടിയെത്തി. ആനപ്പുറത്ത് കയറിവന്ന ഉത്തരൻ ശല്യരെ ആക്രമിച്ചു. ശല്യർ പ്രയോഗിച്ച ശക്തിയേറ്റ് ഉത്തരൻ മരിച്ചുവീണു. ഇതുകണ്ട സഹോദരനായ ശ്വേതൻ ശല്യരെ വധിക്കാനായി പാഞ്ഞടുത്തു. അപകടത്തിൽപ്പെട്ട ശല്യരെ രക്ഷിക്കാൻ കൗരവപക്ഷത്തുള്ള ഏഴ് മഹാരഥന്മാർ ശ്വേതനെ വളഞ്ഞു. ശ്വേതന്റെ ശരമേറ്റ് ശല്യപുത്രനായ രുഗ്മരഥൻ മരിച്ചുവീണു. ശ്വേതന്റെ രക്ഷയ്ക്കായി ലക്ഷക്കണക്കിന് ക്ഷത്രിയവീരന്മാരുണ്ടായിരുന്നു. പത്തും പന്ത്രണ്ടും കൗരവമഹാരഥന്മാരെ ശ്വേതൻ ഒറ്റയ്ക്ക് നേരിട്ടു. ഭീഷ്മരുടെ രക്ഷയ്ക്കായി ദുര്യോധനൻ ഓടിവന്നു. ഭീഷ്മരുടെ വില്ല് ശ്വേതൻ മുറിച്ചുകളഞ്ഞു. പിതാമഹൻ ബ്രഹ്മാസ്ത്രം പ്രയോഗിച്ച് ശ്വേതനെ വധിച്ചു. ശ്വേതൻ പാണ്ഡവർക്ക് അഭിമാനസ്തംഭമായിരുന്നു. ശ്വേതന്റെ മരണവാർത്തയറിഞ്ഞ് യുധിഷ്ഠിരൻ ദുഃഖിതനായി.

ഉച്ചകഴിഞ്ഞപ്പോൾ വീണ്ടും ഇരുപക്ഷവും ഭയങ്കരമായ ഏറ്റുമുട്ടൽ ആരംഭിച്ചു. കൃതവർമ്മാവും ശല്യരും യുദ്ധസന്നദ്ധരായി വന്നെത്തിയതുകൊണ്ട് ശംഖൻ എന്ന രാജകുമാരൻ ക്രുദ്ധനായി അവരെ നേരിട്ടു. ശരങ്ങൾകൊണ്ട് ശംഖൻ ശല്യരെ മൂടി. ഇതുകണ്ട് ഭീഷ്മർ തന്നെ ശല്യരുടെ രക്ഷയ്ക്കെത്തി. പാണ്ഡവസൈന്യം കിടുകിടാ വിറച്ചു. ഭീഷ്മരിൽനിന്നും ശംഖനെ രക്ഷിക്കാൻ പാർഥൻ അവിടെ ഓടിയെത്തി. പിന്നീട് ഇരുവരും അവിടെ അതിരൂക്ഷമായ പോരുനടത്തി. ഗദയുമായി രഥത്തിൽനിന്നും ചാടിയിറങ്ങിയ ശല്യർ ശംഖന്റെ കുതിരകൾ നാലിനേയും യമപുരിക്കയച്ചു. ഖഡ്ഗമെടുത്ത് ശംഖൻ തേരിൽനിന്നിറങ്ങി അർജ്ജുനന്റെ രഥത്തിൽ സ്ഥാനംപിടിച്ചു. ഈ സമയത്ത് പാഞ്ചാലരേയും മാത്സ്യരേയും കേകയരെയും ഭീഷ്മർ ശരം പ്രയോഗിച്ച് വീഴ്ത്തി. അതിന്നുശേഷം അദ്ദേഹം അർജ്ജുനനെ വിട്ട് ദ്രുപദനെ നേരിട്ടു. ഭീഷ്മശരങ്ങളേറ്റ് പാഞ്ചാലസൈന്യം തുരുതുരാ മരിച്ചുവീഴാൻ തുടങ്ങി. പാണ്ഡവർ രചിച്ച വജ്രവ്യൂഹം ഭീഷ്മർ ഭേദിച്ചു. അപ്പോഴേക്കും സൂര്യാസ്തമനമായതിനാൽ എല്ലാവരും യുദ്ധം മതിയാക്കി. അങ്ങിനെ പതിനെട്ടു ദിവസം നീണ്ടുനിന്ന മഹാഭാരതയുദ്ധത്തിലെ ഒന്നാംദിവസത്തെ യുദ്ധം അവസാനിച്ചു.

രണ്ടാംദിവസം അതിരാവിലെതന്നെ കിരീടിയുടെ നേതൃത്വത്തിൽ പാണ്ഡവർ ക്രൗഞ്ചം എന്ന വ്യൂഹം രചിച്ചു. അതുകണ്ട് ഭീഷ്മദ്രോണാദികളുടെ നേതൃത്വത്തിൽ കൗരവരും വ്യൂഹംചമച്ചു. ദുര്യോധനൻ കൗരവപക്ഷത്തുള്ള രാജാക്കന്മാരെ പ്രോത്സാഹിപ്പിച്ചുകൊണ്ടേയിരുന്നു. അനന്തരം കൗരവർ ശംഖധ്വനി മുഴക്കി. ഇരുസൈന്യങ്ങളും അതിശക്തമായി ഏറ്റുമുട്ടി. ഭീഷ്മപിതാമഹൻ പാണ്ഡവസൈന്യത്തെയും അവരുടെ മഹാരഥന്മാരെയും അസ്ത്രനിരകൊണ്ട് ക്ഷീണിപ്പിച്ചു. പാണ്ഡവരുടെ വ്യൂഹം ചിന്നിച്ചിതറി. ഇതുകണ്ട പാർഥൻ ഭീഷ്മരുടെ സമീപത്തേക്ക് രഥമോടിക്കാൻ കൃഷ്ണനോടു പറഞ്ഞു. ആ പോക്കിൽ പാർഥന്റെ ശരങ്ങളേറ്റ് അനേകം സൈനികർ മരിച്ചുവീണു. അവരെ മറികടന്ന് കൃഷ്ണാർജ്ജുനന്മാർ ഭീഷ്മരുടെ അടുത്തെത്തി. അമ്പൊടുങ്ങാത്ത ജിഷ്ണുവിന്റെ ആവനാഴിയിൽനിന്ന് അനേകം ശരങ്ങൾ പ്രതിയോഗികളെ ലക്ഷ്യമാക്കിപാഞ്ഞു. അതിനിടയ്ക്ക് സാത്യകിയും വിരാടനും ധൃഷ്ടദ്യുമ്നനനും പാഞ്ചാലീപുത്രന്മാരും അഭിമന്യുവും അർജ്ജുനന്റെ സഹായത്തിനായെത്തി. പാർഥൻ ഭീഷ്മരെ അമ്പുകൾകൊണ്ട് പൊതിഞ്ഞു. മറ്റൊരു ദിക്കിൽ ധൃഷ്ടദ്യുമ്നനനും ദ്രോണാചാര്യരും തമ്മിൽ ഏറ്റുമുട്ടുകയായിരുന്നു. ധൃഷ്ടദ്യുമ്നനനെ രക്ഷിക്കാൻ

ഭീമസേനൻ പാഞ്ഞെത്തി. ദുര്യോധനൻ പറഞ്ഞുവിട്ട കലിംഗപ്പടയുമായി ഭീമൻ ഭീഷണമായി യുദ്ധം ചെയ്തു. കലിംഗരാജകുമാരനായ ശുക്രദേവന്റെ ശരങ്ങളേറ്റ് ഭീമന്റെ തേർക്കുതിരകൾ ചത്തൊടുങ്ങി. തേരുനഷ്ടപ്പെട്ട ഭീമസേനന്റെ നേർക്ക് ശക്രദേവൻ തുരുതുരാ ബാണങ്ങൾ പ്രയോഗിച്ചു. ഭീമൻ ശക്രദേവന്റെ നേർക്ക് ഇരുമ്പുഗദയെറിഞ്ഞു. ആ ഗദാപ്രയോഗമേറ്റ് ശക്രദേവനും സാരഥിയും മരിച്ചുവീണു.

മകൻ മരിച്ചതറിഞ്ഞ് കലിംഗരാജൻ വലിയൊരു സൈന്യവുമായി ഭീമസേനനെ നേരിട്ടു. അദ്ദേഹം പ്രയോഗിച്ച വിഷബാണങ്ങളെ ഭീമസേനൻ വെട്ടിനുറുക്കി. വാളേന്തിക്കൊണ്ട് കലിംഗരാജന്റെ ആനയുടെ കൊമ്പുപിടിച്ച് മസ്തകത്തിൽ ചവുട്ടിക്കയറി. ആനയേയും കലിംഗരാജനായ ഭാനുമാനേയും ഭീമൻ വെട്ടിക്കൊന്നു. ഇതുകണ്ട ഭീഷ്മർ ഭീമന്റെ നേർക്ക് തിരിഞ്ഞു. ഗദയേന്തിക്കൊണ്ട് ഭീമൻ നിലത്തിറങ്ങി. അപ്പോഴേയ്ക്കും സാത്യകി ഭീഷ്മരുടെ തേരാളിയെ വധിച്ചു. നിയന്ത്രണമില്ലാത്ത കുതിരകൾ ഭീഷ്മരെ ദൂരെ കൊണ്ടുപോയി. ഇത്രയുമായപ്പോൾ ദുര്യോധനപുത്രനായ ലക്ഷ്മണൻ അഭിമന്യുവിനോട് നേരിട്ടു. അഭിമന്യുവിന്റെ ബാണങ്ങളേറ്റ് ക്ഷീണിതനായ മകനെ രക്ഷിക്കാൻ ദുര്യോധനൻ പാഞ്ഞെത്തി. പാർഥനെ നേരിടാൻ ദ്രോണാദികൾ എത്തിച്ചേർന്നു. ആ യുദ്ധം ഭീഷണമായിരുന്നു. അർജ്ജുനന്റെ ശരങ്ങൾ സൂര്യനേയും ഭൂമിയേയും മറച്ചു. ആ യുദ്ധത്തിൽ എത്ര മഹാരഥന്മാരും എത്ര സൈന്യങ്ങളും മരിച്ചുവെന്ന് ആർക്കും അറിയില്ല. പരാക്രമശാലിയായ പാർഥന്റെ ശരകൗശലംകണ്ട് കൗരവസൈന്യം പിന്തിരിഞ്ഞോടി. കൃഷ്ണാർജ്ജുനന്മാർ ശംഖനാദം മുഴക്കി. അപ്പോൾ ഭീഷ്മർ ദ്രോണരോടു പറഞ്ഞു. അർജ്ജുനനെ ജയിക്കാൻ നമ്മുടെ കൂട്ടത്തിൽ ആർക്കും തന്നെ കഴിയില്ലെന്ന്. അപ്പോഴേക്കും സൂര്യാസ്തമനം ആരംഭിച്ചു. ഇരുസൈന്യങ്ങളും യുദ്ധം മതിയാക്കി തങ്ങളുടെ ശിബിരങ്ങളിലേക്ക് മടങ്ങി. അങ്ങിനെ രണ്ടാംദിവസത്തെ യുദ്ധം അവസാനിച്ചു.

മൂന്നാംദിവസം രാവിലെത്തന്നെ ഗരുഡവ്യൂഹം ചമച്ച് ഭീഷ്മർ പോർക്കളത്തിലെത്തി. ഗരുഡന്റെ ചുണ്ടിന്റെ സ്ഥാനത്ത് അദ്ദേഹം തന്നെ നിലയുറപ്പിച്ചു. കണ്ണുകളുടെ ഭാഗങ്ങളിൽ ദ്രോണരും കൃതവർമ്മാവുമായിരുന്നു. ശിരോഭാഗത്ത് അശ്വത്ഥാമാവും കൃപാചാര്യരും സ്ഥാനം പിടിച്ചു. ഭീഷ്മരുടെ ഗരുഡവ്യൂഹം കണ്ട പാർഥൻ ധൃഷ്ടദ്യുമ്നനോടൊത്ത് അർധചന്ദ്രാകാരം എന്ന വ്യൂഹം ചമച്ചു. വലത്തെയറ്റത്ത് ഭീമസേനന്റെ പിന്നിലായി മറ്റു രാജാക്കന്മാർ സ്ഥാനമുറപ്പി

ച്ചു. അതിന്റെ പിന്നിലായി വിരാടനും ദ്രുപദനും സൈന്യസമേതം നിന്നു. അതിന്നുപിന്നിൽ നീലൻ, ധൃഷ്ടകേതു എന്നിവർ സൈന്യസമേതം നിലയുറപ്പിച്ചു. മദ്ധ്യഭാഗത്ത് ധൃഷ്ടദ്യുമ്നനും ശിഖണ്ഡിയും നിലകൊണ്ടു. ആനപ്പുറത്ത് യുധിഷ്ഠിരനും അവിടെയെത്തി. അദ്ദേഹത്തിന്നടുത്ത് അഭിമന്യുവും ഇരാവാനുമുണ്ടായിരുന്നു. തൊട്ടുപിന്നാലെ കേകയസൈന്യവുമായി ഘടോൽക്കചൻ നിലയുറപ്പിച്ചു. പോരുതുടങ്ങി. കൗരവരുടെ ലക്ഷ്യബോധം പാണ്ഡവസൈനികരെ സംഭീതരാക്കി. ഉടൻ ഭീമസേനൻ, ചേകിതാനൻ, സാത്യകി, ഘടോൽക്കചൻ, ദ്രൗപദീപുത്രന്മാർ തുടങ്ങിയവർ മുന്നോട്ടുവന്ന് കൗരവസേനയെ തുരത്തിയോടിച്ചു.

അപ്പോൾ ആയിരം തേരുകളുമായി ദുര്യോധനൻ ഘടോൽക്കചന്റെ മുന്നിലെത്തി. ഭീഷ്മരുടെയും ദ്രോണരുടെയും മുന്നിലെത്തിയ പാണ്ഡവരും പോരുതുടങ്ങി. കൗരവസൈന്യം ആയിരം തേരുകളുമായിവന്ന് അർജ്ജുനനെ വളഞ്ഞു. എന്നാൽ പാർഥന്റെ ശരമാരിക്കുമുന്നിൽ പിടിച്ചുനിൽക്കാനാകാതെ അവർ ഓടിക്കളഞ്ഞു,. ഓടുന്ന സൈനികരെ ഭീഷ്മരും ദ്രോണരും തടഞ്ഞുനിർത്തി യുദ്ധരംഗത്തെത്തിച്ചു. യുദ്ധം തുടരവെ ദുര്യോധനൻ ഭീഷ്മരോടു കയർത്തു. പാണ്ഡവരോട് അങ്ങ് മമത കാണിക്കുന്നുവെന്നു പറഞ്ഞു. അപ്പോൾ ചിരിച്ചുകൊണ്ട് ഭീഷ്മർ ദുര്യോധനനോടു പറഞ്ഞു, സാക്ഷാൽ ദേവന്മാർ ഇന്ദ്രനെയും കൂട്ടി വന്നാലും പാർഥനെ ജയിക്കാനാവില്ല. ഞാൻ സർവ്വശക്തിയും ഉപയോഗിച്ച് പാണ്ഡവരെ പിന്നോട്ടുപായിക്കാമെന്നു പറഞ്ഞു. ഭീഷ്മർ അതിഭയാനകമായി യുദ്ധം ചെയ്തു. പിതാമഹന്റെ ധൈര്യംകൊണ്ട് പാണ്ഡവസൈന്യം പോർക്കളം വിട്ടോടാൻ തുടങ്ങി. ശ്രീകൃഷ്ണൻ രഥം ഭീഷ്മരുടെ അടുത്തേക്ക് നയിച്ചു. അർജ്ജുനൻ വന്നതുകണ്ട പാണ്ഡവപ്പട വീണ്ടും ഒന്നിച്ചുചേർന്നു. കൃഷ്ണനേയും അർജ്ജുനനേയും ഭീഷ്മർ ബാണം കൊണ്ടുമൂടി. മാത്രമല്ല അവരെ സാരമായി പരിക്കേല്പിക്കുകയും ചെയ്തു. ഇതുകണ്ട് വീണ്ടും പാണ്ഡവസൈന്യം പിന്തിരിഞ്ഞോടി. എന്നാൽ സാത്യകി പിടിച്ചുനിന്നു. ഭഗവാൻ സാത്യകിയെ ആലിംഗനം ചെയ്തുകൊണ്ട് പറഞ്ഞു. ഓടിപ്പോകുന്നവർ പോകട്ടെ. ഇവിടെയുള്ള ബാക്കി സൈന്യവും പോയ്ക്കൊള്ളട്ടെ. ഞാനിവരെ ഉടൻതന്നെ വീഴ്ത്തുന്നുണ്ട് എന്നുപറഞ്ഞ് ഭഗവാൻ കടിഞ്ഞാൺ ഉപേക്ഷിച്ച് ചക്രായുധമെടുത്തു. സൂര്യകോടിപ്രഭയുള്ള ചക്രായുധവുമായി കൃഷ്ണൻ തേരിൽനിന്നും ചാടിയിറങ്ങി. ഭീഷ്മരുടെ അടുത്തേക്ക് ഓടിയെത്തി. ഭീഷ്മർ പേടിച്ചില്ല. അദ്ദേഹം

പറഞ്ഞു:- ലോകനാഥാ വന്നാലും. അങ്ങയുടെ കൈകൊണ്ട് ഞാൻ മരിക്കാൻ ആഗ്രഹിക്കുന്നു എന്നുപറഞ്ഞ് കൈകൂപ്പിനിന്നു. അർജ്ജുനൻ ഇതുകണ്ട് വേഗം ഓടിവന്ന് ഭഗവാനെ തടഞ്ഞു. ക്രോധംകൊണ്ട് വിറച്ച ഭഗവാന്റെ കാലുപിടിച്ച് പാർഥൻ ഭഗവാനെ ആ സംരംഭത്തിൽനിന്നും പിന്തിരിപ്പിച്ചു. സന്തുഷ്ടനായ ഭഗവാൻ ചക്രധാരിയായി തേരിൽക്കയറി പാഞ്ചജന്യം മുഴക്കി. അതിന്റെ പ്രതിധ്വനി ദിഗന്തങ്ങളിൽ മാറ്റൊലിക്കൊണ്ടു. കൗരവപ്പടയാളികൾ സംഭ്രാന്തരായി. ഗാണ്ഡീവത്തിൽനിന്നും നാലുപാടും ശരങ്ങൾ പാഞ്ഞു. അനേകംപേർ മരിച്ചുവീണു. സൂര്യാസ്തമനത്തോടെ മൂന്നാംദിവസത്തെ യുദ്ധം അവസാനിച്ചു.

നാലാംദിവസം സൈന്യസമേതം ഭീഷ്മർ കുരുക്ഷേത്രയിലെത്തി. മഹാരഥന്മാർ അദ്ദേഹത്തെ അനുഗമിച്ചു. ഭീഷ്മർ നേരെ അർജ്ജുനനെ ആക്രമിച്ചു. മറ്റുള്ളവർ ഉടനെ അഭിമന്യുവിനെ തടയാൻ ശ്രമിച്ചു. അഭിമന്യു സർവ്വനാശം വരുത്തിക്കൊണ്ട് മുന്നേറി. അർജ്ജുനന്റെ ഗാണ്ഡീവത്തിൽനിന്നും പുറപ്പെടുന്ന ശരങ്ങളേറ്റ് പലരും മരിച്ചുവീണു. അശ്വത്ഥാമാവ്, ഭൂരിശ്രവസ്സ്, ശല്യർ, ചിത്രസേനൻ, സംയമനീപുത്രൻ എന്നിവർ അഭിമന്യുവിനെ നേരിട്ടു. അഞ്ച് മഹാരഥന്മാരോടും അഭിമന്യു ഒറ്റയ്ക്കുതന്നെ പൊരുതി. അന്നത്തെ അഭിമന്യുവിന്റെ യുദ്ധംകണ്ട് കൗരവസൈന്യം വിറച്ചുപോയി. ദുര്യോധനന്റെ ആജ്ഞപ്രകാരം ഇരുപത്തയ്യായിരം പോരാളികൾ പാർഥനേയും അഭിന്യുവിനെയും വളഞ്ഞു. ഇതുകണ്ട ധൃഷ്ടദ്യുമ്നനും സൈന്യവും അവിടേക്ക് ഓടിയെത്തി. അദ്ദേഹത്തിന്റെ ശരങ്ങളേറ്റ് കൗരവപുത്രനായ ദമനൻ മരിച്ചുവീണു. സംയമനീപുത്രൻ വാളെടുത്ത് തേരിൽനിന്ന് ചാടിയിറങ്ങി. ധൃഷ്ടദ്യുമ്നൻ സംയമനീപുത്രന്റെ ശിരസ്സിൽ ഗദകൊണ്ട് അടിച്ചുകൊന്നു. തന്റെ നേർക്ക് ഗദയേന്തിവരുന്ന ദുര്യോധനനെ ഭീമസേനൻ നേരിട്ടു. പതിനായിരം ആനകളടങ്ങുന്ന സൈന്യം മഗധേശ്വരന്റെ നേതൃത്വത്തിൽ ഭീമസേനനെ ആക്രമിച്ചു. അങ്ങനെ യുദ്ധം ഭീഷണമായി. അഭിമന്യു അവിടെ ഓടിയെത്തി. അദ്ദേഹത്തിന്റെ ശരമേറ്റ് മഗധേശ്വരൻ മരിച്ചുവീണു. ഭീമസേനന്റെ പരാക്രമം കണ്ട കൗരവസൈന്യം പോർക്കളത്തിൽ ക്രുദ്ധനായി നൃത്തം ചെയ്യുന്ന ശ്രീപരമേശ്വനാണെന്ന് തെറ്റിദ്ധരിച്ചു. ധൃതരാഷ്ട്രപുത്രനായ നന്ദകൻ ഭീമസേനനെ ആക്രമിച്ചു. നന്ദകന്റെ രക്ഷയ്ക്കായി ദുര്യോധനൻ അവിടെ ഓടിയെത്തി. ഭയങ്കരമായ യുദ്ധത്തിൽ ഭീമസേനൻ ദുര്യോധനന്റെ ശരപ്രയോഗത്തിൽ ബോധരഹിതനായി തേരിൽ വീണു. ഇതറിഞ്ഞ അഭി

മന്യു അവിടെയെത്തി. പാണ്ഡവസൈന്യം അഭിമന്യുവിന്റെ നേതൃത്വ ത്തിൽ മുന്നേറി. അപ്പോഴേക്കും ഭീമസേനൻ ഉണർന്നെഴുന്നേറ്റു. അദ്ദേഹം ദുര്യോധനനെവിട്ട് ശല്യരെ നേരിട്ടു. മുറിവേറ്റ ശല്യർ പോർക്കളം വിട്ടുപോയി.

ധൃതരാഷ്ട്രപുത്രന്മാർ പതിനാലുപേർ ഒന്നിച്ചുവന്ന് ഭീമസേനനെ ആക്രമിച്ചു. അദ്ദേഹത്തിന്റ മുമ്പിൽ പിടിച്ചുനിൽക്കാൻ കഴിയാതെ അവർ യുദ്ധക്കളത്തിൽ മരിച്ചുവീണു. മറ്റുള്ള ധൃതരാഷ്ട്രപുത്രന്മാർ ഇതുകണ്ട് ഓടിമറഞ്ഞു. ധൃതരാഷ്ട്രപുത്രന്മാരെയെല്ലാം ഭീമൻ കൊന്നൊടുക്കുന്നതുകണ്ട ദുര്യോധനാദികൾ ഭീമനെ നേരിട്ടു. ഭഗദ ത്തൻ നൂറാനകളുടെ ബലമുള്ള ഒരാനപ്പുറത്തുകയറി ഭീമന്റെ അടു ത്തെത്തി. അയാൾ കരുത്തനായ ഭീമനെ ശരങ്ങൾകൊണ്ട് മൂടി. അഭി മന്യുവും കൂട്ടരും ഇതുകണ്ട് അവിടെ ഓടിയെത്തി. അവർ നാലുപാ ടുനിന്നും ഭഗദത്തന്റെമേൽ ശരമാരി പൊഴിച്ചു. അദ്ദേഹത്തിന്റെ ആനയ്ക്കും പരിക്കുപറ്റി. ഭഗദത്തൻ തന്റെ ആനയെ പാണ്ഡവസൈ ന്യത്തിനുനേരെ ഇളക്കിവിട്ടു. ഭഗദത്തന്റെ ഒരമ്പ് ഭീമസേനന്റെ മാറിൽ ശക്തിയായി തുളച്ചുകയറി. മൂർച്ഛിതനായ അദ്ദേഹം തേർത്തട്ടിൽത്ത ന്നെയിരുന്നുപോയി. ഇതുകണ്ട ഘടോൽക്കചൻ അന്തർധാനം ചെയ്ത് ഒരു മായ പ്രയോഗിച്ചു. മായാനിർമ്മിതമായ ഐരാവതത്തിന്റെ മുക ളിൽകയറി ഘടോൽക്കചൻ വീണ്ടും പ്രത്യക്ഷപ്പെട്ടു. ഇതുകണ്ട ഭഗദ ത്തന്റെ ആന ചിന്നംവിളിച്ചു. ഈ ശബ്ദംകേട്ട് ഭീഷ്മദ്രോണാദികൾ ഭഗദത്തനെ തുണക്കാനെത്തി. വൻപടക്കൂട്ടം കണ്ട് ഘടോൽക്കചൻ ഒന്നലറി. ഈ ശബ്ദം കേട്ട് കൗരവസൈന്യം പേടിച്ചോടി. മായായു ദ്ധവിദഗ്ധനായ ഘടോൽക്കചനെ നേരിടാൻ അപ്പോൾ ആർക്കും കഴി യില്ലെന്നു മനസ്സിലാക്കിയ ഭീഷ്മദ്രോണാദികൾ തൽക്കാലം മടങ്ങി.

അഞ്ചാംദിവസം രാവിലെ ഭീഷ്മർ കൗരവപ്പോരാളികളെക്കൊണ്ട് മകരവ്യൂഹം നിർമ്മിച്ചു. പാണ്ഡവർ ശ്യേനവ്യൂഹം നിർമ്മിച്ചു. ഭീമസേ നൻ മകരവ്യൂഹത്തിൽ കടന്ന് ഭീഷ്മരുമായി ഏറ്റുമുട്ടി. ഭീഷ്മരുടെ ശരങ്ങൾ പാണ്ഡവസൈന്യത്തിന് നാശം വരുത്തി. അതുകണ്ട് അർജ്ജുനൻ അവിടെ ഓടിയെത്തി. ഭീഷ്മരുടെ ശരങ്ങളെ തകർത്തെ റിഞ്ഞുകൊണ്ട് മുന്നേറി. കൗരവന്മാർക്ക് നാശം സംഭവിക്കുന്നതുകണ്ട ദുര്യോധനൻ ആചാര്യനെ സമീപിച്ച് പാണ്ഡവരെ നശിപ്പിക്കാൻ പറ ഞ്ഞു. ഇതുകേട്ട ദ്രോണർ സാത്യകി നോക്കിനിൽക്കെത്തന്നെ പാണ്ഡ വരുടെ സേനാവ്യൂഹത്തെ തകർക്കാൻ തുടങ്ങി. തുടർന്ന് സാത്യകിയും ദ്രോണരും തമ്മിൽ ഉഗ്രമായ യുദ്ധം നടന്നു. ഉച്ചയോടുകൂടി യുദ്ധഗ

തിയാകെ മാറി. ഇരുപക്ഷത്തേയും പ്രധാനവീരന്മാരിൽ പലരും പര ലോകം പൂകി. തന്റെ സഹോദരൻമാരെയും മറ്റുള്ള രാജാക്കന്മാരേയും ഭീഷ്മർ തടഞ്ഞുവെച്ചതറിഞ്ഞ് അർജ്ജുനൻ വേഗത്തിൽ അവിടെയെത്തി. അദ്ദേഹം ഭീഷ്മരെ നേരിട്ടു. തേരിൽനിന്നും കുതിരപ്പുറത്തു നിന്നും പടയാളികൾ മരിച്ചുവീണു. ഭീഷ്മർ പാർഥനെ നേരിട്ടു. ഇരു ഭാഗത്തുമുള്ള മഹാരഥന്മാരും അതിശക്തമായി പ്രതിയോഗികളെ നേരിട്ടു. ഭീഷ്മർ പാണ്ഡവപ്പടയെ മുച്ചൂടും മുടിക്കുന്നതുകണ്ട ധൃഷ്ടദ്യുമ്നൻ ഭീഷ്മരുടെ നേരെ ചാടിവീണു. യുദ്ധം കൊടുമ്പിരിക്കൊണ്ടു. പോര് രൂക്ഷമായതോടെ ഭീഷ്മർ ദിവ്യാസ്ത്രങ്ങൾ പ്രയോഗിച്ച് പാണ്ഡവസൈന്യത്തെ വകവരുത്താൻ തുടങ്ങി. ശത്രുസേനയുടെ നേർക്ക് സാത്യകി പൊരുതിക്കൊണ്ട് മുന്നേറി. കൗരവസൈന്യത്തിലെ പത്ത് മഹാരഥന്മാരെ സാത്യകി വധിച്ചു. ആ യുദ്ധത്തിൽ ദുര്യോധനനയച്ച ഇരുപത്തയ്യായിരം സൈനികരെ അർജ്ജുനൻ വധിച്ചു. അപ്പോഴേക്കും അസ്തമനമായി. ഇരുസൈന്യവും യുദ്ധം നിർത്തി അവരവരുടെ ശിബിരത്തിലേക്കു മടങ്ങി.

ആറാംദിവസം ഇരുസൈന്യങ്ങളും പോർക്കളത്തിലെത്തി. ധൃഷ്ടദ്യുമ്നനോട് മകരവ്യൂഹം ചമയ്ക്കാൻ യുധിഷ്ഠിരൻ ആജ്ഞാപിച്ചു. മറുഭാഗത്ത് ഭീഷ്മർ ക്രൗഞ്ചവ്യൂഹം നിർമ്മിച്ചു. ഭീമസേനൻ ദ്രോണരുടെ സേനയെ ആക്രമിച്ചു. ആചാര്യൻ ശരം പ്രയോഗിച്ച് ഭീമനെ പരിക്കേല്പിച്ചു. ഭീമൻ ദ്രോണരുടെ സാരഥിയെ വധിച്ചു. ദ്രോണരും ഭീഷ്മരും കൂടി പാണ്ഡവസേനയ്ക്ക വമ്പിച്ച നാശം വരുത്തി. മറുഭാഗത്ത് ഭീമാർജ്ജുനന്മാർ കൗരവപ്പടക്ക് വലിയ നാശം വിതച്ചു. ഇരു വ്യൂഹങ്ങളും ചിന്നിച്ചിതറിയോടി. ധൃതരാഷ്ട്രപുത്രന്മാർ തന്നെ തടവിലാക്കാനുള്ള ശ്രമം നടത്തുന്നത് ഭീമസേനന് മനസ്സിലായി. അതുകൊണ്ട് അവർ കൗരവസൈന്യത്തിനകത്ത് കടന്ന് സൈനികരെ സംഹരിക്കാൻ തുടങ്ങി. ഭീമനെ നേരിൽ കാണാഞ്ഞ് ധൃഷ്ടദ്യുമ്നൻ നോക്കുമ്പോൾ മദയാനകളെ ഗദകൊണ്ട് അടിച്ചുകൊന്ന് മുന്നേറുന്ന ഭീമസേനനെ അദ്ദേഹത്തിന് കാണാൻ കഴിഞ്ഞു. ഉടൻ രഥമോടിച്ച് ഭീമനെ തേരിൽക്കയറ്റി, കൗരവപ്പട ധൃഷ്ടദ്യുമ്നനെ ആക്രമിച്ചു. അദ്ദേഹം പ്രമോഹനാസ്ത്രം പ്രയോഗിച്ചു. അതോടെ കൗരവസൈന്യം ബോധം കെട്ടുവീണു. യുധിഷ്ഠിരന്റെ ആജ്ഞപ്രകാരം അഭിമന്യു, ധൃഷ്ടകേതു തുടങ്ങിയ പന്ത്രണ്ടു യോദ്ധാക്കൾ ഭീമനെ സഹായിക്കാനെത്തി. അപ്പോഴേക്കും ദ്രോണാചാര്യർ അവിടെ എത്തി. ബോധമറ്റു കിടക്കുന്ന സ്വസൈന്യത്തെ പ്രജ്ഞാസ്ത്രം പ്രയോഗിച്ച് പ്രബുദ്ധരാക്കി. അസ്ത

മിക്കാൻ ഇനി അധികം സമയമില്ലെന്നു മനസ്സിലാക്കിയ ദുര്യോധനൻ ഭീമനെ വധിക്കാൻ ഉദ്യമിച്ചു. തന്റെ ആജന്മശത്രുവിനെ മുന്നിൽക്കണ്ട ഭീമൻ ബാണങ്ങൾകൊണ്ട് ദുര്യോധനന്റെ വില്ലുമുറിച്ചു. തേരാളി പരലോകം പൂകി. കുതിരകൾ ചത്തൊടുങ്ങി. കൃപർ വന്ന് ദുര്യോധനനെ തന്റെ തേരിൽക്കയറ്റി ദൂരെ കൊണ്ടുപോയി. ജയദ്രഥൻ അനേകായിരം തേരുകളുമായിവന്ന് ഭീമസേനനെ വളഞ്ഞു. ധൃഷ്ടകേതുവും അഭിമന്യുവും കേകേയരാജാക്കന്മാരും സംരക്ഷകരായി എത്തി. മറുഭാഗത്തും മഹാവീരന്മാരെത്തി. ഭയാനകമായ യുദ്ധമാണവിടെ നടന്നത്. ശരങ്ങളെക്കൊണ്ടും ശവങ്ങളെക്കൊണ്ടും യുദ്ധഭൂമി മൂടിയിരുന്നു. സൂര്യാസ്തമനം ആയതിനാൽ ഇരുസൈന്യങ്ങളും തങ്ങളുടെ വാസസ്ഥലത്തേക്കു മടങ്ങി.

ഏഴാംദിവസം രാവിലെ ഭീഷ്മർ മണ്ഡലവ്യൂഹം ചമച്ചു. അതിൽ മഹാരഥികളെ യഥാസ്ഥാനത്തു നിർത്തി. അതുകണ്ട് യുധിഷ്ഠിരൻ വജ്രവ്യൂഹം നിർമ്മിക്കാൻ ആജ്ഞാപിച്ചു. ഇരുഭാഗത്തേയും മഹാരഥന്മാർ പരസ്പരം ഏറ്റുമുട്ടി. അഭിമന്യു ധൃതരാഷ്ട്രപുത്രന്മാരെ നേരിട്ടു. ഭഗദത്തൻ ഘടോൽക്കചനെ ആക്രമിച്ചു. അങ്ങിനെ യുദ്ധം കൊടുമ്പിരിക്കൊണ്ടു. കൗരവപക്ഷത്തെ മഹാരഥന്മാരെല്ലാം ഒരുമിച്ച് അർജ്ജുനനെ നേരിട്ടു. ശത്രുക്കൾ പ്രയോഗിച്ച ആയുധങ്ങളെ തടുക്കാൻ പാർഥൻ ഐന്ദ്രാസ്ത്രം പ്രയോഗിച്ചു. അതോടുകൂടി ശത്രുസൈന്യം പോർക്കളത്തിൽനിന്നും ഓടി, ഭീഷ്മരെ അഭയം പ്രാപിച്ചു. ഭീഷ്മർ അർജ്ജുനനോട് അതിനിശിതമായി പൊരുതി. ശിഖണ്ഡി അശ്വത്ഥാമാവിന്റെ നെറ്റിയിൽ ബാണമെയ്ത് മുറിവേൽപ്പിച്ചു. കോപിഷ്ഠനായ അശ്വത്ഥാമാവ് ശിഖണ്ഡിയുടെ തേരാളിയേയും കുതിരകളെയും കൊന്നൊടുക്കി. ശിഖണ്ഡി തേരിൽനിന്ന് വാളും പരിചയുമായി ചാടിയിറങ്ങി. അശ്വത്ഥാമാവുമായി ഏറ്റുമുട്ടി. സാത്യകിയുമായി രാക്ഷസരാജനായ അലംബുഷൻ മായായുദ്ധം ആരംഭിച്ചു. പക്ഷേ സാത്യകിയുടെ മുമ്പിൽ പിടിച്ചുനിൽക്കാൻ കഴിയാതെ അലംബുഷൻ ഓടിരക്ഷപ്പെട്ടു. ഈ സമയത്ത് ഘടോൽക്കചൻ ഭഗദത്തനോട് യുദ്ധം ചെയ്യുകയായിരുന്നു. ഘടോൽക്കചൻ പ്രയോഗിച്ച ശക്തി ഭഗദത്തൻ തകർത്തുകളഞ്ഞു. ഇതുകണ്ട ഘടോൽക്കചൻ പോർക്കളം വിട്ട എങ്ങോട്ടോ ഓടിമറഞ്ഞു. അനന്തിരവന്മാരായ നകുലനോടും സഹദേവനോടും ശല്യർ യുദ്ധം ചെയ്തു. നകുലന്റെ ശരമേറ്റ് ശല്യർക്ക് ഗുരുതരമായി പരിക്കുപറ്റി. അദ്ദേഹം തേരിന്റെ പിൻഭാഗത്ത് ബോധം കെട്ടു വീണു. യുധിഷ്ഠിരൻ ശ്രുതായുസ്സിന്റെ നേർക്ക് ബാണം പ്രയോ

ഗിച്ചു. അതിനെ മുറിച്ചെറിഞ്ഞുകൊണ്ട് ശ്രുതായുസ്സ് യുധിഷ്ഠിരനെ മുറിവേൽപ്പിച്ചു. അദ്ദേഹം ശ്രുതായുസ്സിന്റെ തേരും കുതിരകളെയും തകർത്തു. ശ്രുതായുസ്സിനെ ധർമ്മപുത്രർ തോൽപ്പിച്ചതുകണ്ട് കൗരവസൈന്യം പിന്തിരിഞ്ഞോടി. സൈന്യസമേതം ഭീഷ്മർ അഭിമന്യുവിന്റെ നേർക്ക് വരുന്നതുകണ്ട പാർഥൻ ഭീഷ്മരെ നേരിട്ടു. ശത്രുക്കൾ അർജ്ജുനനെ പൊതിഞ്ഞതുകണ്ട ശിഖണ്ഡി അവിടേക്ക് പാഞ്ഞെത്തി. പാർഥന്റെ ഗാണ്ഡീവത്തിൽനിന്നും പുറപ്പെട്ട ശരങ്ങൾ കൗരവപ്പടയെ അസ്വസ്ഥരാക്കി. ദുര്യോധനനെയും ജയദ്രഥനെയും തള്ളിമാറ്റിക്കൊണ്ട് പാർഥൻ ഭീഷ്മരുടെ മുന്നിലെത്തി. ധർമ്മപുത്രർ നകുലസഹദേവന്മാരോടൊപ്പം ഭീമനേയുംകൂട്ടി പിതാമഹന്റെ അടുത്തെത്തി. ശിഖണ്ഡി ഭീഷ്മരെ വധിക്കാൻവേണ്ടി മുന്നേറുന്നതുകണ്ട ശല്യർ അദ്ദേഹത്തെ തടഞ്ഞു. ഗദയേന്തിക്കൊണ്ട് ഭീമൻ ജയദ്രഥന്റെ നേർക്ക് കുതിച്ചു. അവർ തമ്മിൽ ഏറ്റുമുട്ടി. ദുര്യോധനൻ വിന്ദാനുവിന്ദന്മാരെ രക്ഷിക്കാൻ വേണ്ടത്ര സന്നാഹങ്ങളോടെ അവിടെ നിലയുറപ്പിച്ചു. സൂര്യൻ അസ്തമിക്കാറായി. സുശർമാവ് തുടങ്ങിയ രാജാക്കന്മാരെ പരാജയപ്പെടുത്തി അർജ്ജുനൻ ശിബിരത്തിലേക്ക് മടങ്ങി.

എട്ടാംദിവസം പ്രഭാതത്തിൽത്തന്നെ ഇരുസൈന്യവും പോർക്കളത്തിൽ എത്തി. ഇരുവിഭാഗങ്ങളും വ്യൂഹം ചമച്ചു. കൗരവസൈന്യത്തിന്റെ മഹാരൂപം കണ്ട ധൃഷ്ടദ്യുമ്നൻ ശൃംഗാടകമെന്ന വ്യൂഹം നിർമ്മിച്ചു. ശംഖനാദങ്ങളും രണഭേരികളും കൊണ്ട് അന്തരീക്ഷം മുഖരിതമായി. ഭീഷ്മർ രഥസമേതം മുന്നിലെത്തി. ധൃഷ്ടദ്യുമ്നനും മഹാരഥന്മാരും പിതാമഹനെ വളഞ്ഞു. ഭീഷ്മശരങ്ങളേറ്റ് പലർക്കും ഗുരുതരമായി പരിക്കേറ്റു. ഭീമസേനനൊഴികെ മറ്റാർക്കും അവിടെ പിടിച്ചുനിൽക്കാൻ കഴിഞ്ഞില്ല. ഭീമനും ഭീഷ്മരും തമ്മിൽ ഘോരയുദ്ധം തന്നെ നടന്നു. ഭീമന്റെ ശരങ്ങളേറ്റ് ധൃതരാഷ്ട്രപുത്രനായ സുനാദൻ സ്വർഗ്ഗം പൂകി. മുറിവേറ്റ ഭീമൻ ദുര്യോധനന്റെ സഹോദരങ്ങളായ അപരാജിതൻ, കുംഭധമൻ, പണ്ഡിതകൻ, വിശാലാക്ഷൻ, മഹോദരൻ, ആദിത്യകേതു, ബഹ്വാശി എന്നീ ഏഴുപേരെയും വധിച്ചു. അതുകണ്ട് മറ്റു സഹോദരങ്ങൾ പോർക്കളം വിട്ട് ഓടിപ്പോയി. ദുര്യോധനൻ ഭീഷ്മരുടെ മുന്നിൽവന്ന് വിമ്മിവിമ്മിക്കരയുകയാണ്. മാത്രമല്ല ഭീഷ്മരെ വേദനിപ്പിക്കുന്ന കൊള്ളിവാക്കുകൾ വീണ്ടും വീണ്ടും ആവർത്തിക്കുന്നുണ്ടായിരുന്നു. അപ്പോൾ ഭീഷ്മർ കണ്ണുനീർ വാർത്തുകൊണ്ട് ദുര്യോധനനോടു പറഞ്ഞു:- ഞാനും ദ്രോണരും ഗാന്ധാരിയും യുദ്ധം ഒഴിവാക്കാൻ എത്രപ്രാവശ്യം ആവശ്യപ്പെട്ടു. എന്നിട്ടൊന്നും നീ അനുസ

രിച്ചില്ല. ഇപ്പോൾ ഇന്ദ്രാദിദേവകൾക്കുപോലും പാണ്ഡവരെ ജയിക്കാനാവില്ല. ധൃതരാഷ്ട്രപുത്രന്മാരെ ആരെക്കണ്ടാലും ഭീമൻ വധിക്കും. ഈ യുദ്ധത്തിന്റെ ആത്യന്തികലക്ഷ്യം സ്വർഗ്ഗപ്രാപ്തി മാത്രമാണെന്നു കരുതിക്കോളൂ. ഉച്ചയോടെ യുദ്ധം ഭയാനകമായി.

യുധിഷ്ഠിരന്റെ ആജ്ഞപ്രകാരം ധൃഷ്ടദ്യുമ്നൻ സൈനികരുമൊത്ത് ഭീഷ്മരെ ആക്രമിച്ചു. ശിഖണ്ഡി, സാത്യകി, ദ്രുപദൻ, ധൃഷ്ടകേതു, വിരാടൻ, കുന്തീഭോജൻ തുടങ്ങിയവരെല്ലാം ഒത്തുചേർന്ന് ധൃഷ്ടദ്യുമ്നനെ സഹായിച്ചു. അഭിമന്യുവും ഘടോൽക്കചനും ഭീമസേനനും ചേർന്ന് കൗരവരെ ആക്രമിച്ചു. ക്രുദ്ധനായ ദ്രോണർ സോമകന്മാരേയും സൃജകന്മാരേയും കൊന്നൊടുക്കാൻ തുടങ്ങി. ആ സമയത്ത് ശകുനി പാണ്ഡവരെ ആക്രമിച്ചു. അർജ്ജുനപുത്രനായ ഇരാവാൻ അയാളെ നേരിട്ടു. നാഗകന്യകയുടെ പുത്രനായ ഇരാവാൻ കരുത്തനായ യോദ്ധാവായിരുന്നു. അദ്ദേഹത്തെ നേരിടാൻ കഴിയാതെ ദുര്യോധനൻ അലംബുഷന്റെ അടുത്തെത്തി. അദ്ദേഹം ഭീകരനായ മായാവിയായിരുന്നു. ഏതുവിധത്തിലും ഇരാവാനെ വധിക്കണമെന്ന് ദുര്യോധനൻ അലംബുഷനോടർഭ്യത്ഥിച്ചു. സിംഹതുല്യമായി ഗർജ്ജിച്ചുകൊണ്ട് ചാടിവീണ അലംബുഷനെ ഇരാവാൻ തടഞ്ഞു. മായ പ്രയോഗിച്ച് രാക്ഷസൻ രണ്ടായിരം കുതിരകളെ അണിനിരത്തി. ആയുധങ്ങളേന്തിയ യോദ്ധാക്കൾ കുതിരപ്പുറത്തുണ്ടായിരുന്നു. രാക്ഷസന്റെ മായാസേന ഇരാവാന്റെ സൈന്യവുമായി ഏറ്റുമുട്ടി. പലരും പരലോകം പൂകി. ഒടുവിൽ രാക്ഷസനായ അലംബുഷനും ഇരാവാനും ദ്വന്ദ്വയുദ്ധത്തിനൊരുങ്ങി. മായാപ്രയോഗത്തിലൂടെ രാക്ഷസൻ ഇരാവാനെ വെട്ടിക്കൊന്നു. ഈ വിവരമൊന്നുമറിയാതെ പാർഥൻ ഭീഷ്മരോടു പൊരുതുകയായിരുന്നു. ഇരാവാന്റെ മരണവാർത്തയറിഞ്ഞ ഘടോൽക്കചൻ ഉറക്കെ ഗർജ്ജിച്ചു. അതുകേട്ട് ഭൂമി കുലുങ്ങി. ശൂലമേന്തിയ ഘടോൽക്കചന് ഒരു വലിയ രാക്ഷസപ്പടയുടെ പിന്തുണയുണ്ടായിരുന്നു. ഇതുകണ്ട കൗരവസൈന്യം പിൻതിരിഞ്ഞോടി. ദുര്യോധനൻ അവരെ തടഞ്ഞുനിർത്തി. പിന്നീട് ഘടോൽക്കചനും ദുര്യോധനനും തമ്മിൽ ഏറ്റുമുട്ടി. ഏറെ മുറിവേറ്റ ഘടോൽക്കചൻ ആകാശത്തേക്കുയർന്ന് ഭീകരമായി ഗർജ്ജനം മുഴക്കി. ഇതുകേട്ട യുധിഷ്ഠിരൻ ഭീമസേനനോടു പറഞ്ഞു:- ഘടോൽക്കചൻ ആപത്തിൽപ്പെട്ടിരിക്കുന്നു. പോയി അവനെ രക്ഷിക്കൂ. ഇതുകേട്ട ഭീമസേനൻ അങ്ങോട്ടു പാഞ്ഞു. അദ്ദേഹത്തെ കണ്ടമാത്രയിൽ കൗരവസൈന്യം ഘടോൽക്കചനെ വിട്ട് ഓടിമറഞ്ഞു. ഭീമസേനനും ദുര്യോധനനും തമ്മിൽ ഏറ്റു

മുട്ടി. അശ്വത്ഥാമാവ്, വികർണ്ണൻ, ചിത്രസേനൻ, ജയദ്രഥർ, കൃപർ, ശല്യർ എന്നിവർ ദുര്യോധനന്റെ രക്ഷയ്ക്കെത്തി. ഘടോൽക്കചന്റെ ശരങ്ങളേറ്റ് നിരവധി മഹാരഥന്മാർക്ക് പരിക്കുപറ്റി. അദ്ദേഹത്തിന്റെ മായാപ്രയോഗത്തിൽ അശ്വത്ഥാമാവ് ബോധരഹിതനായി. ഭീഷ്മരും ദുര്യോധനനും ഉറക്കെ വിളിച്ചുപറഞ്ഞിട്ടും കൗരവസേന മടങ്ങിയില്ല. ഇതുകണ്ട് പാണ്ഡവർ ആർത്തുവിളിച്ചു. സന്ധ്യയോടെ ഘടോൽക്കചൻ കൗരവപ്പടയെ തുരത്തിയോടിച്ചു. അസ്തമനത്തോടെ ശംഖും വിളിച്ച് പാണ്ഡവസൈന്യം മടങ്ങി. എതിരാളികളും ശിബിരം പൂകി.

ഒമ്പതാംദിവസം പ്രഭാതത്തിൽ യുദ്ധസന്നദ്ധരായി കൗരവപ്പട പോർക്കളത്തിൽ എത്തിച്ചേർന്നു. ഭീഷ്മരോട് ദുര്യോധനൻ പറഞ്ഞു. പിതാമഹാ പാണ്ഡവർക്ക് ശ്രീകൃഷ്ണനെപ്പോലെ ഞങ്ങൾക്ക് അങ്ങയെ കാണാനാണിഷ്ടം. എന്നാൽ ഘടോൽക്കചൻ നമ്മുടെ സൈന്യത്തെ മുടിച്ചുകൊണ്ടേയിരിക്കുന്നു. അയാളെ വധിക്കാതെ രക്ഷയില്ല. ഘടോൽക്കചനെ വധിക്കാൻ ഭീഷ്മർ ഭഗദത്തനെ ഏർപ്പാട് ചെയ്തു. പടക്കളത്തിലെത്തിയ ഭഗദത്തനെ നേരിട്ടത് പാണ്ഡവസൈന്യത്തിലെ മഹാരഥന്മാരാണ്. ഭഗദത്തൻ ഭീമസേനനോടേറ്റുമുട്ടി. നൂറാനകളുടെ ശക്തിയുള്ള തന്റെ ആനയെ ഭഗദത്തൻ പാണ്ഡവപക്ഷത്തേക്ക് പായിച്ചു. ആനയുടെ ചവിട്ടേറ്റ് ഒട്ടേറെ രഥങ്ങളും കുതിരകളും പാണ്ഡവർക്ക് നഷ്ടമായി. ഇതുകണ്ട് കുപിതനായ ഘടോൽക്കചൻ ത്രിശൂലമെടുത്ത് ആനയുടെ നേർക്കയച്ചു. ആ ശക്തിയെ ഭഗദത്തൻ അർദ്ധചന്ദ്രാകാരമായ ഒരു ശരത്താൽ തകർത്തുകളഞ്ഞു. ശ്രീകൃഷ്ണനും അർജ്ജുനനും അപ്പോഴേക്കും അവിടെയെത്തി. ഇരാവാന്റെ മരണവാർത്ത ഭീമസേനൻ അവരെ അറിയിച്ചു. വളരെ വേഗത്തിൽ പാഞ്ഞടുക്കുന്ന കൃഷ്ണാർജ്ജുനന്മാരെക്കണ്ട് കൗരവപ്പട ഭയന്നുപോയി. ഭീഷ്മരും കൃപരും സുശർമ്മനും ഭഗദത്തനും അർജ്ജുനനെ നേരിട്ടു. കൃതവർമ്മനും ബാഹ്ലികനും സാത്യകിയോടു പൊരുതി. ദുര്യോധനന്റെ പല സഹോദരങ്ങളും ഭീമന്റെ ആക്രമണത്തിൽ മരണമടഞ്ഞു. കൗരവപ്പടയിലെ മഹാരഥന്മാർ ഒന്നിച്ച് അർജ്ജുനനെ തടയാൻ നോക്കി. പാർഥൻ കൗരവസൈന്യത്തിലെ പല മഹാരഥന്മാരേയും കാലപുരിക്കയച്ചു. വീരനായ അഭിമന്യു അംബഷ്ടരാജന്റെ തേരു തകർത്തു. അദ്ദേഹം വാളുമായി അഭിമന്യുവിന്റെ നേർക്കു ചാടി. അഭിമന്യു അത്ഭുതകരമായി രക്ഷപ്പെട്ടു. അപ്പോഴേക്കും അസ്തമനമായി. ഇരുസൈന്യവും യുദ്ധം അവസാനിപ്പിച്ച് അവരവരുടെ ശിബിരത്തിലേക്കു മടങ്ങി. പാണ്ഡവരോട് ഭീഷ്മർ മമത കാട്ടുന്നു. അതുകൊ

ണ്ടാണ് പിതാമഹൻ അവരെ വധിക്കാത്തത് എന്നൊരു തോന്നൽ ദുര്യോധനനുണ്ടായി. സൈന്യാധിപത്യം ഏറ്റെടുക്കുമ്പോൾ ഭീഷ്മർ പാണ്ഡവരെ വധിക്കില്ല എന്ന നിബന്ധന വെച്ച കാര്യം ദുര്യോധനൻ സൗകര്യപൂർവ്വം മറന്നുപോയിരുന്നു. കൗരവർ കർണ്ണനെക്കണ്ട് യുദ്ധത്തിനിറങ്ങാൻ പറഞ്ഞു. ഭീഷ്മർ പടക്കളം വിട്ടാലേ ഞാൻ പോരാട്ടത്തിനിറങ്ങൂ എന്ന് കർണ്ണൻ തറപ്പിച്ചുപറഞ്ഞു. അവസാനം ഭീഷ്മരെ യുദ്ധക്കളത്തിൽനിന്നും പിന്തിരിപ്പിക്കാൻ കൗരവർ ശ്രമിച്ചു. ഭീഷ്മരുടെ നെഞ്ചുപിളർക്കുന്ന രീതിയിൽ ദുര്യോധനാദികൾ അദ്ദേഹത്തോടു പെരുമാറി. അദ്ദേഹം കണ്ണുനീരോടെ കൗരവസൈന്യത്തെ സാന്ത്വനപ്പെടുത്തി. നാളത്തെ യുദ്ധത്തിൽ ഞാനെന്താണ് ചെയ്യുന്നതെന്ന് നോക്കിക്കാണാൻ അദ്ദേഹം ദുര്യോധനനോടു പറഞ്ഞു.

പത്താംദിവസം രാവിലെ ഭീഷ്മപിതാമഹൻ സൈന്യസമേതം പോർക്കളത്തിലെത്തി. അദ്ദേഹം സർവ്വതോഭദ്രം എന്ന വ്യൂഹം ചമച്ച് പാണ്ഡവപ്പടയോടെതിർത്തു. അഭിമന്യു ആദ്യമായി കൗരവപ്പടയെ ആക്രമിച്ചു. യുദ്ധക്കളത്തിൽ രണ്ടാം അർജ്ജുനനാണോ പൊരുതുന്നതെന്ന് മഹാരഥികൾപോലും സംശയിച്ചു. ദുര്യോധനൻ അഭിമന്യുവിനെ വധിക്കാൻ രാക്ഷസനായ അലംബുഷനോട് പറഞ്ഞു. അലറിക്കൊണ്ട് അഭിമന്യുവിനോടടുത്ത രാക്ഷസന്റെ ശബ്ദംകേട്ട് പാണ്ഡവസൈന്യം വിറളിപൂണ്ടു. രാക്ഷസൻ മായാപ്രയോഗമാരംഭിച്ചു. എങ്ങും ഇരുട്ടു പരത്തി. അഭിമന്യു പ്രയോഗിച്ച ഭാസ്കരാസ്ത്രം ഇരുട്ടിനെ അകറ്റി. രാക്ഷസന്റെ മഹാതന്ത്രങ്ങളെയെല്ലാം അഭിമന്യു പരാജയപ്പെടുത്തി. കൗരവപ്പടയാകെ അലംബുഷന്റെ നേതൃത്വത്തിൽ ഓടിപ്പോയി. അപ്പോഴേക്കും അഭിമന്യുവിനെ രക്ഷിക്കാൻ പാർഥൻ അവിടെയെത്തി. മുന്നണിയിൽനിന്ന് പൊരുതുന്ന ത്രിഗർത്തന്മാരുടെ നേരെ പാർഥൻ വായവ്യാസ്ത്രം പ്രയോഗിച്ചു. ദ്രോണർ ശൈലാസ്ത്രം പ്രയോഗിച്ചതോടെ വായവ്യം പിന്തിരിഞ്ഞു. ഉച്ചയോടെ ഭീഷ്മർ ആയിരക്കണക്കിന് പാണ്ഡവപ്പടയെ കൊന്നൊടുക്കി. അസ്തമിക്കാറായെന്നറിഞ്ഞ ഭീഷ്മർ അതിഭയങ്കരമായി പാണ്ഡവരെ ആക്രമിച്ചു. പാണ്ഡവസൈന്യം ഓടിരക്ഷപ്പെട്ടു. ശ്രീകൃഷ്ണൻ ഭീഷ്മരുടെ അടുത്തേക്ക് തേർതെളിച്ചു. ഭീഷ്മർ ശരമാരി പൊഴിച്ചു. കൃഷ്ണാർജ്ജുനന്മാരേയോ സൈന്യത്തെയോ കാണാൻ കഴിയാത്തവിധം പൊടിപടലം ഉയർന്നുപൊങ്ങി. ആ സമയത്ത് ഭഗവാൻ കടിഞ്ഞാൺ ഉപേക്ഷിച്ച് ചമ്മട്ടിയുമായി ഭീഷ്മരുടെ നേർക്ക് പാഞ്ഞടുത്തു. വില്ലിൽ ശരംതൊടുത്ത ഭീഷ്മർ ഭഗവാനെ കണ്ടിട്ട് നമസ്കരിച്ച് ദേവദേവാ എന്നെ വധിച്ചാലും

എന്നു പറഞ്ഞു. അർജ്ജുനൻ ഓടിവന്ന് കൃഷ്ണനെ തടഞ്ഞു തേരിലേറ്റി തിരിച്ചുകൊണ്ടുപോയി. എല്ലാവരും സൂര്യാസ്തമനത്തോടെ അവരവരുടെ കുടീരങ്ങളിലേക്ക് മടങ്ങി.

രാത്രിയുടെ അന്ത്യയാമത്തിൽത്തന്നെ പാണ്ഡവമഹാരഥന്മാർ ഒത്തുകൂടി. ഭീഷ്മർ ഉള്ളിടത്തോളം കാലം നമുക്ക് പരാജയമേ സംഭവിക്കൂ എന്ന് അവർ തങ്ങളിൽത്തങ്ങളിൽ പറഞ്ഞു. അവസാനം ശ്രീകൃഷ്ണനും പാണ്ഡവരും ഭീഷ്മകുടീരത്തിൽ പോകാൻ തീരുമാനിച്ചു. ആയുധങ്ങളും പടച്ചട്ടകളും ഊരിവെച്ച് അവർ ഭീഷ്മസന്നിധിയിൽ എത്തി. എല്ലാവരേയും ഭീഷ്മർ സ്വാഗതം ചെയ്തു. തന്നെ വധിക്കാൻ ശിഖണ്ഡിക്കുമാത്രമേ കഴിയൂ എന്ന് ഭീഷ്മർ പറഞ്ഞു. ശിഖണ്ഡി അംബയുടെ പുനരവതാരമാണെന്നും അദ്ദേഹം പറഞ്ഞു. തന്റെനേർക്ക് ശിഖണ്ഡി എത്ര ആയുധങ്ങൾ പ്രയോഗിച്ചാലും ഞാൻ തിരിച്ചാക്രമിക്കില്ലെന്നും ഭീഷ്മർ പറഞ്ഞു. കൃഷ്ണനും പാണ്ഡവരും പിതാമഹനോട് യാത്ര പറഞ്ഞ് പാണ്ഡവശിബിരത്തിലേക്കു മടങ്ങി.

പതിനൊന്നാംദിവസം ശിഖണ്ഡിയെ മുന്നിൽനിർത്തിക്കൊണ്ട് പാണ്ഡവർ വ്യൂഹം ചെച്ചു. അർജ്ജുനനും ഭീമസേനനും ശിഖണ്ഡിയുടെ ഇരുവശങ്ങളിലുമായി നിലകൊണ്ടു. ഭീഷ്മരെ മുൻനിർത്തി കൗരവപ്പടയും വ്യൂഹം ചമച്ചു. ഭീഷ്മരുടെ നേരെ പിന്നിലായി ദുര്യോധനാദികളും അതിന്റെ പിന്നിൽ കൗരവപക്ഷത്തുള്ള മഹാരഥന്മാരും അണിനിരന്നു. യുദ്ധം കൊടുമ്പിരിക്കൊണ്ടു. ഭീമന്റെ ശരങ്ങളേറ്റ് കൗരവപ്പടയിലെ പലരും പരലോകം പൂകി. അതുകണ്ട ഭീഷ്മർ അനേകം ആനകളെയും കുതിരകളെയും വധിച്ചു. ശിഖണ്ഡിയുടെ സൈന്യത്തെ മുച്ചൂടും മുടിച്ചു. ശിഖണ്ഡിയുടെ ശരമേറ്റ് മുറിവു പറ്റിയ ഭീഷ്മർ നീ ഇഷ്ടംപോലെ ആക്രമിച്ചോളൂ എന്നുപറഞ്ഞു. ഇതുകേട്ട് ക്രോധത്തോടെ അങ്ങയെ ഞാൻ വധിക്കുമെന്ന് ശിഖണ്ഡി ശപഥം ചെയ്തു. പാർഥന്റെ പ്രോത്സാഹനത്തോടുകൂടി ശിഖണ്ഡി ഭീഷ്മരുടെമേൽ ശരങ്ങൾ പൊഴിച്ചുകൊണ്ടേയിരുന്നു. കൗരവപക്ഷത്ത് അനേകം സൈനികർ മരിച്ചുവീണു. ഇതുകണ്ട ഭീഷ്മർ ഇതുവരെ ചെയ്തിട്ടില്ലാത്ത തരത്തിൽ പാണ്ഡവരോട് യുദ്ധം ചെയ്തു.

ശിഖണ്ഡിക്കുനേരെ ആയുധപ്രയോഗം നടത്തുന്നില്ലെങ്കിലും പതിനായിരം പാണ്ഡവസൈന്യത്തെ ഭീഷ്മർ വകവരുത്തി. പിതാമഹന്റെ പരാക്രമം കണ്ട് പാർഥൻ ശിഖണ്ഡിയോട് പറഞ്ഞു: ഞാൻ പിതാമഹനെ അമ്പുകൾകൊണ്ട് വീഴ്ത്താം. നീ ഉടനെ ഭീഷ്മരെ വധിക്കൂ. പാർഥനും ശിഖണ്ഡിയും ഭീഷ്മരുടെ അടുത്തെത്തിക്കഴിഞ്ഞു. ഗജ

വാഹനനായി അവിടെയെത്തിയ ഭഗദത്തൻ അർജ്ജുനനെ തടഞ്ഞു. ആനയെ മുറിവേൽപ്പിച്ചുകൊണ്ട് ശിഖണ്ഡിയേയുംകൂട്ടി വീണ്ടും പാർഥൻ മുന്നേറി. ശിഖണ്ഡി അനേകം ബാണങ്ങളെയ്ത് ഭീഷ്മരെ പരിക്കേല്പിപ്പിച്ചു. അചഞ്ചലനായി പാണ്ഡവസൈന്യത്തെ നേരിടുന്ന ഭീഷ്മരെ കണ്ടപ്പോൾ സംഹാരരുദ്രനെപ്പോലെ പലർക്കും തോന്നി. അവസാനം ശിഖണ്ഡിയുടെ അമ്പേറ്റ് ഭീഷ്മപിതാമഹൻ നിലംപതിച്ചു. ശരീരത്തിന്റെ എല്ലാ ഭാഗത്തും അമ്പുകൊണ്ട് അദ്ദേഹം നിലം തൊടാതെ അമ്പിൽത്തന്നെ കുടുങ്ങിവീണു. ഇച്ഛാമരണിയായതു കൊണ്ട് ഭീഷ്മർ മരിച്ചില്ല. അദ്ദേഹം ശരശയ്യയിലായി. ഉത്തരായനം വരുന്നതുവരെ അദ്ദേഹം ജീവൻ നിലനിർത്തി. കൗരവരും പാണ്ഡവരും പിതാമഹന്റെ അടുത്തേക്കോടിയെത്തി. ഭീഷ്മർ ദാഹജലം ചോദിച്ചപ്പോൾ ദുര്യോധനാദികൾ സ്വർണ്ണപ്പാത്രത്തിൽ വെള്ളംകൊണ്ടുവന്നെങ്കിലും അത് കുടിക്കാൻ ഭീഷ്മർ വിസമ്മതിച്ചു. ഉടനെ അർജ്ജുനൻ ഭൂമിയിലേക്ക് അമ്പെയ്ത് ഭൂഗർഭജലം പിതാമഹന്റെ വായിലേക്ക് വീഴുന്നതരത്തിലാക്കി. തലയിണ ചോദിച്ചപ്പോൾ പട്ടുവസ്ത്രം കൊണ്ടുള്ള തലയിണ കൗരവർ കൊണ്ടുകൊടുത്തുവെങ്കിലും അദ്ദേഹം അത് സ്വീകരിച്ചില്ല. അർജ്ജുനൻ ഉടൻതന്നെ അമ്പുകൾകൊണ്ട്, പിതാമഹന്റെ താഴ്ന്നുകിടന്ന ശിരസ്സിനെ ഉയർത്തി. പിതാമഹന്റെ വീഴ്ചയോടെ പാണ്ഡവരും കൗരവരും ഒരുപോലെ ദുഃഖിച്ചു. തന്റെ ശപഥം നിറവേറ്റിയതിൽ ശിഖണ്ഡി സന്തുഷ്ടനായി കാണപ്പെട്ടു.

ഭീഷ്മരുടെ മരണാസന്ന വാർത്തയറിഞ്ഞ ധൃതരാഷ്ട്രർ അലറി വിളിച്ചു കരഞ്ഞു. ദുഃഖം തളംകെട്ടിനിൽക്കുന്ന സന്ദർഭത്തിൽ കൗരവർ യോഗം ചേർന്നു. യുദ്ധരംഗം വിട്ടുനിന്ന കർണ്ണനെ സേനാപതിയാക്കാൻ അവർ ആഗ്രഹിച്ചു. എന്നാൽ ആചാര്യ ദ്രോണർ ജീവിച്ചിരിക്കവെ എങ്ങിനെയാണ് കർണ്ണനെ ആ സ്ഥാനത്തിരുത്തുന്നതെന്ന് പലരും ചോദിച്ചു. പിന്നീട് കർണ്ണന്റെകൂടി അനുവാദത്തോടെ ദ്രോണാചാര്യരെ സർവ്വസൈന്യാധിപനായി നിയമിച്ചു. സൈന്യത്തിന്റെ മുൻനിരയിൽത്തന്നെ കർണ്ണൻ നിലകൊണ്ടു. കർണ്ണനെക്കണ്ട സൈന്യം ആവേശഭരിതരായി. ഭീഷ്മരുടെ അഭാവം അവർ അറിഞ്ഞതേയില്ല. ആചാര്യൻ സൈന്യസമേതം യുദ്ധക്കളത്തിലെത്തി. അദ്ദേഹം ശകടവ്യൂഹം നിർമ്മിച്ചു. യുധിഷ്ഠിരൻ ക്രൗഞ്ചവ്യൂഹവും ചമച്ചു. ആ വ്യൂഹത്തിന്റെ പ്രമുഖസ്ഥാനത്ത് കൃഷ്ണാർജ്ജുനന്മാർ അണിനിരന്നു. ആചാര്യൻ ദുര്യോധനനോട് ഞാനെന്താണ് ചെയ്യേണ്ടതെന്ന് ചോദിച്ചപ്പോൾ, യുധിഷ്ഠിരനെ ബന്ദിയാക്കി എന്റെ മുമ്പിൽ എത്തിക്കണെ

മെന്ന് ദുര്യോധനൻ മറുപടി പറഞ്ഞു. ഈ വിവരം പാണ്ഡവപക്ഷത്തും അറിഞ്ഞു. അതുകൊണ്ട് യുധിഷ്ഠിരന് തൊട്ടടുത്തുതന്നെ അർജ്ജുനനും ധൃഷ്ടദ്യുമ്നനനും നിലയുറപ്പിച്ചു.

യുദ്ധം കൊടുമ്പിരിക്കൊണ്ടു. ദ്രോണർ യുധിഷ്ഠിരനെ ബന്ധിയാക്കിത്തരാമെന്ന് ദുര്യോധനന് വാക്കുകൊടുത്തിരുന്നു. അങ്ങനെ ദ്രോണരും യുധിഷ്ഠിരനും പരസ്പരം ഏറ്റുമുട്ടി. പാണ്ഡവസൈന്യത്തെ ഞെട്ടിച്ചുകൊണ്ട് ആചാര്യന്റെ ശരങ്ങൾ ചീറിപ്പാഞ്ഞു. മായാരണവിദഗ്ധനായ ശകുനി സഹദേവനുമായി ഏറ്റുമുട്ടി. ഇരുഭാഗത്തും തേരാളികൾ വധിക്കപ്പെടുകയും തേരുകൾ തകർക്കപ്പെടുകയും ചെയ്തു. ശകുനി ഗദയുമയി തേരിൽനിന്നും താഴെയിറങ്ങി. ഇരുവരും ഭൂമിയിൽനിന്ന് ഗദായുദ്ധം നടത്തി. ഇരുഭാഗത്തുമുള്ള മഹാരഥന്മാർ പരസ്പരം ഏറ്റുമുട്ടി. യുധിഷ്ഠിരനെ ലക്ഷ്യംവെച്ച് ആചാര്യൻ അടുത്തെത്തി. അപ്പോഴേക്കും അർജ്ജുനൻ അവിടെ പാഞ്ഞെത്തി. സൂര്യാസ്തമനം ആഗതമായതിനാൽ ഇരുസൈന്യവും അവരവരുടെ ശിബിരത്തിലേക്ക് മടങ്ങി. രാത്രിയായപ്പോൾ ദുര്യോധനനെ വിളിച്ച് ആചാര്യൻ പറഞ്ഞു. കൃഷ്ണാർജ്ജുനന്മാർ യുധിഷ്ഠിരന്റെ സഹായത്തിനില്ലായിരുന്നെങ്കിൽ ഞാൻ യുധിഷ്ഠിരനെ ബന്ദിയാക്കുമായിരുന്നു. അതുകൊണ്ട് നാളെ കൃഷ്ണാർജ്ജുനന്മാരെ അകറ്റിനിർത്തിയാൽ ധൃഷ്ടദ്യുമ്നനേയും സൈനികരേയും ഓടിച്ച് ഞാൻ യുധിഷ്ഠിരനെ ബന്ധിയാക്കാമെന്ന് പറഞ്ഞു. ത്രിഗർത്തന്മാർ പിറ്റേദിവസം അർജ്ജുനനുമായി ഏറ്റുമുട്ടാൻ തീരുമാനിച്ചു. ഒന്നുകിൽ അർജ്ജുനൻ അല്ലെങ്കിൽ ത്രിഗർത്തന്മാർ എന്നവർ ശപഥം ചെയ്തു.

പന്ത്രണ്ടാംദിവസം പ്രഭാതത്തിൽ യുദ്ധം ആരംഭിച്ചപ്പോൾത്തന്നെ അർജ്ജുനനെ പോരിന്നു വിളിച്ച് ത്രിഗർത്തന്മാർ യുദ്ധം ആരംഭിച്ചു. അർജ്ജുനൻ യുധിഷ്ഠിരനോട് പറഞ്ഞു; ആരെങ്കിലും എന്നെ പോരിനു വിളിച്ചാൽ എനിക്ക് പോകാതിരിക്കാൻ വയ്യ. അതുകൊണ്ട് ഈ സത്യജിത്ത് എന്ന മഹാരഥൻ അങ്ങയുടെ സംരക്ഷകനായുണ്ടാകും. അദ്ദേഹം വധിക്കപ്പെട്ടാൽ പിന്നെ അങ്ങ് പോർക്കളത്തിൽ നിൽക്കരുത്. യുധിഷ്ഠിരൻ അർജ്ജുനനെ അനുഗ്രഹിച്ച് അയച്ചു. പാർഥൻ തന്റെ ദേവദത്തമെന്ന ശംഖു വിളിച്ചു. ത്രിഗർത്തന്മാർ ആ ശബ്ദം കേട്ട് വിറച്ചുപോയി. പാർഥശരങ്ങളേറ്റ് സുധന്വാവ് മരിച്ചുവീണു. ത്രിഗർത്തന്മാർ ഓടിപ്പോയി. അവരുടെ നാഥനായ സുശർമ്മൻ അവർ ചെയ്ത പ്രതിജ്ഞയെപ്പറ്റി അവരെ ഓർമ്മിപ്പിച്ചു. ത്രിഗർത്തന്മാർ തിരിച്ചുവന്ന് മരണംവരെ പോരാടാൻ തീരുമാനിച്ചു. അപ്പോഴേക്കും നാരാ

യണസേന കൃഷ്ണാർജ്ജുനന്മാരെ ആക്രമിച്ചു. അർജ്ജുനൻ അവരുടെ നേർക്ക് വിശ്വകർമ്മാസ്ത്രം പ്രയോഗിച്ചു. അതോടെ നാരായണസേന നാമാവശേഷമായി. തുടർന്ന് മാളവവീരന്മാരും സംസപ്തകന്മാരും അർജ്ജുനനെ നേരിട്ടു. പാർഥൻ വായവ്യാസ്ത്രം പ്രയോഗിച്ചു. അതോടെ എതിരാളികൾ നാമാവശേഷമായി. ദ്രോണർ യുധിഷ്ഠിരനെ പിടികൂടാനായി പടക്കളത്തിലേക്കു നീങ്ങി. ആചാര്യൻ ഗരുഡമണ്ഡലം ചമച്ചതുകണ്ട് യുധിഷ്ഠിരൻ അർദ്ധമണ്ഡലവ്യൂഹം ചമച്ചു. ധൃഷ്ടദ്യുമ്നൻ ആചാര്യനെ നേരിട്ടു. തന്റെ അടുത്തെത്തിയ ആചാര്യനെ യുധിഷ്ഠിരൻ ശരവർഷംകൊണ്ട് മൂടി. ആ സമയത്ത് യുധിഷ്ഠിരനെ രക്ഷിക്കാനായി സത്യജിത്ത് ആചാര്യനെ നേരിട്ടു. ആചാര്യന് മുറിവുപറ്റി.

അർദ്ധചന്ദ്രാകാരമായ ഒരമ്പുകൊണ്ട് ദ്രോണർ സത്യജിത്തിന്റെ തലയറുത്തു. ഇതുകണ്ട യുധിഷ്ഠിരൻ പോർക്കളം വിട്ടുപോയി. അപ്പോഴേക്കും അർജ്ജുനൻ അവിടെയെത്തി. ഭഗദത്തൻ ഗജാരൂഢനായി പാർഥനെ നേരിട്ടു. നൂറാനകളുടെ ബലമുള്ള ഭഗദത്തന്റെ ആന ഭീമസേനനെപ്പിടിച്ച് മേൽപ്പോട്ടെറിഞ്ഞു. വളരെ ഉയരത്തിലെത്തിയ ഭീമനെ തന്റെ കൊമ്പിൽ കുരുക്കി വധിക്കാനായി തലയുയർത്തി. താഴേക്കു പതിക്കുന്ന ഭീമനെ ലക്ഷ്യമാക്കി ആനകൊമ്പുകൾ ഉയർത്തിപ്പിടിച്ചു.ഇതുകണ്ട അർജ്ജുനൻ സംഭ്രമത്തോടെ ഒരു ബാണം പ്രയോഗിച്ചു. ആ ബാണം ആനയുടെ ശിരസ്സറുത്ത് ഭഗദത്തന്റെ വില്ലുമുറിച്ച് ഭഗദത്തന്റെ കഴുത്തറുത്ത് ആനയുടെ വാലുമറുത്ത് കടന്നുപോയി. ഭഗദത്തനും ആനയും കാലപുരി പൂകി. ഭീമസേനൻ ആനയുടെ കൊമ്പിൽനിന്നും അത്ഭുതകരമായി രക്ഷപ്പെട്ടു. പിന്നീട് കിരീടി ശപ്തകന്മാരെ ജയിച്ച് ദ്രോണരുടെ മുന്നിലെത്തി. ആനകളും കുതിരകളും തേരുകളും കാലാൾപ്പടയും മരിച്ചുവീണ യുദ്ധക്കളം ഭീഷണമായിരുന്നു. പേടിച്ചോടുന്ന കൗരവസൈനികരെ കർണ്ണൻ വിളിച്ചുകൂട്ടി പാർഥനെ നേരിട്ടു. വിജയൻ ശരമാരി പൊഴിച്ച് കർണ്ണന്റെ മൂന്നു സഹോദരന്മാരെ അദ്ദേഹം നോക്കിനിൽക്കെത്തന്നെ യമപുരിക്കയച്ചു. സൂര്യൻ അസ്തമിക്കുന്നതു കണ്ട ഇരുസൈന്യവും പാളയത്തിലേക്കു മടങ്ങി. അങ്ങ് യുധിഷ്ഠിരനെ പിടിച്ചുകെട്ടാമെന്ന് ഞങ്ങൾക്കു വാക്കുതന്നതാണ്. അതു പാലിക്കാൻ അങ്ങേക്കു സാധിച്ചില്ല. യുധിഷ്ഠിരന്റെ വളരെ അടുത്തെത്തിയ അങ്ങ് അതിന് മുതിർന്നതുമില്ല. അതുകേട്ട് ദ്രോണർ പറഞ്ഞു:- അർജ്ജുനനും കൃഷ്ണനും അടുത്തുണ്ടായാൽ ഇന്ദ്രനോ ചന്ദ്രനോ ഗന്ധർവ്വന്മാർക്കോ യുധിഷ്ഠിരനെ പിടിച്ചുകെട്ടാൻ

കഴിയില്ല. നാളെ ഞാൻ പദ്മവ്യൂഹം ചമയ്ക്കുന്നുണ്ട്. ആ വ്യൂഹം ഭേദിക്കാൻ കൃഷ്ണാർജ്ജുനന്മാർക്കു മാത്രമേ സാധിക്കൂ. ആ സമയത്ത് അർജ്ജുനനെ വെല്ലുവിളിച്ച് ദൂരെ എവിടെയെങ്കിലും വെച്ച് നേരിട്ടാൽ ഞാൻ യുധിഷ്ഠിരനെ ബന്ദിയാക്കുമെന്ന് ആചാര്യൻ പറഞ്ഞു.

പതിമൂന്നാം ദിവസം യുദ്ധത്തിനായി ഇരുസൈന്യങ്ങളും കുരുക്ഷേത്രയിലെത്തി. ദ്രോണർ പത്മവ്യൂഹം(ചക്ര) രചിച്ചു. ഈ സമയത്ത് ശപ്തകന്മാർ പാർഥനെ പോരിന്നു വിളിച്ചു. യുദ്ധഭൂമിയുടെ തെക്കുഭാഗത്ത് പാർഥനും ശപ്തകന്മാരും വാശിയോടെ ഏറ്റുമുട്ടുന്നു. വിജയൻ ആ യുദ്ധത്തിൽ അസാധാരണമായ ശൗര്യം പ്രകടിപ്പിച്ചു. ചക്രവ്യൂഹത്തിന്റെ മർമ്മപ്രധാനമായ സ്ഥലങ്ങളിൽ മഹാരഥന്മാർ നിയമിക്കപ്പെട്ടു. വ്യൂഹത്തിന്റെ മുൻവശത്ത് ദുര്യോധനൻ, കൃപർ, ദുഃശ്ശാസനൻ, കർണ്ണൻ എന്നിവർ ഉണ്ടായിരുന്നു. ആ ഭാഗത്ത് ആചാര്യനും നിലയുറപ്പിച്ചു. യുദ്ധം കൊടുമ്പിരിക്കൊണ്ടപ്പോൾ ഭീമസേനന്റെ നേതൃത്വത്തിൽ പാണ്ഡവപ്പട ചക്രവ്യൂഹത്തെ ആക്രമിച്ചു. പാണ്ഡവപക്ഷത്തുള്ള സകലമഹാരഥന്മാരും ഒന്നിച്ച് ചേർന്ന് യുദ്ധം ചെയ്തു. ദ്രോണർക്ക് ഒരു കുലുക്കവുമുണ്ടായിരുന്നില്ല. ആർക്കും ആചാര്യനെ നേരിടാനുള്ള കെല്പില്ലെന്നു മനസ്സിലാക്കിയ യുധിഷ്ഠിരൻ ആ ചുമതല അഭിമന്യുവിനെ ഏല്പിച്ചു. മാതുലനായ കൃഷ്ണനെക്കാളും പിതാവായ അർജ്ജുനനെക്കാളും യുദ്ധനൈപുണ്യം ഒട്ടും കുറവില്ലെന്ന് അഭിമന്യു തെളിയിച്ചു. ആചാര്യന്റെ കരുത്തേറിയ പത്മവ്യൂഹത്തെ അഭിമന്യു ആക്രമിച്ചു. സുഭദ്ര ഗർഭവതിയായിരുന്നപ്പോൾ ചക്രവ്യൂഹഭേദനത്തിന്റെ കഥ മാതുലൻ അമ്മയ്ക്കു പറഞ്ഞുകൊടുത്തിരുന്നു. അപ്പോഴേയ്ക്കും സുഭദ്ര ഉറങ്ങിപ്പോയതുകൊണ്ട് പുറത്തേക്കു കടക്കാനുള്ള വിദ്യ ശ്രീകൃഷ്ണൻ പറഞ്ഞില്ല. അകത്തുകടക്കാനുള്ള തന്ത്രം മാത്രമേ അഭിമന്യു പഠിച്ചിരുന്നുള്ളൂ. ഇത് പാണ്ഡവന്മാരോടു പറഞ്ഞപ്പോൾ ഭീമസേനൻ പറഞ്ഞു. അർജ്ജുനൻ മറ്റൊരു സ്ഥലത്താണ് ശത്രുക്കളോട് പൊരുതുന്നത്. അതുകൊണ്ട് ചക്രവ്യൂഹം തകർത്ത് അകത്തുകടന്നാൽ ഞങ്ങളെല്ലാവരും കൂടി ശത്രുക്കളെ കാലപുരിക്കയച്ച് നിന്നെ രക്ഷിച്ചുകൊള്ളാമെന്ന്. ഇതിന്റെ അടിസ്ഥാനത്തിലാണ് അഭിമന്യു ചക്രവ്യൂഹം ഭേദിച്ച് അകത്തുകടന്നത്. പാണ്ഡവപക്ഷത്തുള്ള മഹാരഥന്മാരെല്ലാം ഒന്നിച്ചുചേർന്ന് അഭിമന്യുവിനെ സഹായിക്കാനെത്തി. ആ ബാലൻ മാതുലനിൽനിന്നും പഠിച്ച തന്ത്രം പ്രയോഗിച്ച് ചക്രവ്യൂഹത്തിൽ തുളച്ചുകയറി. കൗരവപക്ഷത്തുള്ള മഹാരഥികളെല്ലാം ഒത്തുകൂടി അഭിമന്യുവിനെ ആക്രമിച്ചു. അഭിമന്യുവിന്റെ

യുദ്ധപാടവംകണ്ട് കൗരവർ അത്ഭുതപ്പെട്ടു. ആ ബാലന്റെ ശരങ്ങൾ മഹാരഥന്മാരെ മുറിവേൽപ്പിച്ചു. കൗരവപ്പട തെരുതെരെ മരിച്ചുവീണു കൊണ്ടിരുന്നു. അതുകണ്ട് മറ്റു സൈനികർ ജീവനുംകൊണ്ട് ഓടി പ്പോയി.

ദുര്യോധനന്റെ ആജ്ഞപ്രകാരം ഒരു വലിയ സൈന്യം തന്നെ ദ്രോണരെ സഹായിക്കാനെത്തി. തന്റെ നേർക്ക് ശത്രുക്കൾ അയച്ച ആയുധങ്ങൾ അഭിമന്യു തുരുതുരാ മുറിച്ചുകളഞ്ഞു. പിന്നീട് ദുര്യോ ധനന്റെ നേരെ നീങ്ങി. ദ്രോണർ, അശ്വത്ഥാമാവ്, കൃപർ, കർണ്ണൻ, കൃതവർമ്മൻ, ശകുനി, ബൃഹദ്ബലൻ, ശല്യർ, ഭൂരിശ്രവസ്സ് തുടങ്ങിയ നിരവധി യോദ്ധാക്കൾ ഒന്നിച്ചുകൂടി അഭിമന്യുവിനെ അമ്പുകൾകൊണ്ട് മറച്ചു. ആസമയത്ത് ദുര്യോധനൻ രക്ഷപ്പെട്ടു. മഹാരഥന്മാരെല്ലാം തേരു കളിലിരുന്ന് നാലുപാടുനിന്നും അഭിമന്യുവിനെ ആക്രമിച്ചു. അഭിമ ന്യുവിന്റെ അമ്പുകളേറ്റ് കൗരവപക്ഷത്തെ മഹാരഥികൾക്കെല്ലാം സാര മായി പരിക്കേറ്റു. കർണ്ണനും അശ്വത്ഥാമാവും കൃതവർമ്മനും പ്രയോ ഗിച്ച അമ്പുകളേറ്റ് അഭിമന്യുവിന് സാരമായി മുറിവേറ്റു. അദ്ദേഹത്തിന്റെ തേര് തകർന്നു. തേരാളിയും കുതിരകളും മരിച്ചുവീണു. കർണ്ണൻ പട ക്കളത്തിൽനിന്നും കുതിരപ്പുറത്ത് കയറി സ്ഥലംവിട്ടു. ജയദ്രഥൻ മാത്രം ശക്തമായി പൊരുതി. ചക്രവ്യൂഹത്തിനകത്ത് പലഭാഗത്തുനിന്നും തന്നെ ആക്രമിക്കുന്ന ഓരോ യോദ്ധാവിനേയും തേടിപ്പിടിച്ച് അഭി മന്യു ആക്രമിച്ച് പരിക്കേല്പിച്ചു. പലരെയും വധിച്ചുകളഞ്ഞു. ആ സമയത്ത് അഭിമന്യുവിന്റെ രക്ഷയ്ക്കായി യുധിഷ്ഠിരൻ, ഭീമൻ, ശിഖ ണ്ഡി, സാത്യകി, നകുലൻ, സഹദേവൻ, ധൃഷ്ടദ്യുമ്നൻ, വിരാടൻ, ദ്രുപദൻ, ധൃഷ്ടകേതു തുടങ്ങിയ മഹാരഥികൾ വന്നെത്തി. യുദ്ധം ഭയാനകമായി. അഭിമന്യു ശിഥിലമാക്കിയ ചക്രവ്യൂഹം സിന്ധുരാജ നായ ജയദ്രഥൻ വീണ്ടും നിർമ്മിച്ചു. പാണ്ഡവപക്ഷത്തുള്ള ആർക്കും തന്നെ ആ വ്യൂഹം തകർക്കാൻ കഴിഞ്ഞില്ല. ബാലനായ അഭിമന്യു ചക്രവ്യൂഹത്തിനകത്ത് ഒറ്റപ്പെട്ടുപോയി. സ്വന്തം മകനായ ലക്ഷ്മണ കുമാരനെ രക്ഷിക്കാനായി ദുര്യോധനൻ പാഞ്ഞെത്തി. പക്ഷെ അതി നുമുമ്പുതന്നെ അഭിമന്യു ലക്ഷ്മണനെ വകവരുത്തി. ഈ സമയത്ത് തിരിച്ചുവന്ന കർണ്ണൻ അഭിമന്യുവിന്റെ വില്ല് മുറിച്ചുകളഞ്ഞു. തേരും കുതിരകളും നഷ്ടപ്പെട്ട അഭിമന്യുവിന്റെ നേർക്ക് എല്ലാവരും ഒരുമിച്ച് അസ്ത്രപ്രയോഗം നടത്തി. വില്ലു നഷ്ടപ്പെട്ട അഭിമന്യു വാളും പരി ചയുമായി ശത്രുക്കളെ നേരിട്ടു. ദ്രോണർ പ്രയോഗിച്ച ശക്തിയേറ്റ് അഭി മന്യുവിന്റെ വാൾ മുറിഞ്ഞുപോയി. കർണ്ണന്റെ ശരമേറ്റ് പരിചയും നഷ്ട

പ്പെട്ടു. അഭിമന്യുവിന്റെ ശരീരമാകെ അമ്പുകൾ തുളച്ചുകയറി. പെട്ടെന്ന് അഭിമന്യു വലിച്ചെറിഞ്ഞ ഗദ തന്റെ നേർക്കുവരുന്നതുകണ്ട അശ്വത്ഥാമാവ് തേരിൽനിന്നു ചാടി രക്ഷപ്പെട്ടു. ശസ്ത്രങ്ങളെല്ലാം നഷ്ടപ്പെട്ട് ഗുരുതരമായി പരിക്കേറ്റ അഭിമന്യു, തകർക്കപ്പെട്ട ഒരു തേരിന്റെ ചക്രമെടുത്ത് പൊരുതി. ശത്രുക്കൾ അതും തകർത്തുകളഞ്ഞു. എതിരാളികളുടെ ശക്തിയേറ്റ് നിലത്തുവീണ അഭിമന്യുവിനെ ദുഃശ്ശാസനപുത്രനായ ഭരതൻ ഗദകൊണ്ട് തലയ്ക്കടിച്ച് വധിച്ചു. അഭിമന്യു എന്ന അർജ്ജുനപുത്രനായ ആ യോദ്ധാവ് ഇഹലോകവാസം വെടിഞ്ഞു. പേടിച്ചോടിപ്പോകുന്ന പാണ്ഡവസൈന്യത്തെ ഒന്നിച്ചുനിർത്തി യുധിഷ്ഠിരൻ പോരുതുടർന്നു. അപ്പോഴേക്കും അസ്തമനമായി. ഇരുസൈന്യങ്ങളും അവരവരുടെ കൂടാരങ്ങളിലേക്ക് മടങ്ങി.

കൃഷ്ണാർജ്ജുനന്മാർ സൃഞ്ജയന്മാരോട് യുദ്ധം ചെയ്തത് വളരെ അകലെ വെച്ചായിരുന്നതിനാൽ അവർ അഭിമന്യുവിന്റെ വീരചരമം അറിഞ്ഞിരുന്നില്ല. യുധിഷ്ഠിരൻ പറഞ്ഞാണ് രണ്ടുപേരും സംഭവം അറിയുന്നത്. ഇതറിഞ്ഞ പാർഥൻ സംഭവസ്ഥലത്ത് ബോധംകെട്ടു വീണു. തന്റെ നിർദ്ദേശപ്രകാരമാണ് അഭിമന്യു ചക്രവ്യൂഹം ഭേദിക്കാൻ പോയതെന്നും അങ്ങിനെയാണ് ആ ബാലന്റെ മരണം സംഭവിച്ചതെന്നും ചിന്തിച്ച് യുധിഷ്ഠിരൻ വളരെയധികം ദുഃഖിതനായി കാണപ്പെട്ടു. ശ്രീകൃഷ്ണൻ പാർഥനെ സാന്ത്വനപ്പെടുത്തി. തന്റെ മകന്റെ മരണത്തിനു കാരണക്കാരൻ സിന്ധുരാജനായ ജയദ്രഥനാണെന്നറിഞ്ഞ പാർഥൻ ഉഗ്രശപഥം ചെയ്തു. നാളെ യുദ്ധക്കളത്തിൽവെച്ച് സൂര്യാസ്തമനത്തിനുമുമ്പ് ജയദ്രഥനെ വധിക്കുമെന്ന് അതിന് കവിഞ്ഞില്ലെങ്കിൽ താൻ അഗ്നിപ്രവേശം ചെയ്യുമെന്നുമാണ് പാർഥൻ ശപഥം ചെയ്തത്. അപ്പോൾ ശ്രീകൃഷ്ണൻ പാഞ്ചജന്യം മുഴക്കി. അർജ്ജുനൻ ദേവദത്തവും. അഭിമന്യു മരിച്ച ദുഃഖത്തോടുകൂടി അവരെല്ലാവരും അന്നുരാത്രി ശിബിരത്തിൽ കഴിച്ചുകൂട്ടി. പാർഥന്റെ ശപഥവൃത്താന്തം കൗരവപക്ഷത്തും അറിഞ്ഞു. അവർ സന്തോഷംകൊണ്ട് തുള്ളിച്ചാടി. ഒരു അമ്പിന് രണ്ടുപക്ഷി എന്നു പറഞ്ഞതുപോലെ അഭിമന്യുവിന്റെ മരണത്തിന് ഉത്തരവാദിയായ ജയദ്രഥനെ സൂര്യാസ്തമനത്തിനു മുമ്പായി വധിക്കാൻ കഴിഞ്ഞില്ലെങ്കിൽ അർജ്ജുനൻ അഗ്നിപ്രവേശം ചെയ്യും. പിറ്റേദിവസം യുദ്ധാരംഭത്തിനുമുമ്പുതന്നെ കൗരവർ രഹസ്യമായി ജയദ്രഥനെ സൈന്യങ്ങളുടെ നടുവിൽ ഒരുഭാഗത്ത് ഒളിപ്പിച്ചു. സൂര്യാസ്തമനം വരെ ജയദ്രഥനെ രക്ഷിച്ചാൽ പിന്നെ പാർഥൻ ജീവിച്ചിരിക്കില്ലെന്ന് കൗരവർക്ക് നന്നായി അറിയാമായിരു

ന്നു. അങ്ങിനെവന്നാൽ പാണ്ഡവരെ എളുപ്പത്തിൽ കീഴടക്കാമെന്നും അവർ മനക്കോട്ട കെട്ടി.

പതിനാലാംദിവസം നിത്യകർമ്മങ്ങൾക്കുശേഷം എല്ലാവരും യുദ്ധരംഗത്ത് പോകാൻ ഒരുക്കം തുടങ്ങി. പുറപ്പെടുന്ന സമയത്തുതന്നെ പാർഥന് വിജയലക്ഷണങ്ങൾ കാണാൻ തുടങ്ങി. ദ്രോണാചാര്യർ ശകടവ്യൂഹം നിർമ്മിച്ചു. അതിന്റെ പിൻഭാഗത്ത് പദ്മഗർഭം എന്ന വ്യൂഹവും അതിനുള്ളിൽ സൂചിമുഖമെന്ന വ്യൂഹവും നിർമ്മിച്ചു. ആ സമയത്ത് വിജയൻ സൈന്യസമേതം പോർക്കളത്തിൽ എത്തിച്ചേർന്നു. കൗരവ സൈന്യം കൃഷ്ണാർജ്ജുന്മാരുടെ നേർക്ക് ശരമാരി പൊഴിച്ചു. ശത്രുക്കളുടെ ശസ്ത്രങ്ങളെല്ലാം തകർത്തെറിഞ്ഞ് പാർഥൻ സംഹാരരുദ്രനെപ്പോലെ ശത്രുക്കളെ അരിഞ്ഞുവീഴ്ത്തിക്കൊണ്ടിരുന്നു. അനേകം കൗരവപ്പടയാളികൾ മരിച്ചുവീണു. ശകടവ്യൂഹത്തിന്റെ മുൻനിരയിൽ സ്ഥാനംപിടിച്ചിരുന്ന ദ്രോണാചാര്യരെ ശ്രീകൃഷ്ണന്റെ നിർദ്ദേശപ്രകാരം പാർഥൻ ഇരുകൈകളും കൂപ്പി വണങ്ങി. അർജ്ജുനൻ പറഞ്ഞു:- അങ്ങെനിക്ക് പിതൃതുല്യനാണ്. ഞാൻ ജയദ്രഥനെ വധിക്കാൻ പോകുന്നു. എന്നെ അങ്ങ് വഴിതടയരുത്. അതിന് ആചാര്യൻ ഇങ്ങിനെ മറുപടി പറഞ്ഞു. എന്നെ പരാജയപ്പെടുത്താതെ ജയദ്രഥനെ നിനക്ക് തൊടാൻപോലും കഴിയില്ല എന്നു പറഞ്ഞുകൊണ്ട് അതിതീക്ഷ്ണങ്ങളായ ബാണങ്ങൾ അർജ്ജുനന്റെ നേർക്ക് പ്രയോഗിച്ചു. ശ്രീകൃഷ്ണന്റെ ഉദപേശപ്രകാരം പാർഥൻ ദ്രോണരെ വിട്ട് ജയദ്രഥനെ തിരയാൻ തുടങ്ങി. ആചാര്യൻ അപ്പോൾ അർജ്ജുനനോടു പറഞ്ഞു. പോരിൽ വിജയം നേടാതെ തിരിച്ചുപോകുന്നവനല്ലല്ലോ നീ. എന്തുകൊണ്ട് എന്നിൽനിന്നും മാറിപ്പോകുന്നു. അർജ്ജുനൻ പറഞ്ഞു: അങ്ങ് എന്റെ ശത്രുവല്ല; ഗുരുനാഥനാണ്. ഞാൻ അങ്ങയുടെ പ്രിയപ്പെട്ട ശിഷ്യനുമാണ്. അങ്ങയെ യുദ്ധത്തിൽ തോൽപ്പിക്കാൻ ഭൂലോകത്തിൽ ആർക്കും സാധിക്കില്ല. ഇത്രയും പറഞ്ഞ് വിജയൻ കൗരവസേനയിൽ പ്രവേശിച്ചു. കൗരവപക്ഷത്തുള്ള അഞ്ചോളം മഹാരഥന്മാർ പാർഥനെ തടഞ്ഞു. അവിടെ ഘോരമായ യുദ്ധം നടന്നു. ശ്രീകൃഷ്ണന്റെ ആജ്ഞപ്രകാരം പാർഥൻ കൃതവർമ്മാവിനെ വധിച്ചു. അപ്പോൾ കാംഭോജരാജകുമാരനായ സുദക്ഷിണൻ പാർഥനോടേറ്റുമുട്ടി മരണം വരിച്ചു. ആ സമയത്ത് അച്ചുതായു പാർഥന്റെ നേർക്ക് ശൂലമെറിഞ്ഞു. അതേറ്റ് പാർഥൻ തന്റെ കൊടിമരത്തിൽ ചാരിയിരുന്നുപോയി. പാർഥന്റെ കഥ കഴിഞ്ഞെന്നു കരുതിയ കൗരവസൈനികർ ആർത്തുവിളിച്ചു. ചാടിയെഴുന്നേറ്റ അർജ്ജുനൻ ഐന്ദ്രാസ്ത്രം പ്രയോഗിച്ച് ശത്രുക്കളെ വക

വരുത്തി. ദ്രോണരുടെ നേതൃത്വത്തിലുള്ള സേനയെ ഭേദിച്ച് അർജ്ജുനൻ ജയദ്രഥനെ കൊല്ലാനായി അടുത്തു.

ശ്രീകൃഷ്ണൻ തന്റെ ചക്രായുധംകൊണ്ട് സൂര്യനെ മറച്ചുപിടിച്ചു. അസ്തമനമായെന്നു കരുതി ജയദ്രഥൻ സൈന്യങ്ങളുടെ ഇടയിൽനിന്ന് എണീറ്റുനിന്ന് സൂര്യനെ നോക്കി. ഇതുകണ്ട ഭഗവാൻ ജയദ്രഥനെ അർജ്ജുനന് കാട്ടിക്കൊടുത്തു. ഇടനെ ദിവ്യാസ്ത്രം പ്രയോഗിച്ച് പാർഥൻ ജയദ്രഥന്റെ കണ്ഠം ഛേദിച്ചു. അന്നുരാത്രിയിലും ഇരുസൈന്യങ്ങളും അതിഭയങ്കരമായി യുദ്ധം തുടർന്നു. അനേകം മഹാരഥന്മാരും ദുര്യോധനന്റെ അമ്പതിലധികം സഹോദരന്മാരും യുദ്ധക്കളത്തിൽ മരിച്ചുവീണു. രാത്രിയായിട്ടും ആരും യുദ്ധം നിർത്തിയില്ല. മഹാരഥന്മാർ പരസ്പരം ഏറ്റുമുട്ടിക്കൊണ്ടിരുന്നു. കൗരവപക്ഷം പന്തംകൊളുത്തി. ആയിരക്കണക്കിന് പന്തങ്ങൾ ജ്വലിച്ചു. അതുകണ്ട് അതിലിരട്ടി പന്തങ്ങൾ ജ്വലിപ്പിച്ചുകൊണ്ട് പാണ്ഡവരും നിലയുറപ്പിച്ചു. പടക്കളത്തിൽ പൊടിപടലങ്ങൾ ഉയരുന്നതിനുപകരം രക്തം വീണ് ചെളികെട്ടിനിന്ന യുദ്ധക്കളത്തിൽ ഇരുസൈന്യവും വാശിയോടെ ഏറ്റുമുട്ടി. ജയപരാജയങ്ങൾ ഇരുസൈന്യവും ഏറ്റുകൊണ്ടേയിരുന്നു. രാത്രിയുദ്ധത്തിൽ മായാവികളായ രാക്ഷസവീരന്മാർക്ക് വീര്യം കൂടും. പാണ്ഡവപക്ഷത്തുള്ള ഘടോൽക്കചനും കൗരവപക്ഷത്തെ അലംബുഷനും അതിഭയനാകമായി ഗർജ്ജിച്ചുകൊണ്ട് യുദ്ധമാരംഭിച്ചു. അലംബുഷൻ ഘടോൽക്കചന്റെ നേർക്ക് മൂർച്ചയേറിയ ശരങ്ങൾ പ്രയോഗിച്ചു. അയാളുടെ ശരങ്ങളെയെല്ലാം ഘടോൽക്കചൻ മുറിച്ചുതള്ളി. മാത്രമല്ല അലംബുഷന്റെ തേരാളിയും കുതിരകളും മരിച്ചുവീണു. അതോടെ അലംബുഷൻ മുഷ്ടിയുദ്ധം തുടങ്ങി. ഘടോൽക്കചന്റെ പ്രഹരം താങ്ങാനാകാതെ അലംബുഷൻ നിലംപതിച്ചു. ഇരുവരും മായായുദ്ധങ്ങൾ തുടർന്നെങ്കിലും ഘടോൽക്കചൻ അലംബുഷനെ വെട്ടിക്കൊന്നു. പിന്നീട് കർണ്ണനോട് ഭയങ്കരമായ മായായുദ്ധങ്ങൾ നടത്തി. യുദ്ധക്കളത്തിൽ കർണ്ണൻ കാട്ടിയ പരാക്രമങ്ങളൊന്നും വിലപ്പോയില്ല. കൗരവസൈന്യത്തെ മുച്ചൂടും മുടിച്ചുകൊണ്ട് കർണ്ണന്റെ നേർക്കണഞ്ഞു. അർജ്ജുനനെ വധിക്കാൻവേണ്ടി മാത്രം കർണ്ണൻ കരുതിവെച്ചിരുന്ന വൈജയന്തിയെന്ന ഇന്ദ്രദത്തമായ ശക്തിയേറ്റ് ഘടോൽക്കചനും മരിച്ചുവീണു. പാണ്ഡവർ ഈ വൃത്താന്തംകേട്ട് ദുഃഖിതനായി. എന്നാൽ ശ്രീകൃഷ്ണഭഗവാൻ മാത്രം സന്തുഷ്ടനായി ആനന്ദനൃത്തം ചെയ്തു. കൃഷ്ണന്റെ സന്തോഷത്തിന്റെ കാരണമന്വേഷിച്ചപ്പോൾ ഭഗവാൻ പറഞ്ഞു. ഇന്ദ്രൻ നിന്നെ രക്ഷിക്കാൻ കവചകുണ്ഡലങ്ങൾ കർണ്ണ

നിൽനിന്ന് വാങ്ങിയപ്പോൾ അതിന്നു പകരമായി ഇന്ദ്രൻ കൊടുത്ത വൈജയന്തി ശക്തിയേറ്റാണ് ഘടോൽക്കചൻ മരിച്ചത്. ആ ശക്തി ഇനി കർണ്ണനിലേക്ക് തിരിച്ചുവരില്ല. അത് ശത്രുവിന്റെ നേർക്ക് ഒരുപ്രാവശ്യം മാത്രമേ പ്രയോഗിക്കാൻ കഴിയൂ. ഘടോൽക്കചന്റെ അതിശക്തമായ ആക്രമണത്തിൽ പൊറുതിമുട്ടിയതുകൊണ്ട് ഗത്യന്തരമില്ലാതെയാണ് കർണ്ണൻ ആ ആയുധം പ്രയോഗിച്ചത്. ഇനി കർണ്ണനെ വധിക്കാൻ എളുപ്പമാണ് എന്ന് പാർഥനോട് ഭഗവാൻ വിവരിച്ചു പറഞ്ഞുകൊടുത്തു. ഇതുകേട്ടപ്പോൾ എല്ലാവർക്കും സന്തോഷമായി. അപ്പോഴേക്കും പ്രഭാതമായി. ഇരുസൈന്യവും പിൻവലിക്കപ്പെട്ടു.

പതിനഞ്ചാം ദിവസം സൂര്യോദയത്തോടെ ഇരുസൈന്യവും തമ്മിൽ ഏറ്റുമുട്ടി. മഹാരഥന്മാരുടെ അസ്ത്രശസ്ത്രപ്രയോഗങ്ങൾ ദേവന്മാരെപ്പോലും ആശ്ചര്യപ്പെടുത്തി. ധൃഷ്ടദ്യുമ്നൻ ആചാര്യന്റെ നേർക്ക് ബാണം പ്രയോഗിച്ചു. ആചാര്യന്റെ അനേകായിരം ബാണങ്ങൾ വിരാടരാജകുമാരനെ മൂടി. അദ്ദേഹത്തിന്റെ വില്ലും രഥവും തകർന്നു. ധൃഷ്ടദ്യുമ്നൻ ബ്രഹ്മാസ്ത്രം പ്രയോഗിക്കാനൊരുങ്ങി. അപ്പോഴേക്കും ദ്രോണർ വിരാടകുമാരന്റെ വിൽ മുറിച്ചുകളഞ്ഞു. ധൃഷ്ടദ്യുമ്നൻ മറ്റൊരു വില്ലെടുത്ത് ദ്രോണരെ നേരിട്ടു. പിന്നീട് അതിഭയങ്കരമായ യുദ്ധമാണവിടെ നടന്നത്. ആ സമയത്ത് ശ്രീകൃഷ്ണന്റെ നിർദ്ദേശപ്രകാരം ഭീമസേനൻ അശ്വത്ഥാമാവ് എന്ന ആനയെ വധിച്ചു. ഭീമൻ ഉച്ചത്തിൽ വിളിച്ചുപറഞ്ഞു: അശ്വത്ഥാമാവ് മരിച്ചുവെന്ന്. ഇതുകേട്ട് ആചാര്യൻ വിഷണ്ണനായി. ഇത് സത്യമാണോ എന്നറിയാൻ ആചാര്യൻ ധർമ്മജനെ സമീപിച്ചു. അദ്ദേഹം ആചാര്യനോടു പറഞ്ഞു: അശ്വത്ഥാമാവ് എന്ന ആന മരിച്ചുവെന്ന്. എന്ന ആന എന്നുള്ള വാക്ക് കൃഷ്ണനിർദ്ദേശപ്രകാരം യുധിഷ്ഠിരൻ മെല്ലെ പറഞ്ഞു. അത് ദ്രോണർ കേട്ടില്ല. സ്വന്തം മകൻ അശ്വത്ഥാമാവു മരിച്ചെന്ന വാർത്തയറിഞ്ഞ് അദ്ദേഹം ആയുധങ്ങൾ ഉപേക്ഷിച്ച് തേർത്തടത്തിൽ ധ്യാനനിരതനായി ഇരുന്നു. ഈ അവസരം ഉപയോഗിച്ച് ധൃഷ്ടദ്യുമ്നൻ തേരിൽനിന്നും വാളുമായി ചാടിയിറങ്ങി. ധ്യാനനിരതനായിരുന്ന ദ്രോണാചാര്യരുടെ ശിരസ്സ് വെട്ടിയെടുത്തു. അങ്ങനെ ദ്രോണാചാര്യർ പരലോകം പൂകി. ഈ സംഭവം നേരിട്ടുകണ്ട കൗരവസൈന്യം പേടിച്ചോടി. അശ്വത്ഥാമാവ് പിതാവിന്റെ മരണത്തിൽ ദുഃഖിതനായി നാരായണാസ്ത്രം പ്രയോഗിച്ചു. പലതരത്തിലുള്ള അമ്പുകളും ആയുധങ്ങളും നാരായണാസ്ത്രത്തിൽനിന്നും പുറപ്പെട്ടു. പാണ്ഡവസൈന്യം പിന്തിരിഞ്ഞോടി. ശ്രീകൃഷ്ണൻ എല്ലാവരോടുമായി പറഞ്ഞു: നാരായണാസ്ത്രത്തിൽനിന്ന്

രക്ഷപ്പെടാൻ ഒരേയൊരു മാർഗ്ഗമേയുള്ളൂ. അതുകൊണ്ട് എല്ലാവരും ആയുധം താഴെയിടുക. തേരിൽനിന്നും താഴെയിറങ്ങിനിൽക്കുക. ഭൂമിയിൽ നിരായുധരായി നിൽക്കുന്നവരെ നാരായണാസ്ത്രം ഒന്നും ചെയ്യില്ല. എല്ലാവരും ഞൊടിയിടകൊണ്ട് രഥത്തിൽനിന്നിറങ്ങി ആയുധം താഴെയിട്ടു. അങ്ങിനെ ഭഗവാൻ നാരായണാസ്ത്രത്തിൽനിന്നും പാണ്ഡവസൈന്യത്തെ രക്ഷിച്ചു. ആചാര്യൻ ഇഹലോകവാസം വെടിഞ്ഞതിനുശേഷം അസ്തമനമായതിനാൽ എല്ലാവരും കൂടാരങ്ങളിലേക്കു മടങ്ങി. കൗരവരെല്ലാവരുംകൂടി കർണ്ണനെ സേനാപതിയാക്കാൻ തീരുമാനിച്ചു.

പതിനാറാംദിവസം കർണ്ണന്റെ നേതൃത്വത്തിൽ വ്യൂഹരചന നടത്തി. അർജ്ജുനൻ അർദ്ധചന്ദ്രാകാരമായ വ്യൂഹം ചമച്ചു. കർണ്ണനും പാർഥനും തമ്മിൽ അതിഭയങ്കരമായ യുദ്ധം തുടങ്ങി. അന്നും രാപ്പകൽ യുദ്ധമായിരുന്നു. ഇരുഭാഗത്തും മഹാരഥികൾ മരിച്ചുവീണുകൊണ്ടേയിരുന്നു. അർജ്ജുനനൊഴികെയുള്ള പാണ്ഡവരെ വധിക്കില്ലെന്ന് മാതാവായ കുന്തീദേവിക്ക് വാക്കുകൊടുത്തതിനാൽ വധിക്കാനുള്ള സാഹചര്യം ഉണ്ടായിരുന്നിട്ടും നാലു പാണ്ഡവരെയും വധിക്കാതെ തിരിച്ചയക്കുകയാണ് കർണ്ണൻ ചെയ്തത്. അപ്പോഴേക്കും കൗരവസേനയിലെ മഹാരഥന്മാർ ഒട്ടുമിക്കവരും വധിക്കപ്പെട്ടിരുന്നു. ബാക്കിയുള്ളവരിൽ പ്രമുഖൻ കർണ്ണൻ മാത്രമായിരുന്നു. യുധിഷ്ഠിരൻ അർജ്ജുനനോടു പറഞ്ഞു, അർജ്ജുനാ ഇനി കർണ്ണനെ ഉടൻ വധിക്കണം. ജ്യേഷ്ഠന്റെ നിർദ്ദേശപ്രകാരം ധനഞ്ജയൻ അർദ്ധചന്ദ്രാകാരമായ വ്യൂഹം ചമച്ചു. ഇരുഭാഗത്തും വ്യൂഹരചന നടത്തിയതിനുശേഷം മുൻനിരയിലുള്ള മഹാരഥന്മാർ അതിഭയങ്കരമായ യുദ്ധം നടത്തി. കർണ്ണൻ പാണ്ഡവസേനയെ തുരുതുരാ വധിച്ചുകൊണ്ട് മുന്നേറി. സംശപ്തകന്മാരുടെ സേന വളരെ വലുതായിരുന്നു. പാർഥൻ അതിനകത്തേക്കു കടന്നുചെന്നു. ശ്രീകൃഷ്ണന്റെയും അർജ്ജുനന്റെയും നേർക്ക് അശ്വത്ഥാമാവ് ബാണങ്ങൾ പൊഴിച്ചു. എന്നാൽ അർജ്ജുനന്റെ ബാണങ്ങൾക്കു മുന്നിൽ പിടിച്ചുനിൽക്കാൻ കഴിയാതെ ദ്രോണപുത്രൻ എങ്ങോട്ടോ ഓടിമറഞ്ഞു.

പാർഥന്റെ കരവിരുതുകണ്ട് ദേവന്മാർ പോലും അദ്ദേഹത്തെ പുകഴ്ത്തി. അന്ന് നേരം ഉച്ചയായി. കർണ്ണൻ പാഞ്ചാലസേനയെ ആക്രമിച്ചു. പോർക്കളത്തിൽ ശവശരീരങ്ങൾ കുന്നുകൂടി. പിടിച്ചുനിൽക്കാൻ കഴിയാതെ പാഞ്ചാലസൈന്യം പിന്തിരിഞ്ഞോടി. ഇരുസൈന്യങ്ങളുടെയും ഇടയിൽ ബാക്കിയായ മഹാരഥന്മാർ തമ്മിൽ ഏറ്റുമുട്ടി മരിച്ചു

വീണു. അപ്പോഴേക്കും സൂര്യാസ്തമനം സമാഗതമായി. ഇരുവിഭാഗങ്ങളും സൈന്യങ്ങളെ പിൻവലിച്ച് അവരവരുടെ കൂടാരങ്ങളിലേക്ക് തിരിച്ചുപോയി. രാത്രി വളരെ വൈകിയപ്പോൾ കർണ്ണൻ ദുര്യോധനനെ സമീപിച്ച് പറഞ്ഞു:- നാളെ രണ്ടിലൊന്ന് അറിയും. ഒന്നുകിൽ ഞാൻ അല്ലെങ്കിൽ അർജ്ജുനൻ. എന്റെ കൈയിൽ ഇന്ദ്രൻ നൽകിയ ശക്തി ഇപ്പോഴില്ല. അത് ഗത്യന്തമില്ലാതെ ഘടോൽക്കചന്റെ നേർക്ക് പ്രയോഗിച്ചുപോയി. ഇപ്പോൾ എന്റെയും പാർഥന്റെയും കയ്യിലുള്ള ദിവ്യാസ്ത്രങ്ങളുടെ പ്രഭാവം തുല്യമാണ്. അതുപോലെ യുദ്ധകൗശലത്തിലും പ്രയോഗരീതിയിലും സവ്യസാചി എന്നോടുതുല്യനല്ല. വിശ്വകർമ്മാവ് ഇന്ദ്രനുവേണ്ടി പണിത വിജയം എന്ന വില്ലാണെനിക്കുള്ളത്. ഇന്ദ്രൻ അത് പരശുരാമന് കൊടുത്തു. പരശുരാമൻ പിന്നീട് എനിക്കുതന്നു. പാർഥന്റെ ഗാണ്ഡീവത്തിനെക്കാളും മികവ് അതിനുണ്ട്. എന്നാൽ മറുഭാഗത്തെക്കുറിച്ചും ചിന്തിക്കണമല്ലോ. വിജയന് അമ്പൊടുങ്ങാത്ത ആവനാഴിയുണ്ട്. അയാളുടെ വില്ലിന്റെ ഞാൺ ദിവ്യമാണ്. അഗ്നിദേവൻ നൽകിയ രഥമാണ് അവനുള്ളത്. മാത്രമല്ല ജഗന്നിയന്താവാകിയ ശ്രീകൃഷ്ണ ഭഗവാൻ അവന്റെ കൂടെത്തന്നെയുണ്ട്. ശ്രീകൃഷ്ണനു തുല്യനായ ശല്യർ നമ്മുടെ പക്ഷത്തുണ്ട്. അദ്ദേഹത്തെ സാരഥിയാക്കിയാൽ വിജയം സുനിശ്ചിതമാണ്. ദുര്യോധനൻ ശല്യരെ സമീപിച്ച് സാരഥിയാകാൻ പറഞ്ഞു. എന്നാൽ ശല്യർ ദുര്യോധനന്റെ മുമ്പിൽ ഒരു നിബന്ധന വെച്ചു. ഞാൻ പറയുന്നതിനെതിരായി കർണ്ണൻ എന്തെങ്കിലും പറഞ്ഞാൽ ഞാൻ തേരിൽ നിന്നിറങ്ങിപ്പോകും. ആ നിബന്ധന കർണ്ണനും ദുര്യോധനനും അംഗീകരിച്ചു.

പതിനേഴാംദിവസം രാവിലെ യുദ്ധാരംഭത്തോടെ ശല്യർ കർണ്ണനെ ശല്യപ്പെടുത്തിക്കൊണ്ടേയിരുന്നു. ഇതൊന്നും വകവെക്കാതെ കർണ്ണൻ യുദ്ധത്തിൽ മുഴുകി കർണ്ണനെ ദിവ്യാസ്ത്രംകൊണ്ട് വധിക്കാൻ ശ്രീകൃഷ്ണൻ അർജ്ജുനനോട് പറഞ്ഞു. അതുകേട്ടപ്പോൾ അർജ്ജുനന്റെ ദേഹത്തിൽനിന്നും തീപ്പൊരികൾ ചിതറി. ഇതുകണ്ട കർണ്ണൻ ബ്രഹ്മാസ്ത്രം പ്രയോഗിച്ചു. ഫൽഗുനൻ ബ്രഹ്മാസ്ത്രം കൊണ്ടുതന്നെ അതിനെ പ്രതിരോധിച്ചു. പാർഥൻ അയച്ച ആഗ്നേയാസ്ത്രത്തെ കർണ്ണൻ ബഡവാഗ്നിപോലൊരു ബാണം തൊടുത്തുവിട്ടു. ആ ബാണമേറ്റ് സവ്യസാചിയുടെ മാറിൽ മുറിവേറ്റു. അദ്ദേഹം തലകറങ്ങിവീണു. അതിനിടയിൽ ചെളിയിലാണ്ടുപോയ കർണ്ണന്റെ തേർച്ചക്രം ഉയർത്താൻ കർണ്ണൻ തേരിൽനിന്നിറങ്ങി. തേർച്ചക്രമുയർത്താൻ ആവുന്നത്ര പരിശ്രമിച്ചുനോക്കി. എന്നാൽ ആ ശ്രമങ്ങളെല്ലാം പരാജയപ്പെ

ട്ടു. അപ്പോഴേക്കും അർജജുനന് ബോധം വീണ്ടുകിട്ടി. അതിഭയാനമായ ഒരു ബാണം അർജ്ജുനൻ കൈയിലെടുത്തു. ഉടനെ കൃഷ്ണൻ പറഞ്ഞു: കർണ്ണൻ രഥത്തിൽ കയറുന്നതിനുമുമ്പുതന്നെ അയാളുടെ കഴുത്തുവെട്ടൂ എന്ന്. കർണ്ണന്റെ ധ്വജത്തെ ജിഷ്ണു തകർത്തെറിഞ്ഞു. ആഞ്ജലികം എന്ന ബാണം അർജ്ജുനൻ എടുത്തു. അതിനെ ഗാണ്ഡീവത്തിൽ തൊടുത്തുകൊണ്ട് പാർഥൻ കർണ്ണന്റെ നേർക്ക് ജപിച്ചയച്ചു. പകലിന്റെ മൂന്നാംയാമത്തിൽ വില്ലാളിവീരനായ കർണ്ണന്റെ ശിരസ്സ് ആ ബാണംകൊണ്ട് അർജ്ജുനൻ കൊയ്തെടുത്തു. കർണ്ണന്റെ ശീരത്തിൽനിന്നും ഒരു തേജസ്സ് സൂര്യനെ ലക്ഷ്യമാക്കി ഉയർന്ന് സൂര്യനിൽ വിലയം പ്രാപിച്ചു. പാണ്ഡവസൈന്യം പടഹധ്വനി മുഴക്കി. നരനാരായണന്മാർ സഹസ്രകവചനെ വധിച്ച് അവരുടെ ദൗത്യം നിറവേറ്റി.

പതിനെട്ടാംദിവസം ശല്യരെ സേനാപതിയാക്കി പാണ്ഡവരോടു പൊരുതിയെങ്കിലും കൗരവർ ഓരോരുത്തരായി രണഭൂമിയിൽ മരിച്ചുവീണു. കുരുക്ഷേത്രയുദ്ധത്തിൽ പാണ്ഡവരുടെ ഏഴ് അക്ഷൗഹിണിപ്പടയും കൗരവരുടെ പതിനൊന്ന് അക്ഷൗഹിണിപ്പടയും പതിനെട്ടു ദിവസത്തെ യുദ്ധത്തിൽ പൊരുതി മരിച്ചു. ഇരുഭാഗത്തും ഏതാനും മഹാരഥന്മാർ മാത്രമേ അവശേഷിച്ചുള്ളൂ. ധൃതരാഷ്ട്രരുടെ മൂന്ന് മക്കളൊഴികെ ബാക്കിയെല്ലാവരും മരിച്ചുവീണു. അവരെയെല്ലാം ഒടുക്കിയത് ഭീമസേനനാണ്. ദുര്യോധനന്റെ സഹോദരൻ ദുശ്ശാസനനെ കണ്ട ഭീമൻ ശത്രുക്കളെ തകർത്തുകൊണ്ട് ദുശ്ശാസന സന്നിധിയിലെത്തി. കൗരവപ്പടയാളികളെ വെല്ലുവിളിച്ച് ഭീമസേനൻ തന്റെ ഗദാപ്രഹരത്താൽ ദുശ്ശാസനനെ വീഴ്ത്തി. അയാളുടെ രണ്ടു കൈകളും ഭീമൻ ശരീരത്തിൽനിന്നും പറിച്ചെടുത്തു. മാറിടം പിളർന്ന് ചോര കുടിച്ചു. രക്തമണിഞ്ഞ ആ കൈകൾകൊണ്ട് ദ്രൗപദിയുടെ അഴിച്ചിട്ട മുടി കെട്ടിക്കൊടുത്തു. പിന്നീട് ദുര്യോധനനെ അന്വേഷിച്ച് ഭീമൻ സൈന്യത്തിലൂടെ യാത്രയായി. സരസ്വതീനദിയിൽ മുങ്ങിക്കിടന്ന ദുര്യോധനനെ പാണ്ഡവർ യുദ്ധത്തിന് വിളിച്ചു. നദിയിൽനിന്നും പുറത്തുവന്ന ദുര്യോധനനെ ദ്വന്ദ്വയുദ്ധത്തിനായി ഭീമസേനൻ വെല്ലുവിളിച്ചു. ബാക്കിയെല്ലാവരും കാണികളായി. ഇരുവരും അതിഭയങ്കരമായ ഗദായുദ്ധമാണവിടെ കാഴ്ചവെച്ചത്. ശക്തിയിൽ ഭീമസേനനും അടവിൽ ദുര്യോധനനുമാണ് മുമ്പിൽ. ഗദായുദ്ധമുറകൾ ശരിക്കും നടന്നു. ചലനം, പതനം, ഭ്രാമണം, ഉത്ഥാപനം എന്നിവ ഇരുവരും കാഴ്ചവെച്ചു. വർഷകാലത്ത് പർവ്വതങ്ങളിൽനിന്നും കലങ്ങിയ വെള്ളം ഒലിച്ചുവരുന്നതുപോലെ ഇരുവരുടെയും ശരീരത്തിൽനിന്നും രക്തമൊഴുകി. ഇരുവരും കോപം

കൊണ്ട് അലറിവിളിച്ചു. കൊന്നാലും ഉള്ളിലടങ്ങാത്ത രോഷത്തോടെ ഇരുവരും പോരാടി. ഭീമസേനൻ ഒന്നു തളർന്നു. ആ സമയത്ത് ദുര്യോധനൻ ഭീമന്റെ നേരെ കത്തിക്കയറുകയായിരുന്നു. ക്ഷീണിതനായ ഭീമനെക്കണ്ട പാർഥൻ ഭഗവാനോട് പറഞ്ഞു: ഭഗവാനേ അതാ ഭീമൻ ക്ഷീണിതനായിരിക്കുന്നു. ദുര്യോധനൻ പൂർവ്വാധികം ശൗര്യത്തോടെ പൊരുതുന്നു. എങ്ങനെയാണ് ഭീമനെ രക്ഷിക്കുക. അപ്പോൾ ഭഗവാൻ പറഞ്ഞു:- രാജധർമ്മപ്രകാരം രാജാക്കന്മാർക്ക് ശത്രുക്കളെ ചതിച്ചും കൊല്ലാം. ഇതുകേട്ട പാർഥൻ ഭീമസേനൻ കാണുന്ന തരത്തിൽ തന്റെ തുടയിൽ കൈകൊണ്ട് താളംപിടിച്ചു. ഭീമന് സംഗതി പിടികിട്ടി. സർവ്വ ശക്തിയും സമാഹരിച്ച് ഭീമൻ ദുര്യോധനനെ പ്രഹരിച്ചു. ആ പ്രഹരത്തിൽനിന്നും ദുര്യോധനൻ ഒഴിഞ്ഞുമാറി. ആ പ്രഹരം ഏറ്റത് ഭൂമിയിലാണ്. ഇതുകണ്ട കൃഷ്ണൻപോലും ചിരിച്ചുപോയി. ഭീമനാണെങ്കിൽ നാണംകെട്ടുപോയി. ഒരു പ്രഹരമെങ്കിലും തന്റെ തലയിലേൽക്കാതെ തിരിച്ചടിക്കാൻ കഴിയില്ലെന്നു മനസ്സിലാക്കിയ ഭീമസേനൻ തന്റെ തലയിൽ ഒരു അടി ഏറ്റുവാങ്ങി. ഉടനെ ദുര്യോധനന്റെ തുടയിൽ അദ്ദേഹം അതിശക്തിയോടെ ആഞ്ഞടിച്ചു. എല്ലു തകർന്ന ദുര്യോധനൻ പ്രാണവേദനയോടെ നിലത്തുവീണു. കഴിഞ്ഞകാലത്ത് കൗരവർ തങ്ങളോട് ചെയ്ത കൊടുംക്രൂരത ഓരോന്നും എണ്ണിപ്പറയുകയും ഓരോന്നിന്റെയും പ്രതികാരമായി ഓരോ അടി ദുര്യോധനനെ ഏല്പിക്കുകയും ചെയ്തു. അതിന്റെ ഫലമായി ദുര്യോധനൻ വീരചരമം പ്രാപിച്ചു.

ബർബരീകന്റെ കണ്ണുകൾ

കൗരവമാതാവായ ഗാന്ധാരി യുദ്ധക്കളം സന്ദർശിക്കാനെത്തി. തന്റെ മക്കളുടെ ജഡശരീരങ്ങളും സൈന്യങ്ങളുടെയും ആന, കുതിര എന്നിവയുടെയും ചേതനയറ്റ ശരീരങ്ങൾ കണ്ട് ഇതിന് കാരണക്കാരൻ ശ്രീകൃഷ്ണനാണെന്ന് ധരിച്ച് ഭഗവാനെ ശപിച്ചു, മൂന്നു പതിറ്റാണ്ട് (മുപ്പത്തിയാറ് വർഷം) കഴിയുമ്പോൾ നീയും നിന്റെ ബന്ധുക്കളും നശിച്ചുപോകട്ടെയെന്ന്. ദുര്യോധനന്റെ ശവശരീരംകണ്ട് ദുഃഖിതനായ അശ്വത്ഥാമാവ് രാത്രിയിൽ പാണ്ഡവകുടീരത്തിൽ കയറി, യുദ്ധം കഴിഞ്ഞ് ക്ഷീണിതരായി നല്ല ഉറക്കത്തിലായിരുന്ന പാഞ്ചാലീപുത്രന്മാരേയും ധൃഷ്ടദ്യുമ്നനെയും വെട്ടിക്കൊന്നു. ദുര്യോധനന്റെ

ആത്മാവ് ഈ നിഷ്ഠൂരപ്രവൃത്തിയിൽ സന്തോഷിച്ചിട്ടുണ്ടാവാം. തന്റെ പുത്രന്മാരേയും സഹോദരനായ ധൃഷ്ടദ്യുമ്നനെയും വെട്ടിക്കൊന്ന അശ്വത്ഥാമാവിനെ പാണ്ഡവസൈന്യം പിടിച്ചുകെട്ടി ദ്രൗപദിയുടെ മുമ്പിൽ എത്തിച്ചപ്പോൾ അയാളെ പാഞ്ചാലി വിട്ടയക്കുകയാണ് ചെയ്തത്. ഇതും ഒരുപക്ഷേ ഭഗവാന്റെ ലീലയായിരിക്കും. ഭാരതചരിത്രത്തിൽ ഇന്നോളമില്ലാത്ത രീതിയിൽ അഞ്ചു ഭർത്താക്കന്മാർക്ക് ഒരു പത്നി. ഇത് ഭാവിയിൽ ആരെങ്കിലും ആവർത്തിച്ചാൽ നമ്മുടെ മഹത്തായ സംസ്ക്കാരത്തിന് ഇതൊരപവാദമായി മാററുതെന്നായിരിക്കാം ഭഗവാന്റെ ചിന്ത. അതുകൊണ്ടായിരിക്കാം കൃഷ്ണസോദരിയായ കൃഷ്ണ അശ്വത്ഥാമാവിനെ വെറുതെ വിട്ടത്.

അന്ധനായ ധൃതരാഷ്ട്രരെ ശുശ്രൂഷിക്കാൻ മകനായ യുയുത്സു മരിക്കാതെ ബാക്കിയായിരുന്നു. മഹാഭാരതയുദ്ധം അവസാനിച്ചപ്പോൾ പാർത്ഥസാരഥിയായ ഭഗവാൻ ആയുധങ്ങളെല്ലാമെടുത്ത് തേരിൽ നിന്നും താഴെയിറങ്ങാൻ പറഞ്ഞു. അർജ്ജുനൻ തേരിൽനിന്നും താഴെയിറങ്ങി. ശ്രീകൃഷ്ണൻ തേരിൽനിന്നിറങ്ങിയതോടെ ആ ദിവ്യരഥം കത്തിജ്വലിച്ച് വെണ്ണീറായി. കൊടിമരത്തിൽ കുടിയിരുന്ന ഭീകരവാനരൻ അദൃശ്യനായി. ഇതുകണ്ട അർജ്ജുനൻ അത്ഭുതപ്പെട്ടു. തേര് സ്വയം ജ്വലിച്ച് ചാമ്പലാകാൻ കാരണമെന്താണെന്ന് പാണ്ഡവർ ശ്രീകൃഷ്ണനോടു ചോദിച്ചു. അപ്പോൾ ഭഗവാൻ മറുപടി പറഞ്ഞതിങ്ങിനെയാണ്. ഈ തേര് നേരത്തെത്തന്നെ ഭീഷ്മരുടെയും ദ്രോണരുടേയും ആയുധങ്ങളേറ്റ് തകർന്നിരുന്നു. സാരഥിയായി അതിൽ ഞാൻ ഉണ്ടായിരുന്നതുകൊണ്ട് അത് കത്തിനശിച്ചില്ല എന്നേയുള്ളൂ. അതുകൊണ്ടാണ് ഞാൻ അർജ്ജുനനോട് ആദ്യം തേരിൽനിന്നിറങ്ങാൻ പറഞ്ഞത്. ഭഗവാന്റെ മഹത്വം മനസ്സിലാക്കിയ പാണ്ഡവർ അദ്ദേഹത്തെ നമസ്ക്കരിച്ചു. മഹാഭാരതയുദ്ധാരംഭത്തിൽത്തന്നെ ഘടോൽക്കചന്റെ പുത്രനായിരുന്ന ബർബരീകൻ പണ്ഡവപക്ഷത്ത് വന്നുപറഞ്ഞു: ഞാനൊറ്റയ്ക്കുതന്നെ കൗരവരെ നശിപ്പിക്കാം. എന്നാൽ അവന്റെ വാക്കുകൾ അവർ പുച്ഛിച്ചുതള്ളി. പിന്നീട് ശത്രുപക്ഷത്ത് പോയി ബർബരീകൻ ഇതേ വാക്കുകൾ അവരോടും പറഞ്ഞു. ആരും അയാളുടെ വാക്കുകൾ ശ്രദ്ധിച്ചില്ല. പിന്നീട് പാണ്ഡവപക്ഷത്തേക്കുവന്ന് ഞാൻ ജയിക്കുന്ന പക്ഷത്താണെന്നു പറഞ്ഞു. പതിനൊന്നക്ഷൗഹിണിപ്പടയുള്ള കൗരവർ ജയിക്കുമെന്നാണ് അയാൾ കരുതിയത്. ഘടോൽക്കചന്റെ മകനായിട്ടും രക്തബന്ധംപോലും നോക്കാതെ ഇങ്ങനെ പറഞ്ഞപ്പോൾ ക്രുദ്ധരായ പാണ്ഡവമഹാരഥന്മാർ അദ്ദേഹ

ത്തിന്റെ തല വെട്ടിയെടുത്തു. ആ തലയ്ക്ക് ജീവനുണ്ടായിരുന്നു. യുദ്ധ ഭൂമിയുടെ ഒരറ്റത്തുള്ള പർവ്വതപ്രാന്തത്തിൽ ഒരു കുന്തത്തിൽ കുത്തി ആ തല സ്ഥാപിച്ചിരുന്നു. മഹാഭാരതയുദ്ധം മുഴുവൻ ബർബരീകന്റെ കണ്ണുകൾ വീക്ഷിച്ചിരുന്നു. യുദ്ധം അവസാനിച്ചതിന്നുശേഷം ഭീമൻപ റഞ്ഞു:- എന്റെ ഗദാപ്രയോഗത്തിലാണ് കൗരവപ്പട നാമാവശേഷമാ യതെന്ന്. ഞാനില്ലായിരുന്നെങ്കിൽ യുദ്ധം ജയിക്കാൻ കഴിയില്ലായിരു ന്നു. ഇങ്ങനെ വിജയലഹരിയിൽ ഓരോരുത്തരും പറയാൻ തുടങ്ങി. അതുകേട്ട കൃഷ്ണൻ പറഞ്ഞു. ബർബരീകന്റെ തല എല്ലാ സംഭവ ങ്ങൾക്കും ദൃക്സാക്ഷിയാണ്. നമുക്ക് എങ്ങനെയാണ് യുദ്ധം ജയിച്ച തെന്ന് ആ തലയോടു ചോദിക്കാം. എല്ലാവരും അവിടെ ചെന്നു. യുധി ഷ്ഠിരൻ യുദ്ധം ആരാണ് ജയിപ്പിച്ചതെന്ന് ആ തലയോടു ചോദിച്ചു. അതിന് ഉത്തരമായി ആ തല പറഞ്ഞത് ഇങ്ങനെയാണ്. ഒരു സൂര്യ കോടി പ്രഭയുള്ള ചക്രം കുരുക്ഷേത്രഭൂമിയിൽ സദാസമയം പറന്നു നടക്കുന്നതായാണ് എനിക്ക് കാണാൻ കഴിഞ്ഞത്. ആ ചക്രമാണ് കൗര വരെ മുഴുവൻ സംഹരിച്ചത്. പാണ്ഡവരുടെ സമരവീര്യവും കരുത്തും എനിക്ക് കാണാൻ കഴിഞ്ഞില്ല എന്നു പറഞ്ഞപ്പോൾ ഭീമസേനൻ ക്രുദ്ധ നായി ഗദകൊണ്ട് ബർരീകന്റെ ആ തലയിൽ ആഞ്ഞടിച്ചു. തലയോട് പൊട്ടിച്ചിതറി. ആ തല ചേതനയറ്റ് നിലപതിച്ചു.

അതിനുശേഷം പാണ്ഡവരും ദ്രൗപദിയും ശ്രീകൃഷ്ണനും ഹസ്തി നപുരം കൊട്ടാരത്തിൽ എത്തി. ധൃതരാഷ്ട്രപിതാവിനേയും മറ്റ് രാജാ ന്തർജനങ്ങളേയും കാണാനാണവർ വന്നത്. ധൃതരാഷ്ട്രരുടെ മക്കളെ മുഴുവൻ വധിച്ച ഭീമസേനനോട് ധൃതരാഷ്ട്രർക്ക് ഒടുങ്ങാത്ത പകയു ണ്ടായിരുന്നു. ഇതൊന്നും പുറത്തുകാണിക്കാതെ ശ്രീകൃഷ്ണനേയും പാണ്ഡവരെയും അദ്ദേഹം കൊട്ടാരത്തിലേക്ക് സ്വാഗതം ചെയ്തു. എന്റെ പ്രിയപ്പെട്ട ഭീമനെവിടെയെന്ന് ധൃതരാഷ്ട്രർ ചോദിച്ചപ്പോൾ ഭീമസേനൻ അദ്ദേഹത്തിന്റെ അടുത്തേക്കു നീങ്ങുന്നതുകണ്ട ഭഗവാൻ ഭീമനെ തടഞ്ഞുനിർത്തി. അവിടെയുണ്ടായിരുന്ന ലോഹപ്രതിമ ധൃത രാഷ്ട്രരുടെ അടുത്തേക്ക് നീക്കിവെച്ചു. അദ്ദേഹം ആ ലോഹപ്രതിമയെ ഭീമസേനനെന്ന് ധരിച്ച് ആലിംഗനം ചെയ്തപ്പോൾ ആ ലോഹപ്രതിമ തവിടുപൊടിയായി. ഭീമനെ കിട്ടിയിരുന്നെങ്കിൽ ആ ലോഹപ്രതിമയുടെ ഗതി ഭീമനുണ്ടാകുമായിരുന്നു. അങ്ങിനെ ധൃതരാഷ്ട്രാലിംഗന ത്തിൽനിന്നും ഭഗവാൻ ഭീമസേനനെ രക്ഷിച്ചു. ദ്വാരകയിൽ തിരിച്ചെ ത്തിയ ഭഗവാൻ തന്റെ പിതാവായ വസുദേവരോട് മഹാഭാരതയുദ്ധ ത്തിൽ നടന്ന എല്ലാ സംഭവങ്ങളും വിശദീകരിച്ചു പറഞ്ഞു. എന്നാൽ

അഭിമന്യുവിന്റെ മരണവാർത്ത മാത്രം പുറത്തുപറഞ്ഞില്ല. അപ്പോൾ ഉത്തര ചോദിച്ചു:- എന്റെ പ്രിയതമനായ അഭിമന്യുവിനെക്കുറിച്ച് അങ്ങ് ഒന്നും പറഞ്ഞില്ലല്ലോ. ഇതുകേട്ട് അഭിമന്യുവിന്റെ ചക്രവ്യൂഹപ്രവേശനവും മഹാരഥന്മാരോട് പൊരുതിയതും അനേകംപേരെ വധിച്ചതും ഒടുവിൽ ചതിപ്രയോഗത്തിലൂടെ കർണ്ണൻ, ജയദ്രഥൻ. ദുര്യോധനൻ തുടങ്ങിയ നിരവധി യോദ്ധാക്കൾ അഭിമന്യുവിനെ നേരിട്ടതും കൗരവസൈന്യം അഭിമന്യുവിനോടു പിടിച്ചുനിൽക്കാൻ കഴിയാതെ ഓടി മറഞ്ഞതും ദുഃശ്ശാസനപുത്രൻ വീണുകിടന്ന അഭിമന്യുവിന്റെ തലയിൽ ഗദകൊണ്ടടിച്ചുകൊന്നതുമെല്ലാം ഭഗവാന് പറയേണ്ടിവന്നു. ഇതെല്ലാം കേട്ട ഉത്തര ബോധരഹിതയായി നിലംപതിച്ചു. ഉത്തര അപ്പോൾ ഗർഭിണിയായിരുന്നു. വേണ്ട ശുശ്രൂഷകൾ ചെയ്ത് ആ ദുഃഖത്തിൽനിന്ന് അവളെ ശ്രീകൃഷ്ണൻ സമാധാനിപ്പിച്ചു. ഉത്തരയടെ ഗർഭത്തിൽനിന്നു ജനിച്ച രാജകുമാരനായിരുന്നു പിന്നീട് പ്രസിദ്ധനായ പരീക്ഷിത്ത് രാജാവ്.

ഭീഷ്മർ ഉത്തരായനം പ്രതീക്ഷിച്ച് ജീവനോടെ ശരശയ്യയിൽ കിടപ്പുണ്ടായിരുന്നു. ഉത്തരായനം ആരംഭിച്ചപ്പോൾ പാണ്ഡവരും ശ്രീകൃഷ്ണനും അദ്ദേഹത്തെ കാണാൻ കുരുക്ഷേത്രയിലെത്തി. ഭീഷ്മപിതാമഹനെ അവരെല്ലാവരും വണങ്ങി. അവർ കണ്ടിരിക്കെത്തന്നെ ഭീഷ്മർ പരലോകം പ്രാപിച്ച് വീരസ്വർഗ്ഗം പൂകി. നൈഷ്ഠികബ്രഹ്മചാരിയും മഹാതേജസ്വിയും പിതാമഹനും പരശുരാമനോടുപോലും യുദ്ധം ചെയ്ത ഭീഷ്മർ അപ്പോഴേക്കും അമ്പത്തിയെട്ട് ദിവസം ശരശയ്യയിൽ കിടന്നിരുന്നു.

കുറച്ചുദിവസങ്ങൾക്കുശേഷം വേദവ്യാസമഹർഷി ഹസ്തിനപുരിയിൽ വന്നു. അദ്ദേഹം യുധിഷ്ഠിരന്റെ ദുഃഖകാരണം അന്വേഷിച്ചു. ദുഃഖത്തിൽനിന്നും കരകയറാൻ അശ്വമേധയാഗം നടത്തണമെന്ന് പറഞ്ഞ് മഹർഷി അന്തർധാനം ചെയ്തു. പിന്നീട് അവരെല്ലാവരും യോഗം ചേർന്ന് അശ്വമേധയാഗം നടത്താനുള്ള തീയ്യതി ശ്രീകൃഷ്ണന്റെ നേതൃത്വത്തിൽ നിശ്ചയിച്ചു. യാഗാശ്വത്തിന്റെ രക്ഷയ്ക്കായി അർജ്ജുനൻ തന്നെ നിയോഗിക്കപ്പെട്ടു. നഗരത്തിന്റെ സംരക്ഷണച്ചുമതല ഭീമസേനനും നകുലനും നൽകി. ധൃതരാഷ്ട്രരുടെ അനുവാദത്തോടെ കുടുംബഭരണത്തിന്റെ ഉത്തരവാദിത്തം സഹദേവനെ ഏല്പിച്ചു. ലോകം മുഴുവൻ ജയിച്ചുവരാൻ അർജ്ജുനന് യുധിഷ്ഠിരൻ ആജ്ഞ നൽകി. യാഗാശ്വത്തിന് പിന്നാലെ രഥത്തിൽ കയറിയ അർജ്ജുനൻ ഗാണ്ഡീവത്തിൽനിന്നും ഞാണൊലിയിട്ടു. ആ ശബ്ദം

ദിഗന്തങ്ങളിൽ മറ്റൊലികൊണ്ടു.

യുധിഷ്ഠിരനെ വിശ്വവിജയിയാക്കാനുള്ള ജൈത്രയാത്ര പാർഥൻ ആരംഭിച്ചു. യാഗാശ്വത്തെ പിടിച്ചുകെട്ടാനും യുദ്ധം ചെയ്യാനും തയ്യാറാകുന്ന രാജാക്കന്മാരെ ചതുരുപായങ്ങളാൽ കീഴ്പ്പെടുത്തണമെന്നും നരഹത്യ കഴിവതും ഒഴിവാക്കണമെന്നും നേരത്തെതന്നെ യുധിഷ്ഠിരൻ അർജ്ജുനനെ ഓർമ്മിപ്പിച്ചിരുന്നു. യാഗാശ്വം ആദ്യം ഉത്തരദിക്ക് ലക്ഷ്യമാക്കി യാത്രയായി. പല നാടുകളിലും വിജയൻ വിജയക്കൊടി നാട്ടി. പിന്നീട് യാഗാശ്വം കിഴക്കോട്ടു നീങ്ങി. കുരുക്ഷേത്രയുദ്ധത്തിൽ മൃതിയടഞ്ഞ സൈനികരുടെയും രാജാക്കന്മാരുടെയും ബന്ധുക്കൾ ഫൽഗുനനെ നേരിടാൻ സർവ്വസന്നാഹങ്ങളോടെ ത്രിഗർത്തത്തിൽ കാത്തിരുന്നു. അവരുമായി അർജ്ജുനൻ അതിഭയങ്കരമായി പൊരുതി. അവസാനം ത്രിഗർത്തന്മാർ നിൽക്കക്കള്ളിയില്ലാതെ ഓടിരക്ഷപ്പെട്ടു. പിന്നീട് യാഗാശ്വം പ്രാഗ്ജ്യോതിഷത്തിലെത്തി. കുരുക്ഷേത്രയുദ്ധത്തിൽ അമിതപരാക്രമം കാട്ടിയ ഭഗദത്തന്റെ മകൻ വജ്രദത്തൻ യാഗാശ്വത്തെ പിടിച്ചുകെട്ടിക്കൊണ്ടുപോയി. അതുകണ്ട പാർഥൻ ആക്രമണം ആരംഭിച്ചു. മൂന്നുദിവസംഇവർ തമ്മിൽ ഭയാനകമായ യുദ്ധം നടത്തി. ഒടുവിൽ വജ്രദത്തൻ നിലംപതിച്ചു. യുധിഷ്ഠിരന്റെ കല്പന പാർഥൻ വജ്രദത്തനെ അറിയിച്ചു. തന്നെ വധിക്കാതെ വിട്ടതിൽ സന്തുഷ്ടനായ ഭഗദത്തപുത്രൻ അശ്വമേധയാഗത്തിനെത്തിക്കൊള്ളാമെന്ന് അർജ്ജുനന് വാക്കുകൊടുത്തു. പിന്നീട് യാഗാശ്വം സൈന്ധവദേശത്തേക്ക് യാത്രയായി.

അശ്വമേധയാഗത്തിന്റെ കുതിരയെയും കൂട്ടി പാർഥൻ സൈന്ധവദേശത്തെത്തിയ വിവരം അവിടുത്തെ ക്ഷത്രിയവീരന്മാരറിഞ്ഞു. മഹാഭാരതയുദ്ധത്തിൽ പരാജയപ്പെട്ട അവർ പൂർവ്വസ്മരണയോടെ വർദ്ധിതവീര്യരായി പാർഥനെ നേരിട്ടു. പതിനായിരം കുതിരകളുമായി വന്ന സൈന്ധവപ്പട അതിശക്തമായിത്തന്നെ പോരാടി. പാർഥന്റെ കയ്യിലുണ്ടായിരുന്ന ഗാണ്ഡീവം നിലത്തുവീണു. അർജ്ജുനൻ ക്ഷീണിതനായി. അതുകണ്ട ദേവതകൾ ദുഃഖിതരായി. അവർ ശാന്തിമന്ത്രം ജപിച്ചു. അർജ്ജുനൻ സടകുടഞ്ഞെഴുന്നേറ്റു. അദ്ദേഹം പൂർവ്വാധികം വീര്യത്തോടെ ബാണപ്രയോഗം നടത്തി. ഗാണ്ഡീവത്തിന്റെ ഞാണൊലിയും മാരിചൊരിയുന്നതുപോലെയുള്ള ബാണപ്രയോഗങ്ങളും കണ്ട് സൈന്ധവപ്പട പിന്തിരിഞ്ഞോടി. ചിതറിയോടിയ പടയാളികൾ വീണ്ടും ഒത്തുകൂടി വിജയനെ നേരിട്ടു. അവരുടെ ശിരസ്സുകൾ നിലത്തുവീണ് ഉരുളാൻ തുടങ്ങി. ഇതറിഞ്ഞ് ദുഃശ്ശള തന്റെ പുത്രനായ സുരഥന്റെ

കുഞ്ഞിനെയുമെടുത്തുകൊണ്ട് പോർക്കളത്തിലെത്തി. തങ്ങളുടെ യോദ്ധാക്കളെ പിന്തിരിപ്പിക്കാനാണ് ദുഃശ്ശള വന്നത്. അവൾ അർജ്ജുനന്റെ മുമ്പിൽച്ചെന്ന് ദീനദീനം രോദനം ചെയ്തു. ഇതുകണ്ടമാത്രയിൽ അർജ്ജുനൻ വില്ല് താഴെയിട്ടു. എന്നിട്ട് സഹോദരിയോട് ചോദിച്ചു:- ദുഃശ്ശളെ നിനക്കെന്താണ് വേണ്ടതെന്ന് എന്നോട് പറയൂ. ഈ കുഞ്ഞിന്റെ അച്ഛൻ സുരഥൻ അങ്ങയുടെ പേരുകേട്ടമാത്രയിൽ ബോധംകെട്ടുവീണു മരിച്ചുപോയി. അവന്റെ പുത്രനായ ഈ കുഞ്ഞിന് അഭയം തേടിയാണ് ഞാൻ വന്നത്. പാർഥൻ അവളെ ആശ്വസിപ്പിച്ച് അവൾക്കും കുഞ്ഞിനും അഭയംകൊടുത്ത് തിരിച്ചുപോയി. പിന്നീട് യാഗാശ്വം മണിപുരിയിലേക്ക് യാത്രയായി.

അർജ്ജുനന്റെ മകനായ ബഭ്രുവാഹനൻ പിതാവ് വരുന്നുണ്ടെന്നറിഞ്ഞ് അദ്ദേഹത്തെ സ്വീകരിക്കാനൊരുങ്ങി. മകന്റെ ഉദ്ദേശം മനസ്സിലാക്കിയ പാർഥൻ അവനെ തന്നോടു യുദ്ധം ചെയ്യാൻ പ്രേരിപ്പിച്ചു. അർജ്ജുനന്റെ വെല്ലുവിളികേട്ട് ഭൂമി പിളർന്ന് ഉലൂപി രംഗത്തുവന്നു. മകനെ നിന്റെ ഇളയമ്മയാണ് ഞാൻ. പിതാവിന് യുദ്ധക്കൊതി മൂത്തിരിക്കയാൽ യുദ്ധം ചെയ്യുന്നതാണ് നല്ലത്. ഇതുകേട്ട് ബഭ്രുവാഹനൻ പോരാടാൻ തന്നെ തീരുമാനിച്ചു. സൈനികരെ വിട്ട് യാഗാശ്വത്തെ പിടിച്ചുകെട്ടി. പടച്ചട്ടയും ഉഷ്ണീഷവുംമണിഞ്ഞുകൊണ്ട് തന്റെ ദിവ്യരഥത്തിൽക്കേറി അർജ്ജുനനോട് യുദ്ധം ആരംഭിച്ചു. ദേവാസുരയുദ്ധത്തേക്കാൾ ഭയാനകമായിരുന്നു ആ യുദ്ധം. ബഭ്രുവാഹനന്റെ അമ്പുകൾ പാർഥന്റെ തോൾ തുളച്ച് പുറത്തുവന്നു. പാർഥൻ ക്ഷീണിതനായി. ബോധം തെളിഞ്ഞപ്പോൾ ബഭ്രുവാഹനന്റെ കരവിരുതിൽ സന്തുഷ്ടനായ പിതാവ് മകനെ ആശീർവദിച്ചു, വീണ്ടും പാർഥൻ യുദ്ധം ചെയ്യാൻ അദ്ദേഹത്തെ വെല്ലുവിളിച്ചു. വിഷംമുക്കിയ നിരവധി ബാണങ്ങൾ അർജ്ജുനന്റെ നേർക്ക് പാഞ്ഞുവന്നു. പാർഥന്റെ കൈയിലിരുന്ന ഗാണ്ഡീവം നിലത്തുവീണു. ശരമേറ്റ് അർജ്ജുനനും നിലംപതിച്ചു. അച്ഛനായ പാർഥന്റെ ബാണങ്ങളേറ്റ ബദ്രുവാഹനനും ബോധംകെട്ട് നിലംപതിച്ചു. ഉടനെ ബദ്രുവാഹനന്റെ അമ്മ ചിത്രാംഗദ രഥത്തിൽ അവിടെയെത്തി. മകനെ യുദ്ധം ചെയ്യാൻ പ്രേരിപ്പിച്ച ഉലൂപിയെ ഒരുപാട് വഴക്കുപറഞ്ഞു. മകൻ മരിച്ചാലും പാർഥൻ ജീവിച്ചിരിക്കണമെന്ന് ചിത്രാംഗദ ചിന്തിച്ചു. അർജ്ജുനന്റെ മരണത്തിനു കാരണക്കാരിയായ ഉലൂപിയുടെ മുമ്പിൽ പതിയുടെ ജീവൻ രക്ഷിക്കാൻ പറഞ്ഞ് ചിത്രാംഗദ വിലപിച്ചു. നിനക്കു മാത്രമേ അദ്ദേഹത്തെ രക്ഷിക്കാൻ കഴിയൂ എന്നും അല്ലെങ്കിൽ ഞാൻ പതിയോടുകൂടി ജീവനൊടുക്കു

മെന്നും ചിത്രാംഗദ ഉലൂപിയോടു പറഞ്ഞു. അപ്പോഴേക്കും ബഭ്രുവാഹനൻ ഉറക്കത്തിൽനിന്നെന്ന പോലെ ഉണർന്നു. അമ്മയുടെ ദുഃഖം ആ കുമാരനെ വല്ലാതെ വേദനിപ്പിച്ചു. ബഭ്രുവാഹനനും ദേഹത്യാഗം ചെയ്യാൻ തീരുമാനിച്ചു. നാഗസ്ത്രീയായ ഉലൂപി അർജ്ജുനന്റെ ജീവൻ രക്ഷിച്ചു. യുദ്ധം നിർത്തി. പിതാവിന്റെ കാൽക്കൽ മകനും ഭാര്യമാരായ ഉലൂപിയും ചിത്രാംഗദയും പ്രണമിച്ചു. രാജസൂയയാഗത്തിൽ പങ്കെടുക്കാൻ മൂവരേയും ക്ഷണിച്ചുകൊണ്ട് പാർഥൻ വിടവാങ്ങി.

അതിനുശേഷം കുതിരയുമായി അദ്ദേഹം വീണ്ടും പ്രയാണംതുടങ്ങി. യാഗാശ്വം പിന്നീട് പ്രസിദ്ധമായ പാടലീപുത്രത്തിൽ എത്തി. മഗധ ഭരിച്ചിരുന്നത് ജരാസന്ധപുത്രനായ മേഘസന്ധിയായിരന്നു. പാർഥൻ യാഗാശ്വവുമായി മഗധയിലെത്തിയ വിവരമറിഞ്ഞ മേഘസന്ധി കുതിരയെ ബന്ധിച്ചശേഷം സൈന്യസമേതം വിജയനോടു പൊരുതാൻ തുടങ്ങി. അർജ്ജുനശരങ്ങൾ മേഘസന്ധിയെ മുറിവേൽപ്പിച്ചു. തേരും കുതിരകളും പൊടിയായി. ഗദയുമായെത്തിയ മേഘസന്ധിയുടെ ഗദ പാർഥൻ ഛിന്നഭിന്നമാക്കി. എന്റെ ജ്യേഷ്ഠൻ യുധിഷ്ഠിരൻ രാജാക്കന്മാരെ കഴിവതും വധിക്കരുതെന്ന് പറഞ്ഞിട്ടുണ്ട്. അതുകൊണ്ടാണ് ഞാൻ ആ സാഹസത്തിന് മുതിരാത്തതെന്ന് പാർഥൻ മേഘസന്ധിയോട് പറഞ്ഞു. ഇതുകേട്ട് ഞാനെന്താണ് ചെയ്യേണ്ടതെന്ന് മേഘസന്ധി പാർഥനോട് ചോദിച്ചു. അപ്പോൾ രാജസൂയ യാഗത്തിന് വരണമെന്ന് അർജ്ജുനൻ പറഞ്ഞു. അദ്ദേഹത്തിന്റെ ക്ഷണം സ്വീകരിച്ച് മേഘസന്ധി യുദ്ധം നിർത്തി. ജരാസന്ധപുത്രനോട് യാത്ര ചോദിച്ചുകൊണ്ട് പാർഥൻ യാത്രയായി. യാഗാശ്വം സമുദ്രതീരത്തുടെ യാത്ര ചെയ്ത് വംഗം, പുണ്ഡ്രം തുടങ്ങിയ രാജ്യങ്ങളിലൂടെ സഞ്ചരിച്ച് ഗാണ്ഡീവത്തിന്റെ സഹായത്താൽ മ്ലേച്ഛന്മാരെ പരാജയപ്പെടുത്തി. യാഗാശ്വം പിന്നീട് ദക്ഷിണാപഥം ലക്ഷ്യമാക്കി പ്രയാണമാരംഭിച്ചു. ചേദിരാജ്യത്തിലെത്തിയ അർജ്ജുനൻ ശിശുപാലപുത്രനായ ശരഭനെ നേരിട്ടു. അർജ്ജുനന്റെ മുമ്പിൽ പിടിച്ചുനിൽക്കാനാകാതെ പരാജയം സമ്മതിച്ച് ശരഭൻ പിൻമാറി.

യാഗാശ്വം കാശി, കിരാതം, കോസലം, അംഗം, തങ്കണം തുടങ്ങിയ രാജ്യങ്ങളിൽ പ്രവേശിച്ചു. അവിടെയെല്ലാം യാതൊരു തടസ്സവുമില്ലാതെ അവിടങ്ങളിലെ രാജാക്കന്മാർ പാർഥനെ സ്വീകരിച്ചു. അതിനുശേഷം ദശാർണ്ണരാജാവുമായി പാർഥൻ ഘോരയുദ്ധം തന്നെ നടത്തി. അവിടുത്തെ ചിത്രാംഗദൻ എന്ന രാജാവ് അർജ്ജുനന് അടിയറവ് പറഞ്ഞു. ചിത്രാംഗദനെ പരാജയപ്പെടുത്തിയശേഷം നിഷാദരാജനായ

ഏകലവ്യന്റെ പുത്രൻ പാർഥനുമായി ഏറ്റുമുട്ടി. അദ്ദേഹത്തെ പരാജയപ്പെടുത്തിയതിനുശേഷം ദ്രാവിഡം, ആന്ധ്രം, രൗദ്രം, മാഹിഷം, കോലാചലം തുടങ്ങിയ രാജ്യങ്ങളിലേക്ക് യാഗാശ്വത്തോടുകൂടി വിജയൻ എത്തിച്ചേർന്നു. അവിടങ്ങളിലെ ഭരണാധികാരികളെ പരാജയപ്പെടുത്തിയ ജിഷ്ണു സൗരാഷ്ട്രം, ഗോകർണ്ണം, പ്രഭാസം എന്നീ രാജ്യങ്ങളിൽ കടന്നു. അതിനുശേഷം അശ്വസമേതം പാർഥൻ ദ്വാരകയിലേക്ക് കടന്നു. യാദവന്മാർ കുതിരയെ പിടിച്ചുകൊണ്ടുപോയി. അപ്പോൾ ഉഗ്രസേന മഹാരാജാവ് വസുദേവരോടൊപ്പം വന്ന് യാദവവീരന്മാരെ വിലക്കി. കുതിരയെ അഴിച്ചുവിട്ട് അവർ പാർഥനെ നമസ്ക്കരിച്ചു. അവിടെനിന്നും അശ്വമേധം ഗാന്ധാരരാജ്യത്തിലേക്ക് കടന്നു. ശകുനിയുടെ പുത്രനുമായി ജിഷ്ണുവിന് യുദ്ധം ചെയ്യേണ്ടിവന്നു. പിതാവിന്റെ മരണസ്മരണ ശകുനീപുത്രനെ പ്രചോദിപ്പിച്ചു. അദ്ദേഹം സൈനികരേയും മഹാരഥന്മാരെയും കൂട്ടി കൈമെയ് മറന്നുകൊണ്ട് പാർഥനോടു പൊരുതി. ഗാണ്ഡീവത്തിൽനിന്ന് പുറപ്പെടുന്ന ശരസഞ്ചയമേറ്റ് പലരുടേയും ശിരസ്സ് നിലംപതിച്ചു. ശകുനിയുടെ പുത്രനെ മനഃപ്പൂർവ്വം വധിക്കാതെ വിട്ടു. ഇതുകണ്ട രാജമാതാവ് പോർക്കളത്തിൽ വന്ന് അർജ്ജുനനെ സ്വീകരിച്ചു. തന്റെ ജ്യേഷ്ഠൻ യുധിഷ്ഠിരന്റെ കല്പനപ്രകാരമാണ് ഞാൻ അങ്ങയുടെ രാജാവിനെ വധിക്കാതിരുന്നതെന്ന് രാജമാതാവിനോട് പാർഥൻ പറഞ്ഞു. അവരെയെല്ലാം അശ്വമേധയാഗത്തിൽ പങ്കെടുക്കാൻ ക്ഷണിച്ചുകൊണ്ട് അർജ്ജുനൻ യാഗാശ്വത്തിന്റെ പിന്നാലെ നടകൊണ്ടു.

യാഗാശ്വം ഹസ്തിനപുരിയുടെ രാജമാർഗ്ഗത്തിലെത്തി. സർവ്വദേശങ്ങളേയും വിജയിച്ചുകൊണ്ട് വിജയൻ വരുന്ന വാർത്ത ചാരന്മാർ മുഖാന്തിരം യുധിഷ്ഠിരൻ അറിഞ്ഞ് വളരെയധികം സന്തോഷവാനായി. മാഘമാസത്തിലെ ശുക്ലപക്ഷദ്വാദശിയായിരുന്നു അന്ന്. പിന്നീട് യുധിഷ്ഠിരൻ എല്ലാ രാജ്യങ്ങളിലെയും രാജാക്കന്മാരെ ക്ഷണിക്കാൻവേണ്ടി സഹോദരങ്ങളെ അയച്ചു. യാഗത്തിന് എത്തിച്ചേരുന്ന രാജാക്കന്മാരേയും ബ്രാഹ്മണരേയും സന്ന്യാസിമാരെയും സ്വീകരിച്ചിരുത്താനുള്ള വിപുലമായ വ്യവസ്ഥകൾ ഭീമസേനൻ ചെയ്തു. ഭാരതത്തിലെ മുഴുവൻ രാജാക്കന്മാരും അവിടെ എത്തിച്ചേർന്നു. യാഗത്തിൽ പങ്കെടുക്കാൻ ശ്രീകൃഷ്ണൻ, ബലരാമൻ, പ്രദ്യുമ്നൻ തുടങ്ങി അനേകം യാദവവീരന്മാരും എത്തിച്ചേർന്നു. തക്കസമയത്തുതന്നെ വേദവ്യാസവഹർഷിയും എത്തി. തന്റെ അഖണ്ഡമായ ഭൂമി മുഴുവനും വ്യാസഭഗവാന്റെ കാൽക്കൽ യുധിഷ്ഠിരൻ സമർപ്പിച്ചു. വ്യാസൻ

പറഞ്ഞു:- മഹാരാജൻ ഞാൻ മഹാദക്ഷിണ സ്വീകരിച്ചിരിക്കുന്നു. എന്നാൽ ഞാൻ അത് അങ്ങേയ്ക്കുതന്നെ തിരിച്ചുതന്നിരിക്കുന്നു. യാഗത്തിനു വന്ന ബ്രാഹ്മണർക്ക് ഭൂദാനവും ഗോദാനവും സ്വർണ്ണനാണ്യങ്ങളും ഇഷ്ടംപോലെ യുധിഷ്ഠിരൻ ദാനം ചെയ്തു. എല്ലാവരും സന്തുഷ്ടരായി. ഈ യാഗത്തിന്റെ അഗ്രാസനത്തിലിരുന്നത് ഭഗവാൻ ശ്രീകൃഷ്ണനായിരുന്നു. അലസനായി അവിടെത്തന്നെയിരുന്ന കൃഷ്ണന് മടുപ്പുതോന്നി. എല്ലാവരും ഓരോ പ്രവൃത്തികൾ ചെയ്തുകൊണ്ടിരിക്കുകയാണ്. അതുപോലെ താനും ചെയ്യണമെന്ന് ഭഗവാനും തോന്നി. അതിഥികൾ ഭക്ഷണം കഴിച്ച എച്ചിലിലകൾ അവിടവിടെ വിതറിക്കിടന്നിരുന്നു. ഭഗവാൻ ഒരു കുട്ടയുമായി വന്ന് ആ എച്ചിലുകൾ എടുത്ത് കുട്ടയിൽ നിറച്ച് ദൂരെക്കൊണ്ടുപോയി നിക്ഷേപിച്ചു. തൊഴിലിന്റെ മഹത്വം തന്റെ കർമ്മം കൊണ്ട് ഭഗവാൻ മറ്റുള്ളവർക്ക് കാണിച്ചുകൊടുത്തു. ധർമ്മാനുസൃതമായ ഏതൊരു തൊഴിലും ഹീനമല്ലെന്നും കൃഷ്ണൻ സ്വന്തം പ്രവൃത്തിയിലൂടെ എല്ലാവർക്കും കാട്ടിക്കൊടുത്തു. ഉലൂപിയേയും ചിത്രാംഗദയേയും ബഭ്രുവാഹനനേയും നേരത്തെതന്നെ അർജ്ജുനൻ ക്ഷണിച്ചിരുന്നതിനാൽ അവർ മൂന്നുപേരും കാലേക്കൂട്ടിതന്നെ യാഗശാലയിൽ എത്തിച്ചേർന്നിരുന്നു. അവർ ദ്രൗപദിയുടെയും അമ്മയായ കുന്തീദേവിയുടെയും ധൃതരാഷ്ട്രരുടേയും കാൽതൊട്ടു വന്ദിച്ച് കുശലപ്രശ്നങ്ങൾ നടത്തി. യാഗം കഴിഞ്ഞതിനുശേഷം ആഗതരായ വിശിഷ്ടവ്യക്തികൾ ഏവരും പാണ്ഡവരെ ആശീർവദിച്ച് തിരിച്ചുപോയി. യാഗത്തിൽ പങ്കെടുത്ത ബഭ്രുവാഹനനും അമ്മമാരായ ഉലൂപിയും ചിത്രാംഗദയും സന്തോഷത്തോടെ സ്വഗൃഹങ്ങളിലേക്ക് തിരിച്ചുപോയി. രാജസൂയയാഗത്തിനുണ്ടായ തടസ്സങ്ങളൊന്നും അശ്വമേധ യാഗത്തിനുണ്ടായില്ല.

എല്ലാം കഴിഞ്ഞപ്പോൾ ഒരു കീരി യാഗശാലയിൽ എത്തി. അതിന്റെ ഒരുഭാഗം സ്വർണ്ണനിറമായിരുന്നു. ആ ജീവി അതിഥികൾ കഴിച്ച എച്ചിലിലകളിൽ കിടന്നുരുളുകയായിരുന്നു. ഇതുകണ്ട യുധിഷ്ഠിരൻ കീരിയോട് നീ എന്തിനിങ്ങനെ എച്ചിലിലകളിൽ കിടന്നുരുളുന്നതെന്ന് ചോദിച്ചു. അപ്പോൾ ആ കീരി പറഞ്ഞു:- മഹാരാജാവേ ഇതിനുമുമ്പ് ഞാൻ വേറൊരു യാഗശാലയിൽ പോയിരുന്നു. അവിടെയും ഇതുപോലൊരു എച്ചിലിലയുണ്ടായിരുന്നു. അതിലൂടെ നടക്കുമ്പോൾ ഞാൻ കാൽവഴുതി ആ ഇലയിൽ വീണു. അപ്പോൾ എന്റെ ശരീരത്തിന്റെ ഒരു ഭാഗം സ്വർണ്ണനിറമായി കാണപ്പെട്ടു. മറുഭാഗവും സ്വർണ്ണനിറമാക്കാനുള്ള എന്റെ ഉദ്യമം വിജയിക്കുന്നില്ല. അതുകൊണ്ടാണ് ഞാൻ വീണ്ടും

വീണ്ടും എച്ചിലിലയിൽ വീണുരുളുന്നത്. ഒരുഭാഗം സ്വർണ്ണനിറമാക്കിയ മുൻയാഗത്തിന്റെ ഗുണമേന്മ ഈ യാഗത്തിനില്ലെന്ന് .തോന്നുന്നു. ഏതാണ് മുമ്പത്തെ യാഗമെന്ന് യുധിഷ്ഠിരൻ ചോദിച്ചു.

കീരി കഥ വിവരിച്ചുപറഞ്ഞു:- ഒരു ഗ്രാമത്തിൽ പ്രായമായ ബ്രാഹ്മണനും അദ്ദേഹത്തിന്റ പത്നിയും മകനും മകന്റെ ഭാര്യയും ജീവിച്ചിരുന്നു. കാലമേറെ കഴിഞ്ഞപ്പോൾ ആ നാട്ടിൽ വലിയ ദുർഭിക്ഷം വന്നു. കഴിക്കാൻ ഭക്ഷണമോ കുടിക്കാൻ വെള്ളമോ ഇല്ലാതായി. നാട്ടുകാർ മുഴുവൻ പട്ടിണിയിലായി. പലരും നാടുവിട്ടുപോയി. എന്നാൽ ആ കുടുംബം അവിടെത്തന്നെ താമസിച്ചു. അവർ ദിവസങ്ങളോളം പട്ടിണി കിടന്നു. ജലം മാത്രം ഭക്ഷിച്ച് അവർ ജീവൻ നിലനിർത്തി. വല്ലപ്പോഴും ഭിക്ഷ യാചിച്ച് കൊണ്ടുവരുന്ന ധാന്യം പാകം ചെയ്ത് ഭക്ഷിച്ചു. എന്നാൽ ഭിക്ഷയും കിട്ടാതായപ്പോൾ ഒരുദിവസം മുഴുവൻ അലഞ്ഞ് തിരിഞ്ഞ് ഭിക്ഷ യാചിച്ചതിന്റെ ഫലമായി അല്പം ധാന്യം ലഭിച്ചു. അത് പാകം ചെയ്തുകഴിഞ്ഞപ്പോൾ വിശന്നുവലഞ്ഞ ഒരു അതിഥി അവിടെയെത്തി. അതിഥിദേവോ ഭവ എന്നാണല്ലോ നമ്മുടെ പ്രമാണം. ഗൃഹസ്ഥനായ ബ്രാഹ്മണൻ തന്റെ ഭക്ഷണം അതിഥിക്കു കൊടുത്തു. അതിഥിക്കു വയറുനിറഞ്ഞില്ല. അപ്പോൾ ബ്രാഹ്മണി തന്റെ പങ്കും ആ അതിഥിക്ക് കൊടുത്തു. അതുകണ്ട മകനും മകന്റെ ഭാര്യയും തങ്ങളുടെ പങ്കും അതിഥിക്ക് കൊടുത്തു. അതിഥി വയറു നിറയെ ഭക്ഷണം കഴിച്ചു. ഭക്ഷണം കൊടുത്ത ആ കുടുംബത്തോട് നന്ദി പറഞ്ഞ് വന്ന അതിഥി യാത്രയായി. അന്ന് രാത്രി ആ കുടുംബം പട്ടിണിമൂലം മരിച്ചുപോയി. പിറ്റേദിവസം രാവിലെ ആളനക്കമില്ലാത്ത ആ വീട്ടിൽ ഞാൻ കയറി. അറിയാതെ കാൽവഴുതി അതിഥി കഴിച്ച ആ എച്ചിലിലയിൽ ഞാൻ വീണപ്പോൾ എന്റെ ഈ ശരീരത്തിന്റെ ഒരു ഭാഗം സ്വർണ്ണനിറമായി. മറുഭാഗംകൂടി സ്വർണ്ണനിറമാക്കണമെന്ന ഉദ്ദേശം മാത്രമേ എനിക്കുണ്ടായിരുന്നുള്ളൂ. അതുകൊണ്ടാണ് ഞാൻ എച്ചിലിലകളിൽ വീണുരുളുന്നത്. എന്നാൽ എന്റെ ഉദ്ദേശം ഫലിക്കുന്നില്ല. അതുകൊണ്ടാണ് മുമ്പുപറഞ്ഞ യാഗത്തിന് ഒരുതരത്തിലും സമാനമല്ല ഈ യാഗമെന്ന് ഞാൻ മനസ്സിലാക്കുന്നത്. അശ്വമേധയാഗം ധാരാളം ധനദുർവിനിയോഗത്തിലൂടെ നടത്തിയതാണ്. എന്നിട്ടും അതിന് അതിന്റേതായ ഗുണഫലം ലഭിച്ചില്ല. ഇതുകേട്ടപ്പോൾ എല്ലാവരും കീരിപറഞ്ഞത് ശരിയാണെന്ന് സമ്മതിക്കുകയാണുണ്ടായത്.

അശ്വമേധയാഗം ഒരു തടസ്സവുമില്ലാതെ പര്യവസാനിച്ചതിൽ ഭഗവാൻ ശ്രീകൃഷ്ണനടക്കം എല്ലാവരും സന്തുഷ്ടനായിരുന്നു. പാണ്ഡ

വരെ ഓരോരുത്തരെയും ഭഗവാൻ ഹൃദയപുരസ്സരം ആലിംഗനം ചെയ്തു. അപ്പോഴേക്കും ദാരുകൻ രഥവുമായി വന്നു. ആ രഥത്തിൽക്കയറി ശ്രീകൃഷ്ണൻ ദ്വാരകയിലേക്ക് പോയി. യുദ്ധത്തിൽ വിജയം നേടിയ പാണ്ഡവർ അവരുടെ മുത്തച്ഛനായ ധൃതരാഷ്ട്രരെ മുൻനിർത്തിയാണ് ഭരണം നടത്തിയത്. യുധിഷ്ഠിരൻ ഭരണപരമായ കാര്യങ്ങളെല്ലാം ധൃതരാഷ്ട്രരെ മുൻകൂട്ടി അറിയിച്ച് അനുവാദം വാങ്ങിയാണ് പ്രവർത്തിച്ചത്. ഭീമസേനൻ ഇടയ്ക്കിടയ്ക്ക് ചില കൊള്ളിവാക്കുകൾ പറയുന്നതുകേട്ട് ധൃതരാഷ്ട്രർ ഹൃദയവേദന അനുഭവിച്ചിരുന്നു. പുത്രവിയോഗത്താൽ ദുഃഖിതനായ അദ്ദേഹം പാണ്ഡവരെയും യുയുത്സുവിനെയും വിദുരരെയും മറ്റ് ഹസ്തിനപുരത്തെ ബന്ധുക്കളെയും വിളിച്ചുകൂട്ടി താൻ വനവാസത്തിനു പോകാൻ ആഗ്രഹിക്കുന്നുവെന്ന് പറഞ്ഞു. എന്നാൽ യുധിഷ്ഠിരൻ അതിന് തടസ്സം നിന്നു. അപ്പോഴേക്കും വേദവ്യാസസമഹർഷി അവിടെ പ്രത്യക്ഷനായി. ധൃതരാഷ്ട്രരുടെ ഇംഗിതം മനസ്സിലാക്കിയ മഹർഷി യുധിഷ്ഠിരനോട് അതിനനുവാദം നൽകണമെന്നഭ്യർത്ഥിച്ചു. മഹാഭാരതയുദ്ധം അവസാനിച്ച് പതിനഞ്ചു വർഷം കഴിഞ്ഞതിനുശേഷമാണ് വൃദ്ധനായ ധൃതരാഷ്ട്രർ വനവാസം ചെയ്ത് ജീവിതം അവസാനിപ്പിക്കാൻ തീരുമാനിച്ചത്.

ശ്രേഷ്ഠന്മാരായ ബ്രാഹ്മണരെയെല്ലാം ഹസ്തിനപുരത്തേക്ക് ക്ഷണിച്ച് അവർക്ക് മതിയാവോളം സ്വർണ്ണനാണയങ്ങളും ഭൂദാനം, ഗോധനം എന്നിവയും നൽകി ആദരിച്ചു. പിന്നീട് ധർമ്മപത്നിയായ ഗാന്ധാരിയുടെ കൈയും പിടിച്ച് ധൃതരാഷ്ട്രർ കോട്ടവാതിൽക്കലെത്തി. അവിടെ തടിച്ചുകൂടിയിരുന്ന പ്രജകളെ ആശ്വസിപ്പിച്ച് അദ്ദേഹം നടന്നു. അപ്പോൾ കുന്തീദേവിയും വിദുരരും സഞ്ജയനും അദ്ദേഹത്തെ അനുഗമിച്ചു. അവർ കുറേദൂരം നടന്ന് ഒരു കൊടുംകാട്ടിൽ എത്തി. അവിടെ ഒരു പർണ്ണശാല കെട്ടി അതിനുള്ളിൽ തപസ്സാരംഭിച്ചു. നിരാഹാരവും തപസ്സുംകൊണ്ട് എല്ലാവരും വളരെയധികം മെലിഞ്ഞുപോയിരുന്നു. വിദുരർ എല്ലുംതോലുമായി കാട്ടിലൂടെ സഞ്ചരിച്ചു. ഒരുദിവസം വലിയച്ഛനെയും അമ്മയെയും മറ്റുള്ളവരെയും കാണാൻ പാണ്ഡവർ സൈന്യസമേതം ആ കൊടുംകാട്ടിലെത്തി. അമ്മയായ കുന്തീദേവിയുടെ ശിരസ്സിൽ ജടകെട്ടിയിരുന്നു. അവരുടെ ക്ഷേമൈശ്വര്യങ്ങൾ അന്വേഷിച്ച് സാംഷ്ടാംഗം പ്രണമിച്ച പാണ്ഡവർ വിദുരരെ അവിടെ കാണാഞ്ഞതിനാൽ അന്വേഷിച്ചു. അപ്പോൾ വിദുരർ അവിടെ വരികയും ആരോടും ഒന്നും മിണ്ടാതെ തിരിച്ചുപോവുകയും ചെയ്തു. യുധിഷ്ഠിരൻ അദ്ദേഹത്തിന്റെ പിന്നാലെ ഓടി. ഒരു വൃക്ഷത്തിൽ ചാരിനിന്ന് യുധിഷ്ഠിരനെ കണ്ണിമവെട്ടാതെ നോക്കി

ക്കൊണ്ട് വിദുരർ പ്രാണൻ ഉപേക്ഷിച്ചു. സംസ്ക്കാരകർമ്മങ്ങൾക്കു ശേഷം അമ്മയോടും ഗാന്ധാരിദേവിയോടും പിതാമഹനോടും സഞ്ജയനോടും യാത്ര പറഞ്ഞ് പാണ്ഡവർ ഹസ്തിനപുരത്തേക്കു മടങ്ങി. കുറച്ചുകാലത്തെ വനവാസത്തിനുശേഷം ഒരു കാട്ടുതീയൽപ്പെട്ട് ആശ്രമവാസികളായ അവരെല്ലാവരും ദഹിച്ച് വെണ്ണീറായി.

മൂന്നുപതിറ്റാണ്ടുകാലം (മുപ്പത്താറു വർഷം) കഴിയുമ്പോൾ നീയും നിന്റെ ബന്ധുക്കളും രാജ്യവും നശിച്ചുപോകട്ടെ എന്ന ഗാന്ധാരിശാപം സമാഗതമായി. ഒരുദിവസം ശ്രീകൃഷ്ണൻ ദ്വാരകയിലുള്ള സ്വന്തം ബന്ധുക്കളെയും പ്രജകളെയും വിളിച്ചുചേർത്ത് അവരോട് പറഞ്ഞു:- നമുക്ക് ഇനി വരാൻപോകുന്ന കാലങ്ങൾ കഷ്ടതനിറഞ്ഞതാണ്. യാദവന്മാരെല്ലാം മദ്യപാനികളായി. അവർ പരസ്പരം പോരടിച്ച് മരിക്കാൻ തുടങ്ങി.അവർ മദ്യലഹരിയിൽ ആറാടി. കൃഷ്ണപൗത്രനായ സാംബനെ അവർ ഒരു ഗർഭിണിയുടെ വേഷംകെട്ടി. ദുർവാസാവ് മഹർഷി വരുന്ന വഴിയിൽ നിർത്തി. ഇവൾ പ്രസവിക്കുന്ന കുഞ്ഞ് ആണോ പെണ്ണോ എന്ന് ചോദിച്ചുകൊണ്ട് മഹർഷിയെ പരിഹസിച്ചു. ക്ഷിപ്രകോപിയായ ദുർവാസാവ് അവരുടെ ചോദ്യങ്ങൾക്ക് ഇങ്ങനെ മറുപടി പറഞ്ഞു:- ഇവൾ പ്രസവിക്കുന്നത് ഇരുമ്പുലക്കയാണെന്നും അത് നിങ്ങളുടെ വംശനാശത്തിനു കാരണമാകുമെന്നും പറഞ്ഞ് മഹർഷി സ്ഥലംവിട്ടു. കുറച്ചുകഴിഞ്ഞപ്പോൾ സാംബന് പേറ്റുനോവ് അനുഭവപ്പെടാൻ തുടങ്ങി. മഹർഷിയുടെ ശാപത്താൽ ഇരുമ്പുലക്ക പുറത്തുവന്നു. അപ്പോഴാണവർ മഹർഷിശാപത്തിന്റെ ഗൗരവം മനസ്സിലാക്കിയത്. അവർ ആ ഇരുമ്പുലക്കയെ രാകി പൊടിയാക്കി. ബാക്കിയായ ഒരു ചെറുകഷണം അങ്ങിനെതന്നെ കടലിൽ നിക്ഷേപിച്ചു. ആ കഷ്ണത്തെ ഒരു വൻമത്സ്യം വിഴുങ്ങി. ഒരു ദാശന്റെ വലയിൽ ആ മത്സ്യം കുടുങ്ങി. മത്സ്യത്തെ അടുത്ത കാട്ടിൽ താമസിക്കുന്ന ജരൻ എന്ന നിഷാദരാജാവിന് കാഴ്ചയായി കൊടുത്തു. സ്ഥൂലമായ മകരോദരം പിളർന്നുനോക്കിയപ്പോൾ ഒരു കഷണം ഇരുമ്പ് ദാശരാജാവിന് കിട്ടി. അതെടുത്ത് അദ്ദേഹം ഒരു അമ്പിന്റെ മുനയാക്കി. നേരത്തെ കടൽത്തീരത്തുവീണ ഇരുമ്പുപൊടികൾ ഏരകപ്പുല്ലുകളായി കടൽത്തീരത്ത് മുളച്ചുവന്നു. മൂർച്ചയേറിയ മുനയോടുകൂടിയ ഏരകപ്പുല്ലുകൾ പറിച്ചെടുത്ത് പരസ്പരം വെട്ടിയും കുത്തിയും യാദവന്മാർ മരിച്ചുവീണു. ഇതെല്ലാമറിഞ്ഞ കൃഷ്ണൻ ബാക്കിയായവരോടു പറഞ്ഞു:- ദ്വാരകയിൽ ഇനി ആരും നിൽക്കണ്ട. ഏതാനും ദിവസങ്ങൾക്കകം വാരിധി വന്ന് ദ്വാരകയെ വിഴുങ്ങുമെന്ന്. അതുകൊണ്ട് ഉള്ളതെല്ലാം പെറുക്കിയെടുത്ത് നാടുവിട്ടുകൊള്ളാൻ ഭഗവാൻ പറ

ഞ്ഞു. ശ്രീകൃഷ്ണൻ തന്റെ അവതാരദൗത്യം അവസാനിക്കാറായെന്നു ചിന്തിച്ച് കാട്ടിൽ ഒരു മരത്തിന്റെ താഴത്തെ ശാഖയിൽ ഇരുന്ന് ചിന്തിക്കുകയായിരുന്നു. ആ മഹാത്മാവിന്റെ പാദംകണ്ട് മാനിന്റെ മുഖമാണെന്നു കരുതി മേൽപ്പറഞ്ഞ ജരൻ അമ്പ് പ്രയോഗിച്ചു. അത് കാൽപ്പാദത്തിൽ തുളച്ചുകയറി. അങ്ങിനെ ഭഗവാൻ സ്വർഗ്ഗാരോഹണം ചെയ്തു. കംസന്റെ കാരാഗൃഹത്തിൽ ജനിച്ച ശ്രീകൃഷ്ണൻ തന്റെ പൂർണ്ണാവതാരകാലത്ത് ചെയ്യേണ്ട എല്ലാ നല്ല കാര്യങ്ങളും ചെയ്ത് കാട്ടാളനെയ് കണയാൽ സ്വർഗ്ഗം പൂകി.

ശ്രീകൃഷ്ണന്റെയും യാദവരുടെയും മരണവാർത്തകളറിഞ്ഞ പാർഥൻ ദ്വാരകയിലെത്തി. അവിടെ പരസ്പരം പോരടിച്ചു മരിച്ചവരുടേയും ശ്രീകൃഷ്ണന്റെയും അന്ത്യം എങ്ങിനെയായിരുന്നുവെന്ന് അദ്ദേഹം തിരിച്ചറിഞ്ഞു. ദ്വാരക കടൽ വിഴുങ്ങുമെന്ന് കൃഷ്ണൻ പറഞ്ഞത് കിരീടി അറിഞ്ഞു. ഉടനെ അദ്ദേഹം കൃഷ്ണസാരഥിയായ ദാരുകനെ കണ്ടു. ദ്വാരകയിലെ സ്ത്രീകളുടെ സംരക്ഷണച്ചുമതല ഏറ്റെടുക്കാൻ അർജ്ജുനനോട് പറയണമെന്ന് നേരത്തെതന്നെ ഭഗവാൻ ദാരുകനോട് പറഞ്ഞ കാര്യം അദ്ദേഹം പാർഥനെ അറിയിച്ചു. അന്തഃപുര സ്ത്രീകളുടെയും മറ്റും കൂട്ടക്കരച്ചിൽ പാർഥന് താങ്ങാൻ കഴിയുന്നതിലപ്പുറത്തായിരുന്നു. അവരെയെല്ലാം സാന്ത്വനപ്പെടുത്തിയ ശേഷം അർജ്ജുനൻ വസുദേവരെ കാണാൻ പോയി. പുത്രശോകത്താൽ നിലത്തുകിടന്നുരുളുന്ന വസുദേവരുടെ കാൽതൊട്ടു വന്ദിച്ച പാർഥനെ വസുദേവർ ആലിംഗനം ചെയ്തു. അതിനുശേഷം ബാക്കിയായ വൃഷ്ണിവീരന്മാരുടെ മന്ത്രിമാരെ വിളിപ്പിച്ച് അവശേഷിക്കുന്നവരെ ഇന്ദ്രപ്രസ്ഥത്തിലേക്ക് കൊണ്ടുപോകുന്നുവെന്നു പറഞ്ഞു. സമുദ്രം വരുന്നതിനുമുമ്പുതന്നെ ഇവിടുന്നെല്ലാവരും വിട്ടുപോകണമെന്നും പറഞ്ഞു. ശ്രീകൃഷ്ണന്റെ പൗത്രനായ വജ്രനെ രാജാവാക്കി അഭിഷേകം ചെയ്യാമെന്നും അവർക്ക് പാർഥൻ വാക്കുകൊടുത്തു. അന്നുരാത്രി അർജ്ജുനൻ ശ്രീകൃഷ്ണന്റെ വാസസ്ഥലത്തുതന്നെ കഴിച്ചുകൂട്ടി. പിറ്റേദിവസം പ്രഭാതത്തിൽത്തന്നെ യാത്രയ്ക്കുള്ള തയ്യാറെടുപ്പുകൾ ആരംഭിച്ചു. അപ്പോഴാണ് വസുദേവർ യോഗശക്തികൊണ്ട് ദേഹത്യാഗം ചെയ്ത വിവരം പാർഥൻ അറിയുന്നത്. ആ ജഡശരീരം യഥാവിധി സംസ്കരിച്ചു. അപ്പോൾ വസുദേവരുടെ ഭാര്യമാരായ ദേവകിയും ഭദ്രയും മദിരയും രോഹിണിയും ഭർത്താവിന്റെ ചിതയിൽ ചാടി മരിച്ചു. പിന്നീട് ബാക്കിയായ എല്ലാവരെയുംകൂട്ടി പാർഥൻ തിരിച്ചു പോയി.

എല്ലാവരും ദ്വാരകവിട്ടുകഴിഞ്ഞപ്പോൾ സമുദ്രം ദ്വാരകയെ ഗ്രസി

ച്ചു. വനങ്ങളും പർവ്വതങ്ങളും നദികളും താണ്ടി ആ സംഘം അർജ്ജുനന്റെ നേതൃത്വത്തിൽ പഞ്ചനദപ്രദേശത്തെത്തി. അവരെല്ലാവരും അന്നവിടെ വിശ്രമിച്ചു. ഇത്രയും വലിയ ഒരു ജനക്കൂട്ടം അർജ്ജുനന്റെ നേതൃത്വത്തിൽ പോകുന്നതുകണ്ട് അവിടുത്തെ കൊള്ളക്കാർ അവരെ ആക്രമിച്ചു. അവർ കൊലയും കൊള്ളയും നടത്തി. അക്രമികൾ പിൻഭാഗത്തുകൂടി ആക്രമിക്കുന്നതുകണ്ട പാർഥൻ ആ ഭാഗത്തേക്കുപോയി. ജീവനിൽ കൊതിയുണ്ടെങ്കിൽ തിരിച്ചുപോകുന്നതാണ് നിങ്ങൾക്ക് നല്ലതെന്ന പാർഥന്റെ താക്കീതിനെ വകവെക്കാതെ ആക്രമണം തുടർന്നു. അർജ്ജുനൻ ഗാണ്ഡീവമെടുത്ത് ഞാൺ കെട്ടാൻ ഒരുങ്ങി. എന്നാൽ അദ്ദേഹത്തിനതിനു സാധിച്ചില്ല. അമ്പൊടുങ്ങാത്ത ആവനാഴി ശൂന്യമാണെന്ന് അർജ്ജുനന് മനസ്സിലായി. ദിവ്യാസ്ത്രങ്ങളെ സ്മരിച്ചപ്പോൾ അവയൊന്നും വരുന്നില്ല. തന്റെ ശക്തിയെല്ലാം നഷ്ടപ്പെട്ടുവെന്ന് പാർഥന് മനസ്സിലായി. സുന്ദരിമാരായ സ്ത്രീജനങ്ങളെയെല്ലാം കൊള്ളക്കാർ പിടിച്ചുകൊണ്ടുപോയി. അവരെ രക്ഷിക്കാൻ പാർഥന് കഴിഞ്ഞില്ല. എല്ലാം നഷ്ടപ്പെട്ട വിജയൻ ഇന്ദ്രപ്രസ്ഥത്തിലെത്തി. വജ്രനെ രാജാവായി വാഴിച്ചു.

ശ്രീകൃഷ്ണന്റെ സ്വർഗ്ഗാരോഹണത്തിനുശേഷം രുഗ്മിണിയും ശൈബ്യയും ജാംബവതിയും അഗ്നിപ്രവേശം ചെയ്തു. സത്യഭാമയും മറ്റു ദേവിമാരും കാട്ടിൽ തപസ്സുചെയ്യാൻ പോയി. അർജ്ജുനൻ പിന്നീട് വേദവ്യാസമഹർഷിയെ കാണാൻ പോയി. അദ്ദേഹം മുനിശാപത്തെക്കുറിച്ചും ഗാന്ധാരി ശാപത്തെപ്പറ്റിയും മറ്റും പറഞ്ഞ് പാർഥനെ സാന്ത്വനപ്പെടുത്തി. നരനാരായണന്മാരായി ജനിച്ച അർജ്ജുനനും ശ്രീകൃഷ്ണനും അവരുടെ ജീവിതദൗത്യം നിറവേറ്റിക്കഴിഞ്ഞു. ഭഗവാൻ സ്വർഗസ്ഥനായി. അടുത്തുതന്നെ പാണ്ഡവരും ഇഹലോകവാസം വെടിയുമെന്നും വേദവ്യാസമുനി പറഞ്ഞു. അർജ്ജുനൻ യുധിഷ്ഠിരന്റെ അടുത്ത് തിരിച്ചെത്തി. മഹാഭാരതയുദ്ധത്തിന്റെ പരിണിതഫലവും ശ്രീകൃഷ്ണബലരാമന്മാരുടെ സ്വർഗ്ഗാരോഹണവുമെല്ലാം രാജാവായ യുധിഷ്ഠിരനെ വേട്ടയാടിക്കൊണ്ടിരുന്നു. തന്റെ മുന്നിൽ സന്നിഹിതനായ അർജ്ജുനനോട് അദ്ദേഹം രാജ്യം ഉപേക്ഷിച്ച് മഹാപ്രസ്ഥാനം ആരംഭിക്കാനുള്ള ആഗ്രഹം പ്രകടിപ്പിച്ചു. പാർഥനും അതിനെ അനുകൂലിച്ചു. പിന്നീട് ബാക്കി സഹോദരങ്ങളോടും യുധിഷ്ഠിരൻ ഇക്കാര്യം പറഞ്ഞു. അവരെല്ലാവരും ജ്യേഷ്ഠന്റെ വാക്കുകൾ അക്ഷരംപ്രതി അംഗീകരിച്ചു. രാജ്യഭരണത്തിന് മേൽനോട്ടം വഹിക്കാൻ യുയുത്സുവിനെ അവർ അധികാരപ്പെടുത്തി. അങ്ങിനെ അഭിമന്യുവിന്റെ പുത്രനായ പരീക്ഷിത്തിനെ രാജാവായും വജ്രനെ യുവരാജാവായും അഭി

ഷേചിച്ചു. ശ്രീകൃഷ്ണനനും ബലരാമനും മൺമറഞ്ഞുപോയ പിതൃക്കൾക്കും സഹോദരന്മാർക്കുംവേണ്ടി അവർ തർപ്പണവും ശ്രാദ്ധവും നടത്തി. ഇഹലോകവാസക്കാലത്ത് ചെയ്യേണ്ട കർമ്മങ്ങളെല്ലാം പൂർത്തിയാക്കിയശേഷം പ്രജകളെ വിളിച്ച് അറിയിച്ചു. അവർ വാവിട്ട് നിലവിളിച്ചെങ്കിലും പാണ്ഡവർ തങ്ങളുടെ തീരുമാനത്തിൽ ഉറച്ചുതന്നെ നിന്നു.

നാടും നഗരവും കൊട്ടാരവുംവിട്ട് മുന്നിൽ യുധിഷ്ഠിരൻ അതിനു പിന്നിൽ ഭീമസേനൻ, അർജ്ജുനൻ, നകുലൻ, സഹദേവൻ, പാഞ്ചാലി എന്നിവർ പ്രസന്നവദനരായി മഹാപ്രസ്ഥാനം ആരംഭിച്ചു. പല നാടുകളും പർവ്വതങ്ങളും ജലാശയങ്ങളും താണ്ടി അവർ ഹിമാലയപ്രാന്തത്തിൽ എത്തിച്ചേർന്നു. ഏറ്റവും പിന്നിലായി ദ്രൗപദി വേച്ചുവേച്ചു നടന്നു. പെട്ടെന്ന് ദ്രൗപദി നിലംപതിച്ചു. ഇതുകണ്ട ഭീമസേനൻ യുധിഷ്ഠിരനെ വിളിച്ച് ദ്രൗപദിയുടെ പതനം അറിയിച്ചു. എന്നാൽ തിരിഞ്ഞുനോക്കാതെ അദ്ദേഹം വേഗത്തിൽ നടന്നു. പിന്നീട് ഓരോരുത്തരായി നിലംപതിച്ചു. യുധിഷ്ഠിരൻ മാത്രം തിരിഞ്ഞുനോക്കാതെ വേഗത്തിൽ നടന്നു. അദ്ദേഹത്തെപ്പോലെത്തന്നെ ദാഹവും വിശപ്പും സഹിച്ച് സന്തതസഹചാരിയായി ഒരു പട്ടി പിന്തുടരുന്നുണ്ടായിരുന്നു. പെട്ടെന്ന് ദേവേന്ദ്രൻ വന്ന് യുധിഷ്ഠിരനോട് തേരിൽക്കയറാൻ പറഞ്ഞു. എന്റെ ദ്രൗപദിയും സഹോദരങ്ങളും മരിച്ചുവീണു. ഞാൻ മാത്രം അവർക്കില്ലാത്ത പരമപദം സ്വീകരിക്കാൻ ആഗ്രഹിക്കുന്നില്ലെന്ന് യുധിഷ്ഠിരൻ പറഞ്ഞു. ദ്രൗപദിയും സഹോദന്മാരും നേരത്തെതന്നെ സ്വർഗ്ഗത്തിൽ എത്തിയ വിവരം ഇന്ദ്രൻ യുധിഷ്ഠിരനെ അറിയിച്ചു. ഇതുകേട്ട യുധിഷ്ഠിരൻ സന്തുഷ്ടനായി. തന്നെ പിന്തുടരുന്ന നിരാശ്രയനായ ഈ പട്ടിയെക്കൂടി കൊണ്ടുപോകണമെന്നു ധർമ്മപുത്രൻ ഇന്ദ്രനോടപേക്ഷിച്ചു. തന്നെ ആശ്രയിച്ചുകഴിയുന്ന പട്ടിക്കുവേണ്ടിപ്പോലും യാചിച്ച യുധിഷ്ഠിരന്റെ മഹത്വം ദേവകൾ മനസ്സിലാക്കി. അദ്ദേഹത്തെ അവർ സ്വർഗ്ഗത്തിലേക്കുതന്നെ കൊണ്ടുപോയി. തന്നെ പിന്തുടർന്നു വന്നത് പിതാവായ യമധർമ്മരാജനാണെന്നറിഞ്ഞ യുധിഷ്ഠിരൻ വളരെയധികം സന്തോഷിച്ചു. അപ്പോഴേയ്ക്കും ദ്വാപരയുഗം പര്യവസാനിച്ചു. ശ്രീകൃഷ്ണന്റെ സ്വർഗ്ഗപ്രാപ്തിക്കുശേഷം കലിയുഗം ആരംഭിച്ചു.

***

www.ingramcontent.com/pod-product-compliance
Lightning Source LLC
LaVergne TN
LVHW060131051026
849517LV00007B/2456